STÆRÐFRÆÐILEGT ÁSTAND UM GRACE Heildarröð

Bók 1 og 2: BROT; LOKASAMRUNI

Cathy McGough

STRATFORD LIVING PUBLISHING

Áður gefið út á CreateSpace í gegnum Stratford Living Publishing: innbundið: ISBN: 978-0993893-90-2 og í gegnum Stratford Living Publishing: rafbækur ISBN 978-1-988201-00-9,

978-1-988201-02-3, 978-0993893-93-2; harðspjaða 978-1-990332-11-1; mjúkspjaða 978-1-988201-67-2.

Þessi bók kom út í maí 2026.

ISBN: 978-1-997879-53-4

Cover art powered by Canva Pro.

Hvað lesendur segja

Bandaríkjunum:

"Frábært! Þetta er afar skapandi ungmennabók. Þetta er saga um villta ímyndunarafl, stórkostleg ævintýri og hugmyndir sem gjörsamlega snúa huganum á hvolf um eðli alheimsins."

"Grace er öðruvísi aðalpersóna og þetta er öðruvísi ungmennadystópía. Við fyrstu sýn er Grace fremur óáberandi, fyrir utan að vera stærðfræðisnillingur. Eftir slys fer að verða ljóst að hlutirnir eru kannski ekki eins og þeir virðast við fyrstu sýn. Mér líkaði hversu marglaga sagan er. einstök saga og ánægjuleg aflestráð."

"Fyrri hlutinn minnir á glæpasögu og fær mann til að halda áfram að snúa blaðsíðunum. Það eru mörg rómantísk atriði. Ég naut einnig húmorsins sem dreifðist um söguna. Allt í allt er margt til að njóta, þar á meðal frábærir persónur, flottur fantasíuþáttur og frábær lýsandi frásögn."

"Það er svífandi blæur yfir sögunni sem víkkar hugann og opnar fyrir möguleika."

Bretland:

"Frábær ritlist og spennandi söguþráður halda þessari skáldsögu áfram á frábærum hraða."

"Nördstúlka, íþróttastrákur - kastað inn í ringulreið heims undarlegra vindanna og jarðskjálfta og frammi fyrir því að vera einu lifandi verurnar sem eftir eru í heiminum. Saga um afkomu og ást."

Innihaldsyfirlit

Tilvitnun

Ég held að á meðan við vorum enn að nálgast,
áður en við komumst í snertingu,
vorum við í ástandi stærðfræðilegrar náðar.
Ian McEwan, ENDLESS LOVE

Fyrir Mabel og Michael með kærleika

BÓK EIN:

BROT

KAFLI 1

Sextán ára gömul Grace Greenway elskaði að sofa út, sérstaklega á skóladögum.

Móðir hennar, Helen Greenway, kastaði hurðinni upp og gekk harkalega inn. Tveir hausar á kóala-inniskóm hennar leiddu veginn. Hausarnir hvísluðu "ssshhh" þegar þeir skrömpuðu yfir kalda harðviðargólfið.Þegar Helen kom á hinn enda herbergisins lét hún vörnina niður. Hún tók burt ilmvatnsvottaða vasahandklæðið sem hún hafði hulið nefið með. Loftið í herberginu var þungt vegna tilrauna kvöldsins áður, sem, að dæmi lyktarinnar að dæma, virtust tengjast brennisteini.

Þegar hún kom að glugganum opnaði Helen hann alveg. Hún stakk höfðinu út og fyllti lungun hreinu útilofti. Endurnærð dregur hún fyrir gluggatjöldin. Helen beinir sér og sloppunum sínum að molanum í rúminu: dóttur sinni, Grace.

Hin megin í herberginu lét tölva Grace í sér vita þegar viðvörun hljómaði. Hún byrjaði að blikka tilviljunarkenndar tölur á skjánum. Hún las þær upp hávært með rödd sem minnti á rödd Stephen Hawking.

Helen velti fyrir sér hvað þessar tölur þýddu. Þær höfðu litla sem enga merkingu fyrir óstærðfræðilega sinnaða heilann hennar. Tassar hennar með koala-höfði beygðust að henni, þykjustu um að skilja. Helen gekk þvert yfir herbergið, á meðan koala-höfuðin kinkaðu kolli og hvísluðu hvor til annars. Helen sjálf hafði engan grun um stærðfræði. Hún hafði enga hugmynd um frá hverjum dóttir hennar hefði erft tölugeni sín. Helen velti þessari erfðaflutningi fyrir sér á meðan hún skoðaði dóttur sína í kúpunni.

"Tíminn er kominn til að vakna, elskan!" sagði Helen.

Grace hreyfði sig örlítið og kastaði sænginni af sér. Til að tefja teygði hún sig og yaugnaði án þess að opna augun.

"Góðan morgun, syfjuhetja," sagði Helen og kossaði dóttur sína á ennið.

"Morguninn, mamma," svaraði Grace og loks opnaði hún augun.

"Bíllinn verður hér eftir fimmtán mínútur! Þú verður að flýta þér. Ég set eitthvað saman fyrir þig til að borða á leiðinni."

"Allt í lagi, mamma," sagði Grace og vafði sér úr sænginni. Hún settist upp, en féll aftur niður á koddann. Hún vildi svo gjarnan komast aftur inn í draum sinn – aftur í hugarástand Vincente Marino.

"Komdu nú, Grace!" endurtók Helen og hélt að dyrunum, "Vertu niðri eftir fimm mínútur!"

Grace hvíslaði nafni Vincente upphátt, hljótt og mjúklega, nánast eins og hún ætlaði sér að hann gæti heyrt hana. Hún ímyndaði sér hann klifra upp grindverkið fyrir utan gluggann. Klapp-klapp-klapp.

Hljóð frá tölvunni vakti hana. Hún nuddaði sveiminn úr augunum. Hún leit niður á náttkjólinn sem hún var í. Hún hataði þennan kjóll, með hvítu blúndunni og rauðu slaufubindinu. Hann var algjörlega meylegur.

Grace renndi fingri sínum yfir rauðu slaufuna og hún skar í hold hennar. Það særði eins og helvíti, eins og pappírsskurður, en slaufan var úr efni. Hún leysti hana frá náttkjólnum sínum. Hún horfði á hana svífa til jarðar, og nokkrum sekúndum síðar fylgdu djúpir blóðdropar.

Grace sogði blóðuga fingurinn sinn, en hann hélt áfram að leka niður á gólfið. Það blandaðist saman við rauða borðið, sem snérist eins og orm. Hún lokaði augunum og lagðist aftur á koddann. Hún hugsaði um Vincente Marino. Hún gat varla beðið eftir að hitta hann í dag.

Grace gekk að rúmbrúninni þar sem blóðdroparnir höfðu verið, en nú voru þeir horfnir. Hún lyfti öxlum og tók upp rauðu slaufuna. Grace festi hana aftur á blúndukragann á náttkjólnum sínum og gekk inn í baðherbergið.

Helen hrópaði aftur áminningu frá neðri hæðinni, en Grace veitti því enga athygli. Í staðinn lokaði hún hurðinni á eftir sér og með hnerri lét hún hvítan náttkjólinn sinn detta á kalda flísagólfið.

Grace hallaði sér inn í sturtuklefanum og kveikti á heita vatninu af fullum krafti. Hún lét gufuna rísa á meðan hún leit aftur yfir öxlina. Næturkjólinn hennar, í hrúgu á gólfinu, leit nánast út eins og andi sem hafði komið og farið.

Síðan steig hún inn í gufandi heita vatnið. Aðeins heitt, aldrei kalt. Hún þvoði hárið sitt, andlitið og restina af líkamanum, og lét síðan heita vatnið falla yfir sig.

Þegar hún var orðin alveg heit, lokaði hún fyrir vatnið og tók skref afturábak. Hún kveikti á köldu vatninu af fullum krafti, taldi til þriggja og sté í það. Áfallið sem fór um líkamann var eins og efnafræðilegt viðbragð, raflost. Á þessu augnabliki fann hún sig lifandi eins og aldrei fyrr. Öll skilningarvit hennar voru á verði. Það var nánast eins og hún hefði endurfæðst.

Grace fylgdist með vatninu renna niður í frárennispípuna. Hún tók eftir að rauða slaufan hafði einhvern veginn dottið ofan í pípuna. Föst í hvirflinum sneri hún hring eftir hring.

Hún rétti úr höndina og náði í rauðu slaufuna, krumpaði hana saman í kúlu í lófanum til að láta afgangsvatnið renna frá. Þegar hún opnaði hnefann lifnaði hún við og mótaðist í form.

Forvitin endurtók hún þessa aðferð: Kreista bandið, gera hnefann, opna hnefann. Sjá útkomuna aftur. Og aftur. Og aftur.

Það gerðist alltaf.

Sífellt og aftur á ný tók það á sig sama form: mynd hjarta.

KAFLI 2

Grace kastaði náttkjólnum í óhreinan þvottakörfuna. Hún byrjaði að klæða sig í skólabúninginn sinn og dró pilsið upp eins hátt og hún komst upp með. Allar stelpurnar í skólanum gerðu það til að hafa pilsið styttra en til stóð. Þegar búningurinn hennar var orðinn viðunandi sneri hún aftur inn í herbergið sitt og byrjaði að þurrka og greiða sitt langa, rauðbrúna hár.

Hún kíkti yfir öxlina á tölvuskjáinn: Enn að leita. Grace vonaðist til að hún myndi finna svarið yfir nóttina. Hún hafði forritað hana með eitt markmið: Að finna næsta Fibonacci-röð. Ef það tækist myndi nafn Grace Greenway skráð í sögubækur. Uppgötvun hennar myndi keppast við Gullna hlutfallið.

Grace brosti og rétti hárið. Hún mundi eftir gælunafni sínu fyrir Vincente Marino. Hún kallaði hann Gullna hlutfallið mitt. Það var hennar litla leyndarmál.

Að lokum náði hún langt aftur í skúffuna þar sem hún faldi förðunarvörur sínar og bursta. Hún setti á sig smá farða og örlítið kinnarrauða. Grace úðaði smá ilmvatni á hálsinn á sér áður en hún hélt niður stigann. Hún vonaðist til að flýta sér framhjá móður sinni. Vonaðist til að mamma hennar myndi ekki taka eftir styttari pilsinu eða öðrum smáatriðum sem drógu athygli að henni þennan morgun. Annars myndi verða uppnám.

Bussókusstjórinn blés í lúðuna við kantsteininn og Grace brunaði af stað. Hún náði í bækurnar sínar og sneið af ristuðu brauði á leiðinni framhjá mömmu sinni. Hún hljóp út um dyrnar framhjá grennslaraugum móður sinnar, upp stigann og inn í bussinn.

Helen horfði á dóttur sína stíga um borð, fullvel meðvitað um að pilsið hennar væri styttra en skyldi.

Helen hélt áfram að fylgjast með þegar dóttir hennar gekk rólega að aftasta hluta strætisvagnsins. Hún mundi eftir fyrsta sinn sem hún hafði staðið þar og horft á dóttur sína stíga um borð í vagninn. Helen hafði viljað ganga að vagninum með dóttur sinni. Grace var svo spennt og ákveðin í að vera stór stelpa að hún vildi gera það sjálf. Helen mundi það eins og það væri í gær: hvernig dóttir hennar var tilbúin að klippa naflastrenginn.

Því Helen hafði ekki verið undirbúin undir yfirþyrmandi sársaukann sem rífði í hjarta hennar. Hún fylgdi strætisvagninum með augunum á ferð sinni þar til hún sá hann ekki lengur. Tár rann niður kinn hennar. Helen þurrkaði það burt.

Í strætisvagninum fann Grace sér venjulega sætið sitt og opnaði síðan bókina sína. Hún faldi sig bakvið kennslubókina eins og hún væri veggur, dulargervi. Þar gat hún beðið komu Vincente Marino, dulbúin.Þegar strætisvagninn dró sig áfram eftir veginum glataði Grace vitinu um hvar hún var í eina stund. Hún sneri aftur til raunveruleikans þegar Vincente Marino steig um borð.

Grace settist þá upp beint, eins og adrenalínskot hefði farið um hana. Hún hélt kennslubók fyrir framan sig eins og skjöld. Inni í sér sló hjartað hennar svo hart að það var nánast eins og það hefði vaxið vængi og væri að fara að fljúga. Púlsinn bankaði í henni og hún þurfti að hugsa um hvert andartak.

Vincente gekk milli sætanna, gaf hnefahögg og kvaddi fólk, þar til strætisvagnsstjórinn bað hann um að setjast niður. Eftir að hafa flautað svo hátt að allir hundar í hverfinu hlýtu að hafa heyrt, renndi Vincente sér að sætinu sínu við hlið kærustu sinnar, Missy Malone.

Grace var ástfangin af Vincente Marino, en hún elskaði hann aðeins úr fjarlægð. Hún vissi að hann var algjörlega ofar hennar beiti, en samt hafði hún von. Hún trúði því að ást væri stærðfræðijafnvægi. Hún trúði því að hin sanna ást væri fyrirfram ákveðin.

Það var eins og hvaða önnur stærðfræðijafnsetning: maður þurfti bara að leita. Leita að henni þar til maður fann hinn fullkomna gullna hlutfall. Með öllum tölunum úr réttri röð á sínum stað myndi alheimurinn sjá til þess að tveir menn yrðu ástfangnir. Grace Greenway beið eftir að Gullna hlutfallið kæmi í rétt röð. Þá myndu hún og Vincente Marino vera í fullkomnu ástandi ástar.

Grace leit upp bakvið kennslubókina. Rödd Vincentes flótti að henni. Hún horfði á ljósbrúna hárið hans glitra þegar það náði sólarljósi. Gullnu lokkar hans strjúkuust yfir axlirnar. Hann hló og hvíslaði einhverju í eyra Missy, og sneri sér síðan að aftara hluta strætisvagnsins.Hjarta Grace stöðvaðist þegar augu þeirra mættust í augnablik. Kinnarnir urðu rauðir. Hún huldi andlitið aftur með kennslubókinni, eins og hún væri tjald. Grace sá ennþá fæturna, skóna sína. Þá snertu íþróttaskór Vincente Marino skóna hennar. Hún lét bókina aftur niður og kóbaltblá augu hans mættust hnetuaugum hennar. Hún hóstaði þegar hún mundi loksins að anda.

"Hæ, Grace," sagði Vincente. "Ég var að velta fyrir mér hvort þú gætir bjargað lífi mínu?"

Hún kinkaði kolli.

"Leikurinn í gærkvöldi dróst á langinn, og svo þurftum við að fara út og fagna, ég meina, við unnum! Þú veist hvernig þetta er."

"Já, ég veit það," hvíslaði hún.

"Og svo í morgun áttaði ég mig á því að ég hafði ekki gert stærðfræðiverkefnið mitt, og þú veist hvernig gamli herra Dense er á móti mér. Hann myndi elska að láta reka mig úr liðinu."

"Já, ég veit það."

"Grace?" Hún tók djúpt andann þegar hann nefndi nafn hennar og hélt áfram. "Ef þú gætir fundið það í hjarta þínu að lána mér heimavinnuna þína, væri ég þér ævinlega þakklátur. Þú myndir algjörlega bjarga lífi mínu."

Hún rétti höndina í tösku sína án hika."Ég fæ það til baka til þín fyrir tímann." Hann krossaði svo hjartað og vonaðist til að deyja. Hann geislaði af brosi í hennar átt. "Takk, elskan," sagði hann og blés kossi til hennar á meðan hann stútaði bók hennar í bakpoka sinn. Vincente sneri aftur að sætinu sínu, þar sem Missy Malone fylgdist með samskiptum þeirra.

Augun hjá Grace og Missy mættust í augnablik yfir öxl Vincente. Þær voru ekki í samkeppni. Missy vissi að Grace var ekki ógn, en hún sá að vesalings fífl var heilluð af Vincente hennar. Allir vissu að hún fylgdi honum um eins og villt hvolpur.

Grace reisti aftur kennslubókina sem varnarmúr og brosti fyrir sjálfri sér. Reyndar bar hún stærsta og heimskasta bros sem völ var á. Hún var svo spennt að fá að tala við Vincente aftur. Jafnvel hugsunin um Fibonacci gat ekki truflað hana.

Þá áttaði hún sig á því að strætisvagninn hafði stoppað og allir farþegarnir voru að þrengja sér inn í ganginn. Hún gerði það líka, þröngvaði sér inn þar til hún stóð beint aftan við Vincente. Hann lét Missy ganga fram fyrir sig. Ilmur ilmvatnsins hans Vincente barst til hennar. Grace andaði honum að sér, andaði honum inn.

Um leið og hann stígur út í sólskinið kyssir geislar blóðgullhringinn á fingri hans og blinda hana um stund. Hún rekst á hann, en hann virðist ekki hafa neitt á móti því. Hann hlær og sendir henni breitt, tanntækt bros.

Grace gleymdi að anda.

Missy Malone hrópaði, lagði handlegginn utan um Vincente og leiddi hann burt.Grace kom að skápnum sínum. Hún tók djúpt andvarp og kastaði bakpokanum sínum inn í hann. Hún skoðaði morgunskipulagið sitt: Frumbyggjafræði, stærðfræði, myndlist, svo hádegismatur, á eftir því meiri myndlist, enska og tómstund. Hún gæti farið að horfa á leikinn. Bjöllan hringdi. Hún skellti skápnum sínum aftur. Hún hljóp eftir ganginum og settist við gluggann.

Kennarinn hennar, fröken Smart, tók viðveru og kynnti síðan sérstakan gest fyrir bekknum. Gestasprekvarinn var kona frá Stuldaðri kynslóðinni.

Hún sagði bekknum frá því hvernig hún var tekin. Síðan ættleidd í hvítan fjölskyldu. Hvernig henni var ekki leyft að iðka eða fylgja hefðum Gadigal-fólksins.

Grace fann til með henni. Eftir allt saman ætti ekkert barn að vera yfirgefið, hvað þá stolið. Ekkert barn ætti að vera útilokað frá eigin sögu. Þetta var fáránlegt.

Grace gat ekki skilið hvers vegna foreldrar konunnar höfðu leyft þessu að gerast. Grace ímyndaði sér að svipaða atburðarás myndi eiga sér stað heima hjá sér. Að ókunnugir kæmu og kröfðust þess að fá að taka hana með sér. Foreldrar Grace hefðu ráðið alla lögfræðinga í bænum og stöðvað allt áður en það hefði yfir höfuð byrjað. Hún hugsaði um að spyrja konuna þessa spurningu. En annar samnemandi spurði hana fyrst.

Konan mundi eftir því hvernig hvítinginn hafði komið með vopn með sér, þar á meðal byssur. Foreldrar hennar vissu að blóði yrði sökkt ef þau myndu veita mótspyrnu, svo þau gerðu það ekki. Hún sagði að enginn tilgangur væri að berjast, því að það að taka börnin burt hefði verið lögleitt.

"Þetta gerðist ekki bara í Ástralíu," útskýrði konan fyrir bekknum. "Þetta gerðist gegn frumbyggjum Kanada og frumbyggjum Ameríku, frumbyggjum Nýja-Sjálands og mörgum öðrum þjóðum á mismunandi stöðum um allan heim. Hvert tilfelli var ólíkt, en þessi hræðilegu atvik breyttu fjölskyldum okkar að eilífu."

Þó að Grace fyndi með henni samkennd taldi hún að konan ætti að gleyma fortíðinni og halda áfram. Hún trúði því að lífið væri eins og stærðfræðijafnvægi. Maður þurfti að halda áfram að leita og hreyfa sig sífellt. Endurskipuleggja. Ná framförum.

Grace hélt til stærðfræðitímans, þar sem Vincente rétti henni heimavinnuna rétt í tæka tíð til að skila henni inn. Herra Dense var kennari sem gerði allt eftir bókinni. Hann virtist ánægður þegar Vincente Marino var fyrstur í röðinni til að skila heimavinnu sinni.

Í dag var verið að fara yfir Fibonacci í kennslunni. Þar sem sextán ára gamla Grace Greenway var viðurkennd barnagáfa, leyfði kennarinn henni að ljúka fyrr. Grace notaði frítímann til að læra í bókasafninu. Hún fór í aðrar kennslustundir, í hádegismat og í enskutímann. Síðan aftur í bókasafnið á lausa stundina þar til leikurinn hófst.

Eftir að hafa lesið og valið armfullt af kennslubókum til að fá lánaðar, hélt hún til vallarins til að horfa á krikkettleikinn. Rétt þá steig Vincente Marino fram til að slá. Unglingahópurinn braust í æsispennandi lófaklapp.

Grace, trufluð af hvítu krikkettgervi Vincentes sem endurspeglaði síðdegissólarljósið, missti tök á bókunum sínum.

Hún faðmaði bækurnar og kastaði þeim upp og niður eins og gert er til að ná tökum á þeim aftur. En hreinn vilji hennar til að standa á fætur og halda í heildarverk stærðfræðilegra fyrirmynda sinna - Sophie Germain, Hypatia, Lise Meitner og Mary Somerville - var ekki ætlaður að ganga upp. Þegar bækurnar lentu á jörðinni féll hún líka, bæði í bókstaflegum og myndlíkingalegum skilningi.

***

Þegar Grace kom til sín var allt dimmt og þokukennt. Hún var svöng og henni leið eins og hún ætlaði að kasta upp. Höfuðverkurinn var óbærilegur. Það var eins og heilinn hennar væri að reyna að finna leið út úr höfðinu. "Allir, færist til baka!" hrópaði einhver. "Grace? Grace! Ertu í lagi? Segðu mér, Grace! Heyrirðu mig?"

Þegar hún opnaði augun og leit til himins, var engill að kalla nafn hennar. Grace velti fyrir sér hvort hún væri dáin. Gæti hún hafa dáið og færst yfir í aðra vídd? Neitaði að trúa því að þetta væri satt, hún þrýsti augunum saman og opnaði þau aftur. Strákur fljótaði yfir henni með dýrðarhring sem var eins stór og sólin.

"Mér þykir svo, svo leitt, Grace," sagði hann og tók eina af höndum hennar í sína.Fjöldi fólks hafði safnast saman í kringum hana, ýtti og hrópaði og skapaði almennan unglingaóreiðu.

Grace sá þá hneigja sig yfir sig—sumir með hlæjandi andlitin niður á hvolf. Í höfðinu á henni var stöðugt suð. Ef ekki væri fyrir eitt kunnuglegt andlit, andlit hins unga manns, hefði hún orðið hrædd.Hún reyndi að vera hugrökk og standa upp. Fætur hennar vildu ekki vinna með henni. Þeir nötraðu og skulfu eins og ofsoðin spagettí. Í eyrunum heyrðist henni einkum hljóð hafsins.

Hún settist aftur niður og lagði höfuðið að brjósti hins unga manns. Hann virtist ekki hafa neitt á móti því.

KAFLI 3

Andlit drengsins færðist nær andliti Grace, svo að sólargeislarnir léku upp mynd dýrðahrings hans. Hún fann sætu, kanildu andardráttinn hans á hálsinum. Grace vissi hvað hann vildi. Hún sneri berum hálsi sínum að honum. Gaf honum leyfi til að bíta hana. Til að smakka hana.

"Eitthver hringi í Þrefaldur núll!" hrópaði drengurinn þegar hann lyfti Grace og hélt utan um líkama hennar.

Grace fann til með sjálfri sér. Hún hafði ætlað að fara í megrunaráætlun. Hún var ekki beinlínis létt eins og fiður. Hún lagði höfuðið að brjósti hans til að heyra hjartsláttinn hans. Allt sem hún heyrði var bröndug ósið hafsins.

Grace leit upp á fallega andlitið hans. Hann leit svo áhyggjufullur út.

Saman hreyfðu þau sig meðal hvíslinga og muldra mannfjöldans. Inn á kyrrlátt stað. Að lokum upp stiga og í gegnum sveifluhurð. Þá var Grace Greenway lögð á mjúkan kojak í herbergi sem lyktuði af sótthreinsiefni og íþróttasokkum. Hún þrýsti andliti sínu aftur að honum, reyndi að endurheimta kanillykta hans.

"Þetta er hjúkrunarstöðin. Bíddu hér. Ég fer að sækja hjálp."

"Farðu ekki frá mér," sagði hún. "Vinsamlegast farðu ekki frá mér."

"Hún er ekki að anda!" hrópaði einhver, sem minnti hana á það.

Brátt fannst Grace aftur eins og hún sjálf. Hún óskaði þess aðeins að öldurnar hættu að brjótast á ströndum hugar hennar.

"Heyrirðu mig?" spurði kona. Grace kinkaði kolli. "Ég heiti hjúkrunarfræðingur Hands."

"Hjúkrunarfræðingur, fimm. Hands, fimm – frábært!" hrópaði Grace.

"Hún er ringluð!" sagði hjúkrunarfræðingurinn Hands. Hún tók púlsinn á Grace og þreifði á enni hennar, og sneri sér svo að Vincente, hristir höfuðið og sagði:

"Nei, hún er að hugsa um stærðfræðitímann. Herra Dense leyfði henni að fara snemma. Við vorum að vinna með Fibonacci-röðina," útskýrði Vincente.

"Veitðu nafnið hennar?"

"Já, hún heitir Grace. Grace Greenway."

Grace kreisti skyrtu Vincente í lófanum.

"Ég þarf virkilega að komast aftur á leikinn."

"Grace," sagði hjúkrunarfræðingurinn Hands, "við erum að bíða eftir sjúkrabílnum. Vincente þarf að komast aftur á leikinn. Vinsamlegast slepptu skyrtunni hans."

Grace öskraði: "Farðu ekki frá mér!"

Vincente hnippti sér aftur niður við hlið hennar og leit í augu hennar.

Hann beið.

Hún andaði léttar.

Og svo varð allt svart.

KAFLI 4

Á sjúkrahúsinu stöðvaðist hjúkrunarfræðingurinn við rúm Grace og kannaði lífsmörk hennar. Hún var stöðug að svo stöddu. Hjúkrunarfræðingurinn dregur sængina aftur yfir handleggi Grace. Hún sótti bakka með ónotuðum vatnsglösum og stöðvaðist um stund til að líta á unga manninn í krikketbúningi. Hann svaf djúðum svefni í stólnum undir glugganum.

Vincente hafði ekki yfirgefið hlið Grace síðan hún kom meðvitundarlaus. Þegar hún gekk út leit hún á úrið sitt og reiknaði út að sex klukkustundir væru eftir af vaktinni hennar. Hún elskaði starfið sitt, en þetta yrði langur dagur.

Aftur inni á herbergi Grace hóf sjúklingurinn að hreyfa sig og rísa upp. Hún komst fljótlega að því að hún var bundin við rúmið af fjölda hávaðasamra véla.

Hún var á sjúkrahusstofu. Hvers vegna var hún hér? Hvernig hafði hún komist hingað? Hún lokaði augunum og reyndi að einbeita sér. Hún reyndi að muna, en engin minning kom.

Óþreyjufull til að losna við pípið og dropadripið reyndi Grace að setjast upp. Þegar henni tókst ekki að uppfylla þessa einföldu löngun henti hún sér aftur niður á koddann. Hún langaði ógurlega til að flýja.

Af hverju er ég hér? hugsaði Grace. Og af hverju hefur allur heimurinn yfirgefið mig?

Grace tók eftir dreng sem svaf djúman svefn í stólnum við hliðina á rúminu hennar. Hún var þó ekki ein eftir allt saman, og hún faðmaði sig eins og hún gat best með vélum festum við líkamann sinn.

Hún fannst hún glaðari núna, vitandi að einhver var þarna. Að einhverjum væri annt.

Þó svo að hún sæi ekki andlit hans fylgdi hún með hvernig ljósbrúna hárið hreyfðist inn og út með hverju andardrætti. Hann svaf djúðum sveinum. Grace hélt áfram að stara á hann og á hvítu vinnufötin sem hann var í. Hún velti fyrir sér hvort hann starfaði á spítalanum. Það þótti undarlegt að starfsmaður skyldi sofna við hlið sjúklings.

Grace fannst undarlegt þegar hún horfði á samanbrotnu handleggjana hans og hvítt, ljósbrúna hárið sem féll laust niður.

Liðu augnablik og hún hélt áfram að stara. Þá, nánast eins og hann hefði fundið fyrir augum hennar á sér, vaknaði drengurinn með skrekk. Hann færði hárið aftur fyrir sig og andlit engils birtist.

Grace hylldi munninn með hendi. Hann var stórkostlegur. Drengurinn stóð upp og færði sig að henni.

Grace gat ekki andað. Þegar hann kom nær létu dökkbláu augun hjarta hennar slá hraðar og hraðar. Hún hélt að hún myndi missa meðvitund. Og þá talaði hann. "Þú ert vakandi, Gracie! Guð sé lof! Ég var svo áhyggjufullur. Við höfum verið svo áhyggjufull."

"Já," sagði hún, ekki viss um hvað annað hún ætti að segja. Hann var ekki starfsmaður. Hann var henni miklu mikilvægari, hún fann það í hjarta sínu og vissi það djúpt í huga sínum. En hver í ósköpunum var hann?

Hún rétti honum höndina, í þeirri von að hann tæki hana. Hann gerði það ekki. Í staðinn tók hann eitt skref afturábak. Hún dró höndina til baka, nokkuð treglega.

Strákurinn hélt áfram að stara á Grace, eins og hann væri að bíða eftir einhverju. Eftir misskilninginn með "ég vil halda í höndina á þér" verndaði hann sig. Hann stútaði höndum sínum djúpt ofan í vasana. Eftir nokkrar sekúndur dró hann þær fram aftur.

Grace fann fyrir hita og kulda í senn.

"Ertu í lagi?" spurði hann. "Verkjar einhvers staðar?"

Grace beið og hugsaði áður en hún svaraði. Hún vildi að svarið hennar væri stutt, en ekki biturt. Hvernig hún líkaði skipti engu máli! Það sem hún vildi vita var: af hverju hún var hér? Það sem hún vildi vita var: hver var hann?

"Mest líður mér illa í höfðið. Það er eins og allt særi á sama tíma, ef það hefur einhverja þýðingu. Og þú?"

Hann brosti breitt og sýndi glansandi fullkomin hvít tennur. Grace hugsaði að tennurnar hans ættu að koma með viðvörun: SOLARGÖGLUM KRAFIST. Hann gekk með fingrunum í gegnum hárið sitt og augu þeirra mættust.

Grace fann orku frá honum sem skall fyrst beint í brjóstið á henni og virtist svo endurkasta sér af veggunum. Hefði hún ekki legið niðri hefði það slegið hana úr jafnvægi. Hún var ástfangin. Þess var hún fullviss. En hann var að haga sér undarlega. Eins og hann vissi ekki hvað hann ætti að segja eða hvað hann ætti að gera. Það var eins og hann vildi ná til hennar en vissi ekki hvernig.

"Mér líður vel, takk," sagði hann. Hann leit út eins og Vínní Pú með höndina fasta í hunangsbrunninum.

Grace féll aftur á koddann, án þess nokkurn tíma að slíta augnsambandi við drenginn. Hún vildi spyrja hann spurninga, margar spurningar, en hvar ætti hún að byrja? Átti hún að spýta þeim út? Hann leit svo óþægilega út. Af hverju?

Hún rétti sig við í rúminu. Nú hallaði hún sér örlítið að honum, með höfuðið hvílandi á annarri handleggnum – eins og hægt var að hvíla sig þegar maður var tengdur við vélbúnað – og hvíslaði til hans að koma nær.

Hann stoppaði og horfði á skóna sína. Síðan skundaði hann áfram. Hún vissi að hann ætlaði ekki að gefa neinar upplýsingar, hún skynjaði það, fann það, en hún þurfti að vita. Tíminn var að renna út. "Hvað varð um mig?" kom það loks úr henni.

Strákurinn tók nokkur skref afturábak, byrjaði að segja eitthvað og hætti svo. Hann opnaði munninn og lokaði honum aftur, eins og fiskur.

Grace reyndi aðstoða með beinum spurningum. "Hvað er ég að gera á þessum sjúkrahúsi? Hvernig kom ég hingað?"

Hann þagði, greip um hárið og strauk fingrunum í gegnum það.

Grace hélt áfram, óhrædd, "Og hver ert þú?"

KAFLI 5

Drengurinn leit áhyggjufullur út yfir fyrstu spurningunni og var stressaður yfir annarri og þriðju. Fjórða spurningin olli mestu undrun.

Allir vissu hver Vincente Marino var, og Grace Greenway vissi það sérstaklega vel. Hann sá hana gera augun að honum. Stundum, þegar hún hélt að hann væri ekki að horfa, elti hún hann um skólann. Hún gerði það jafnvel stundum þegar hann var með kærustu sinni, Missy Malone. Svo, var hún að stríða honum? Vincente var nokkuð viss um að hún væri að rugla hann í kollinn.

Hann stígaði að henni og horfði í brún augu hennar, leit alla leið inn í sál hennar. Hann þurfti að vita hvað hún væri að bralla. Til að sjá hvort hún væri að spila leik eða stríða honum, en Grace blikkaði ekki né gaf neitt í skyn.

Grace hafði enga hugmynd um hver hann var.

Þegar strákurinn horfði í augu hennar velti Grace fyrir sér hvort hún hefði misskilið málið. Kannski vissi hann sjálfur ekki hver hann var heldur? Hann var jú ljóshærður.

"Ég heiti Vincente," sagði hann og horfði á sama tíma á andlit Grace eftir einhverju merki um að hún þekkti hann. Þegar ekkert slíkt kom endurtók hann nafnið sitt. Reyndar söngl aði hann það næstum því: "Vincente Marino."

Húðhrollur fór um armpör Grace og hún skjálfði. Hún þekkti ekki nafnið hans, en eitthvað djúpt innra með henni vaknaði. Kannski var það tónninn í rödd hans.

Hún endurtók nafnið hans upphátt. Ekkert kallaði fram neinar minningar. Húðhrollurinn fór að dofna. Hún reyndi að stafa nafnið hans, rúllaði hverju einasta stafi á tungu sér eins og hún væri að finna sig leið í myrkrinu:

"V- Í-N-S-E-N-T."

"Ég stafset mitt með e-i í lokin," sagði Vincente. Hann útskýrði að hann hefði verið nefndur eftir einum siglingamanni Kristófers Kólumbusar. Foreldrar hans höfðu upphaflega ætlað að nefna hann Kristófer. Þegar mamma hans sagði frænku sinni frá, án þess að vita að hún væri líka ólétt, stal frænka hans nafninu. Foreldrar hans völdu honum annað nafn, Vicente, eftir Vicente Pinzon. Þegar þau sáu hann, breyttu þau um skoðun og kölluðu hann Vincente í staðinn.

"Það er áhugavert," sagði hún. "En í alvörunni, hver ert þú fyrir mig?"

"Ertu ekki að grínast?" spurði Vincente. "Manstu mig virkilega ekki?"

"Ég er ekki viss. Ég finn eitthvað kunnuglegt við þig, en... ég man ekki einu sinni nafnið mitt sjálft."

"Þetta er Grace. Þú ert Grace."

"En fyrir stuttu kölluðir þú mig Gracie."

"Já, það gerði ég."

"Af hverju? Ef nafnið mitt er Grace..., af hverju kölluðir þú mig Gracie? Mér líkar það ekki."

"Jæja, þá skal ég aldrei kalla þig Gracie aftur."

Hann tók nokkur skref afturábak, dró fingurna aftur um ljósbrún hárkollu sína. Hann hélt áfram að gera það.

Líklega tauga vani. Grace langaði líka til að fara fingrunum í gegnum hárið hans. Hvers vegna var hún að hugsa svona? Hún var að reyna að skilja hvað hún var að finna. Heitu og kaldu sprengingarnar. Reyna að gera sér grein fyrir öllu. Að finna minningu sem geymd var einhvers staðar inni í höfði hennar. En í hvert sinn sem hann gerði það, fór fingrunum í gegnum hárið sitt, truflaði það hana, lét hnén titra eins og gelta.

"Jæja, Grace! Þú verður að muna eftir mér! Ef þú gerir það ekki, til að sanna það, krossaðu hjartað og vonaðu að þú deyrir."

"Mér finnst þetta undarleg orðaval. Miðað við að ég sé á spítalanum og allt."

"Æ, mér þykir það leitt. Ég hugsaði ekki út í það. Vinsamlegast reyndu að muna hver ég er, í lagi? Þú ert að hafa áhyggjur af mér. Kannski ætti ég að fara út og sækja einhvern?"

"Þú ert með áhyggjur? Ég er hrædd! Ef þú segir að ég eigi að þekkja þig, þá hlýtur einhver minning um þig að vera geymd einhvers staðar hérna inni." Hún bankaði í höfuðið með lokaðri hnefa. "Af hverju finn ég þig ekki hérna inni?"

Hann greip í hönd hennar og stöðvaði hana áður en hún sló sjálfa sig aftur. Hann dró stól að rúminu og settist niður. Hann hafði ákveðið að segja henni allt. Að útskýra hvers vegna hún væri hér, hvernig þetta allt saman væri vegna hans. Hvernig hann hafði meitt hana og svo fært hana á sjúkrahús.

Hvernig hann sat hjá henni í margar dagar á meðan hún var meðvitundarlaus. Bídandi. Bædandi. "Ég er ástæðan fyrir því að þú ert hér."

"Þú meiddir mig?"

"Já, ég meiddist á þér."

Hún vrætti við. "Þú meiddir mig!"

"Já, en þetta var slys. Ég spila krikket. Þú varst á leiknum. Fyrir þremur dögum."

"Fyrir þremur dögum?"

"Já. Fyrir þremur dögum sló ég bolta og hann skaut þig í höfuðið. Þú hefur verið hér síðan. Ég hef verið við hlið þína. Að bíða."

"Þú slóst mig? Í höfuðið? Og nú hef ég misst minnið?"

"Svo virðist."

"Og svo hvað?"

"Ég bar þig á hjúkrunarstöðina í skólanum. Sjúkrabíll kom með þig hingað."

Grace skoðaði líkama sinn. Í líkamsgerð sinni gat hún ekki ímyndað sér að hann hefði borið hana. Hann var í formi, í einkennisbúningi, já, en að bera hana? Ómögulegt. "Þú barst mig?"

"Já."

Hún fann fyrir yfirþyrmandi löngun til að slá hann og faðma hann á sama augnabliki. En höfuðið verkjaði enn meira.

"Mér er svo, svo leitt," sagði hann.

Þráin til að faðma hann sigraði löngunina til að slá hann. "Þetta var slys, svo þú átt ekkert að biðjast afsökunar á."

"Takk," sagði hann og beygði höfðið. Grace rétti úr höndunum og klappaði honum eins og hann væri góður hundur.

Undarleg kona þrengdi sér inn í herbergið um sveifluhurðirnar eins og hvirfilbylur. Hún stefndi á þá. Lítil vexti en kraftmikil í framkomu, hún hreyfði sig í átt að þeim. Þröngu bláu gallabuxurnar hvæstu og hælskór hennar klikkuðu á sótthreinsuðu sjúkrahussgólfinu.

Konan gaut augunum í Vincente eins og hann væri eldhússár sem beið þess að verða tæmt.

Hann talaði í áberandi hljóðri röddu og bauðst til að skilja þau eftir ein. Áður en þau gátu svarað, reis hann upp og fór út.

"Farðu ekki," bænandi Grace, en það var of seint. Grace horfði á dyrnar um stund, í þeirri von að hann myndi koma aftur. Það gerði hann ekki. Hún beindi athygli sinni að hinni undarlegu konu. Hún velti fyrir sér hvaða sjúkrahús þetta væri sem leyfði starfsfólki sínu að vera í gallabuxum og stígvélum.

"Og hvernig hefurðu það, ástin mín?" spurði konan, og beygði sig síðan niður og lagði varir sínar að enni Grace.

Grace taldi þetta vera ofurkunnuglegan svipbrigði og sagði sem svo. "Ekki gera þetta!" hrópaði hún. "Hver heldur þú að þú sért?" krafðist hún og þurrkaði burt örverurnar af þeim stað sem konan hafði snert með vörum sínum.

"Hvað áttu við, hver ég er?"

"Vissirðu það ekki heldur?" spurði Grace, móðguð yfir skorti konunnar á kurteisi og fagmennsku.

"Hver er ég?"

"Er hér endurómur?" spurði Grace.

"Þú veist virkilega, alveg örugglega, ekki hver ég er?"

Grace hnippti öxlum. Konan sneri sér við og hljóp út úr herberginu. Hún gat hlaupið hratt fyrir lítinn konu í háhæluðum stígvélum.

Á meðan hún var að fara út, var Vincente að koma inn. Hún var næstum því búin að steina hann. Grace var hneyksluð þegar hún heyrði konuna öskra eins og banshee í ganginum.

Grace taldi að dyrnar ættu að vera snúningshurðir og sagði það.

Vincente brosti breitt til hennar, sem lét hjarta hennar aftur fara á flug.

Grace velti fyrir sér hvaða sjúkrahús þetta væri. Geðdeild?

"Hver var sú geðveika kona?"

"Þetta var ekki geðveik kona. Þetta var mamma þín."

***

"Mamma mín? Hvernig getur hún verið?" Grace stoppaði og starði á hendurnar sínar. Hún gat ekki hætt að horfa á þær. Hvað var það? Það var eitthvað sem leyndist þar. Eitthvað mikilvægt. Hún þurfti að muna það, hvað sem það var, því hún fann að það var ákaflega alvarlegt.

Þá gerðist það. Hún var að fljúga um loftið, á miklum hraða, í örmum engils.

Hún leit upp á andlitið fyrir ofan sig og sólin skein inn aftan við englinn og skapaði náttúrulegt dýrðahring. Hún beitti augunum til að greina hver hann væri, en andlitið var óljóst. Hún velti fyrir sér hvort mögulegt væri að greina einkenni engils. Hún hélt að einkenni engils væru ekki greinanleg lifandi. Þetta var það! Grace ákvað að hún hefði upplifað dauðahvörf.

Hún hélt einhverju í hnefanum á meðan hún flaug áfram, og þau skruppuðu inn í göng. Í eina stund var myrkur, eða hún hafði lokað augunum. Síðan leit hún upp, og hver engillinn var opinberaðist. Reyndar var hann alls ekki engill – það var drengurinn sem stóð við hlið hennar. Hún hvíslaði nafn hans endurtekið. Það var eins og tónlist, hummandi. Sló takt í höfði hennar.

"Ertu okei?" spurði Vincente.

Grace brosti.

Hann spurði aftur: "Er allt í lagi með þig, Grace? Viltu að ég fái einhvern til að hjálpa þér?"

"Ég er þakklát," sagði hún. "Fyrir hvað?"

"Jú, fyrir þig, auðvitað. Fyrir þig, engillinn minn."

Vincente horfði niður á fæturna. Hann stakk hnefunum í vasana. Hann leit mjög áhyggjufullur út, eins og hann héldi að hún hefði nú alveg misst sig.

Hann hélt að hann hefði áður orðið vitni að því að hún yfirgaf hann—ekki líkamlega nákvæmlega, en andlega. Hugur hennar hafði ferðast langt í burtu. Maður þekkti þegar einhver var "fjarverandi", því augun urðu glansandi og draumkennd.

Vincente óskaði þess að mamma Grace Greenway kæmi aftur, svo hann gæti komist burt þaðan. Hún var farin að gera hann óþægilegan.

Þá, alveg úr engu, blasti Grace upp: "Vincente, ert þú kærasti minn?"

"Nei!" hrópaði hann, í tóni sem ekki var hægt að misskilja. Til öryggis, ef svo skyldi vera, hörfaði hann enn lengra aftur, þar til bakið hans var komið að veggnum.

Hann leit algjörlega og fullkomlega niðurlút út. Grace var ringluð. Neitun hans, það eina orð, skall á hana með fullum krafti í brjóstið. Ekki-ið fannst eins og kráka stungji hjarta hennar með nefinu. Hún fann sig særða, en ringulreiðin var yfirþyrmandi. Hún horfði á hann og beið eftir að hann gerði eitthvað, segði eitthvað. Eitthvað.

"Sjáðu til, Grace, þú verður að vita að ég er ekki kærasti þinn. Ég kom þér bara hingað því ég var sá sem særði þig."

"Þannig að þú ert venjulega of kúl til að tala við mig?"

"Grace, þú hefur hjálpað mér með stærðfræðiverkefnin mín og hjálpað mér að halda sæti í liðinu. Ég er þakklátur fyrir hjálpina þína, en—"

"Þakklát..." Hún hallaði sér aftur að koddanum og lokaði augunum.

Hún vildi hverfa inn í fjöðruða koddann.

Hann vildi hverfa úr herberginu.

Þau sátu áfram saman, í sama rými, þó hvorugt þeirra fyndi sig sem eyja.

"Ég ætla að fara að ná í mömmu þína, í lagi? Ég held að þú eigir að vera hjá fjölskyldunni." Hann sneri sér við og yfirgaf herbergið.

Grace fann sig vera fífl. Hún vissi ekki hver hann var, en einhvers staðar innra með sér vissi hún að hún elskaði hann. Hversu heimskulegt af henni að hafa blakað þessu út úr sér svona. Kannski hafði hún elskað hann úr fjarlægð? Kannski var hann ástfanginn af einhverjum öðrum, og nú hafði hún farið og gert sig til skammar með því að segja honum hvernig henni leið.

Hún snéri andlitinu að koddanum og grét harkalega.

***

Grace vildi hlaupa á eftir Vincente Marino. Hún togaði í vélarnar í vonlausri tilraun til að losa þær þegar riddaraliðið kom.

"Hvað í ósköpunum ertu að gera, Grace?" krafðist Helen Greenway.

"Þú varst næstum því búin að rífa þetta af þér, þú heimsku, heimsku stúlka," skömmuðust hjúkrunarfræðingurinn.

Vincente, sem hafði snúið aftur, sagði ekkert. Hann dró fæturna eftir gólfinu og grafaði í vasa sína með hnefum eins og hann væri að leita að lausum skildingum.

"Ég var —" byrjaði Grace.

Hún komst ekki að orði því hjúkrunarfræðingurinn hóf að halla rúminu og stilla það. Grace missti jafnvægið og féll hliðlægt, á leiðinni til jarðar. Hún hefði dottið niður ef Vincente hefði ekki dregið hnefa sína úr vösum sínum og gripið í hana.

Hann hélt henni aftur í örmum sínum, eins og í minningu hennar. Hann var gjöf, gjöf frá einhverjum æðri máttum, og aftur komu minningar Grace til baka. Minningarnar streymdu inn eins og endurminningar. Vincente í skólabílnum. Vincente að spila krikket á vellinum. Vincente að brosa til hennar, taka heimavinnuna sína af henni. Vincente, Vincente, Vincente. Flóð af minningum flæddi yfir hana, og af þeim vissi Grace tvö hluti með vissu.

Í fyrsta lagi: hún elskaði Vincente Marino. Í öðru lagi: hann elskaði hana ekki.

Hún horfði í augu hans. Þau voru tómar ljósgeirur, beygð að henni, viljandi bjarga henni frá voða, vera hetja. En á bak við þessi dökkbláu augu var engin ást. Engin ást til hennar.

Grace var sólin, rétti út geisla sína, leitaði að tunglinu: hinni dökku hlið tunglsins. Þau voru á gagnstæðum hliðum, snúast í sundur."Æh," sagði Helen og hreinsaði sér hálsinn, sem lét Grace og Vincente blikka í sundur.

"Sjáðu til, hjúkrunarfræðingur, hún er algjörlega úr böndunum. Hún gerir sér ekki grein fyrir alvarleika stöðunnar. Hversu veik hún er í raun." Helen byrjaði að gráta. Ekki smágráti. Nei, heldur nánast flóðbylgja af líkamsskjálfandi hrota.

"Það er í lagi, mamma," sagði Grace og rétti út höndina til að taka í hönd móður sinnar.

"Manstu eftir mér?"

"Auðvitað," sagði Grace og logaði upp á. Hún þekkti hana ekki né mundi eftir henni; ekki meira en hjúkrunarfræðingnum sem stóð enn með munninn í opnu ástandi.

"Læknirinn er á leiðinni," tilkynnti hjúkrunarfræðingurinn. Hún lyfti upp handlegg Grace og tók púlsinn hennar. "Lífsmerki þín eru frábær, en þú þarft að hvíla þig. Kannski er kominn tími fyrir vinkonu þína að fara heim. Hann þarf líka hvíld."

Hún kastaði auga til Vincente.

Hann tók eftir fínlegri kvíðatilfinningu hennar.

"Já, ég held að ég eigi að fara," sagði Vincente. Hann tók nokkur skref frá rúminu. Hann gekk með fingrunum í gegnum hárið sitt. Hann gekk aftur að rúminu, eins og hann væri að bíða eftir samþykki Grace. "Eða ég gæti dvalið, ef þú vildir það."

"Aðeins ef þú vilt," sagði Grace með vonarglampa í röddinni. Hún áttaði sig á að hann væri aðeins að vera af sektarkennd, en hún ákvað að hún myndi taka hann eins og hann vildi. "Kannski bara þar til ég sofna?"

Helen spjallaði við hjúkrunarfræðinginn eins og þær væru löngu týndar vinkonur á leiðinni út úr herberginu.

"Hún verður vakandi eftir nokkrar mínútur," sagði hjúkrunarfræðingurinn. "Ég gaf henni nægilega róandi lyf til að tryggja að hún fái góðan nætursvefn."

Helen leit til baka til þeirra tveggja og blés svo kossi til dóttur sinnar.

Grace fann að það væri erfitt fyrir mömmu hennar að skilja hana eftir þar eina með nánast ókunnugum manni. Mamma hennar kvartaði ekki. Hún bar það eins og bardagarsár.

***

Það leið ekki á löngu þar til Grace sofnaði.

Vincente nýtti tækifærið til að kveikja á farsímanum sínum og hringja í mömmu sína. Hann hafði verið að senda henni skilaboð með upplýsingum um ástand Grace. Hann neitaði að yfirgefa hlið hennar þangað til hann var viss um að hún væri laus úr hættu. Hann þurfti að fara heim og sturtast, ekki að tala um að loksins klæða sig úr krikketbúningnum sínum.Brátt var Grace í djúpum, djúpum svefni, þar sem hún ímyndaði sér raddir alls staðar í kringum sig. Hlissandi raddir. Síðan urðu raddirnar háværari og háværari. Þær fylltu hug hennar hlátri. Djöfullega hávær hlátur fylgdi öskrum og klór, eins og einhver hefði verið grafinn lifandi. Raddirnar voru fangar. Þær öskruðu og klóruðu, öskruðu og klóruðu.

Grace vaknaði með skell, sviti rann niður ennið á henni.

Náttfötin hennar voru röku og köld. Hún var ringluð. Of hrædd til að opna augun. Hún velti fyrir sér hvort það sem hún hafði heyrt í draumi væri núna í herberginu með henni. Ef hún opnaði augun myndi hún sjá það, og ef hún sæi það, þyrfti hún að komast í burtu. Hún hlustaði gaumgæfilega. Eini hljóðin sem heyrðust voru tiktakklukkan og slöpp-slöpp hljóðin frá lækningatækjum.

Hún opnaði augun og endurtók fyrir sig: "einn sleipur, tveir sloppar, þrír tikkar, fjórir tokkar". Grace var ein. Hún fór að skjálfa í hinum kalda herberginu. Hún þurfti að skipta um föt. Hún komst ekki þangað sem hún þurfti að fara, svo hún ýtti á neyðarhnappinn. Eftir nokkrar sekúndur kom hjúkrunarfræðingurinn og hjálpaði henni að skipta um í hreint slopp.

"Þarfðu að... fara?" spurði hjúkrunarfræðingurinn. Þessi var minni og vinalegri en hin hafði verið, og hún brosti blítt. Grace roðnaði skærrauða þegar hjúkrunarfræðingurinn setti pottinn undir hana.

Eftir á bað Grace um að fá að færa sig nær glugganum. Hjúkrunarfræðingurinn ýtti rúminu áfram, án þess að raska búnaðinum. Hún dregði fyrirhengjunum til hliðar og lét dagsljósið flæða inn. Það blindaði Grace með skyndilegri bjartleika sínum. Hún horfði niður á fíngerða grasið sem bognaðist í blíðri andvari. Hún leit upp í hinn djúpa, skýlausa himin. Eftir svo langa dvöl á sjúkrahúsinu fann hún sig lifandi.

"Ef þú þarft eitthvað fleira, láttu mig vita," sagði hjúkrunarfræðingurinn.

Grace tók hönd hennar og sagði: "Takk fyrir."

Aftur var hún ein, en að þessu sinni horfði hún lengra eftir stígnum. Hún tók eftir litlum blómagarði og rétt handan við hann tré. Við hliðina á því sá hún pappírsbút svífa upp á við, spottandi á leiðinni. Framhjá kyrrstæðu blómunum, nánast eins og það væri að segja: "Sjáðu til mín! Þú gætir haft falleg blómblöð og líflega liti, en ég get gert eitthvað sem þú getur ekki. Þú ert bundin, en ég get flogið. Skoðaðu mig fljúga!"

Pappírsbrotið hélt áfram ferð sinni. Grace fylgdi því eftir þegar það flaug hátt, hærra og enn hærra, þar til hún sá það ekki lengur. Grace hló. Þetta var eins og að horfa á töfra.

"Hvað ertu að gera?" hrópaði mamma Grace þegar hún sá dóttur sína næstum því standandi. Helen Greenway ýtti dóttur sinni aftur niður í koddann og ýtti rúminu að veggnum. Síðan lagði hún dóttur sína vel að sér í rúminu. Grace kunni vel að meta dekrið. Hún hélt að það gæti vakið upp minningu - minningu um þessa konu sem stóð fyrir framan hana. En aftur komu engar minningar.

KAFLI 6

"Ég vona að þú sért nógu sterk fyrir heimsókn frá Dr. Christiansson," sagði Helen. "Hann kemur inn eftir stundarþöf til að ræða ástand þitt."

"Ég er með ástand?" sagði Grace.

"Það er rétt, Grace."

Grace varð áhyggjufull þegar læknirinn kom inn. Hann heilsaði þeim og dró að sér stól. Hann settist niður um stund og stóð svo upp. Hann tók púls Grace. Hann kíktí á enni Grace. "Hmmm. Hvernig líður þér, Gracie?"

"Vinsamlegast kallaðu mig Grace."

"Ó, fyrirgefðu. Þá er það Grace. Hvernig líður þér í dag?"

"Mér líður betur. Höfuðverkurinn er ekki eins slæmur núna, en læknir, ég man ekkert."

"Ekkert?"

Grace leit vandræðaleg út. Hún vildi ekki að mamma hennar vissi að hún mundi hana ekki. Hún hikstaði. "Ég fæ minningabrot."

"Minningabrot?"

"Já."

"Segðu mér meira," sagði hann og skrifaði hjá sér á ritstykki.

"Minningabrot, aðallega um strák. Vincente Marino," sagði Grace.

Læknirinn horfði á Helen með lyftu augabrún.

"Strákurinn. Sá sem sló hana með boltanum," sagði Helen.

"Ó, já. Það er eðlilegt, þar sem hann var síðasti maðurinn sem þú sást áður en þú misst meðvitund." Hann hikstaði, skrifaði eitthvað niður. "Þú manst eftir móður þinni, ekki satt?"

Grace hafði vonað og bænast til þess að hann myndi ekki spyrja hana þetta. Átti hún að halda áfram að ljúga, til að halda móður sinni ánægðri? Hún vissi að hún þurfti að segja lækninum sínum sannleikann, allan sannleikann og ekkert nema sannleikann, svo hann gæti hjálpað sér. Hún hristði höfuðið. Helen hóf að hulka.

Læknirinn klappaði Helen á höndina og beindi síðan athygli sinni að sjúklingnum. "Grace, þú hefur orðið fyrir því sem við köllum áfallamiðuðum heilaskaða. Hvað helduðu að það þýði?"

"Ég veit það ekki."

"Jæja, leyfðu mér þá að reyna að útskýra þetta fyrir þér," sagði læknirinn. "Þú varst höggin af krikketbolta." Hann hikstaði og horfði svo til Helenar. Hún grét svo mikið að brjóstkassinn hristist. Það var augljóst að hún var að reyna að ná tökum á tilfinningum sínum.

Grace vildi að hann kæmi að kjarna málsins.

"Upphaflega höggið frá krikkettboltanum, hrein kraftur þess, var nóg til að valda meiðslunum. Það eru fylgikvillar. Alvarlegir fylgikvillar."

Fyrst ástand. Nú fylgikvillar. Hvað var eiginlega í gangi? Var líf hennar í hættu?

"Já, fylgikvillar í formi blóðtappa eða æðastæringa nálægt heilanum. Þrýstingurinn frá æðastæringunum gæti verið að valda minnisglöpum þínum. Við vonum að þetta verði aðeins tímabundið ástand."

"Tímabundið?"

"Já. Ef við förum inn og fjarlægjum þau, vonumst við til að allar minningar þínar komi til baka. En aðgerðin er ákaflega hættuleg."

"Viltu meina að ég gæti dáið?"

Grátur Helen hækkaði í hljóðstyrk.

"Til að orða það hreinskilnislega, já. Þú gætir dáið ef við gerum aðgerðina, Grace. En málið er þetta: Þú gætir líka dáið ef við gerum hana ekki."

"Hvað?"

"Blóðtöpparnir eru að stækka, valda þér sársauka og minnisglötu. Þeir eru hættulegir. Fleiri gætu myndast, en við vitum ekki hvenær. Því miður munu þeir ekki hverfa, nema þeir springi, molni og komist inn í blóðrásina þína."

"Svo hvernig losna ég við þá?" spurði Grace og reyndi að halda aftur af tárunum.

"Við gefum þér blóðþynnandi lyf. Að lokum förum við í aðgerð. Í dag. Eða á morgun. Um leið og þú gefur samþykki þitt. Við munum gera okkar besta til að losna við þau öll. Við höfum sérfræðingana hér til taks fyrir þig. Skurðaðgerð er besta tækifærið þitt til að lifa af og ná fullum bata."

"En hvað ef ég segi nei?"

"Þú ert sextán ára, svo mamma þín getur undirritað pappírana fyrir þig. Við teljum hins vegar að þú eigir að taka ákvörðunina og vera sátt við hana. Það verður betra fyrir alla. Þess vegna er ég að segja þér sannleikann, hreint út sagt. "

"Á ég virkilega val?"

"Ef þú segir nei munu blóðtöppin samt losna þegar þau eru tilbúin til þess. Útkoman gæti verið banvæn, og án fyrirvara."

"Af hverju getum við ekki beðið og gert aðgerðina seinna? Ef þörf krefur."

"Við getum það. Það er undir þér komið. Þú getur beðið. Það er mjög líklegt að þú verðir sterkari með hverjum degi og heilbrigðari. En þá værum við að taka áhættu. Ef þú veikist aftur, veikist, geta líkur þínar á fullri bata einnig minnkað."

"Svo, því fyrr því betra þá?"

"Grace, þú ert að taka þetta mjög rólega," sagði Helen, enn grátiandi. "Mín sterka litla stelpa. Svo hugrökk." Hún faðmaði hana.

"Ég vil ekki deyja. Ég er bara sextán ára."

"Við munum gera allt sem í okkar valdi stendur til að hjálpa þér í gegnum þetta," sagði læknirinn.

"Hvernig munum við vita þegar ástandið verður brýnna?" spurði Grace.

"Þegar blóðtöppin springa munum við setja þig á gjörgæsludeildina. Við munum koma þér í skurðstofu strax. Þá verður þetta lífs og dauða mál."

Grace barðist við tárin. Hún vildi lifa. Hún vildi ekki deyja, ekki svona. Hún þurfti tíma, en tíminn var ekki með henni. Hún vildi vera ein. Hún vildi fá sér tíma. Tíma til að hugsa. Tíma til að velta fyrir sér.

"Ég hef gefið þér mikið til að hugsa um, Grace. Þetta er mikið fyrir fullorðinn til að takast á við, hvað þá ungling. Talaðu við fjölskyldu þína og vini þína. Þú munt þurfa stuðning og ást þeirra. Ó, og eitt enn. Ástandið þitt, blóðtöpparnir, gætu hafa verið svona í nokkurn tíma. Kannski kyrrstæðir í marga mánuði, jafnvel ár. Þeir kunna að hafa haft áhrif á þig tilfinningalega. Látið þig líða þreytanlega, valdið þér höfuðverk. Þangað til strákurinn sló þig með boltanum vissum við ekki af þessu. Nú þegar við vitum verðum við að líta á þann slysið sem heppilegan hvata til að hjálpa þér að ná þér aftur."

Grace hafði ekki hugsað um það svona. Hún kinkaði kolli.

"Skilurðu – að grípa til aðgerða er brýnt?"

"Þú hefur gert það fullkomlega ljóst, dokkur."

"Góða stelpa," sagði hann. "Talaðu við mömmu þína. Hún elskar þig mjög mikið. Svo fáðu þér hvíld. Hugsaðu um þetta. Ég kem aftur á morgun til að svara öllum spurningum sem þú gætir haft."

Grace kinkaði kolli. Helen færðist nær dóttur sinni. "Og þú, Helen, farðu og hvíldu þig. Grace mun þurfa styrk þinn. Hvenær svafstu síðast?"

"Ég sef ekki vel þessa dagana," játaði Helen.

"Ég skal fá eina hjúkrunarfræðingana til að gefa þér eitthvað sem hjálpar þér að sofna. Þú verður að hvíla þig, borða og hugsa vel um sjálfa þig, ekki bara fyrir þitt eigið sakir, heldur fyrir sakir Grace."

"Já, ég skil. Takk fyrir, Dr. Christiansson," sagði Helen.

Hann sneri sér við og fór. Móðir Grace stóð við rúmið, dolfallin í eigin hugsanir.

"Mamma, mig langar að vera ein í smástund, svo ég geti hugsað."

"En þú ert ekki ein. Þú þarft ekki að taka þessa ákvörðun alveg ein."

"Ég veit, mamma, og takk fyrir."

Helen kysti dóttur sína á ennið og yfirgaf herbergið.

Að lokum, ein, flæddu tárin hjá Grace. Hún faðmaði sig þétt og leyfði sér að gráta úr sér.

***

Næturloftið var gersamlega kalt. Það snéri sér um hana. Skar í gegnum náttkjólinn hennar, sem blés aftan að henni eins og slæða. Grace faldi andlitið í brjósti Vincente. Þau héldu áfram að fljúga upp. Hærra og hærra. Inn í myrkrið. Láttu allt eftir sér.

Grace skjálfaði.

Vincente dró hana fast að sér. Armarnir hans lukust um hana. Hann hélt utan um hana. Hún fann sig örugga.

Þetta var núna. Nú eða aldrei.

Hún togaði háa hálskragakjólinn frá hálsinum og leysti upp rauðu blúndubandið. Hún hallaði sér aftur og beið hans. Beiddi eftir sársaukanum og nautninu.

Vincente barði tönnum sínum saman og þá hóf hún að falla. Fljótandi.

Niður. Skellandi. Niður.

Hún fann hann djúpt, djúpt undir húðinni á sér á meðan hún hrökk niður að bíðandi malbiki.

Hún opnaði augun og öskraði.

KAFLI 7

Þegar Grace kom til sín var einhver að rétta sængurverið um háls hennar. Hún fann kaldan hönd strjúka kinn hennar. Maðurinn spurði: "Ertu vakandi?"

Grace blikkaði augun upp og reyndi að einbeita sér. Hún greindi augu hans – djúp, hnetuleg. Kinnar hans vöktu athygli hennar, því þegar hann brosti breiddust þær út eins og hjá barni. Hún reyndi að nudda sér í augun, en maðurinn hafði lagt handleggi hennar inn undir sig. Hún gat ekki fært þær undan teppunum. Hún fann sig fangna. Hún fann ekki til ótta.

"Grace," sagði hann.

"Æh, ég næ ekki að koma handleggjunum mínum út."

"Ó, mér þykir svo leitt. Ég vafði þig of þétt inn," sagði hann og dró teppin niður, svo Grace gat nú nuddað augun og beint sjónum sínum. Nú tók hún eftir öðrum, yngri manni sem stígaði nær henni. Hann hafði handleggina krosslagða yfir bringu.

"Takk."

"Grace, viltu fá þér vatn að drekka?"

"Já, það væri yndislegt," sagði hún, á meðan maðurinn hellti upp vatni og rétti henni bolla í skjálfandi hönd. Hann hélt í hann, eins og foreldri sem heldur í hönd barns síns þegar það lærir að drekka sjálft í fyrsta sinn. Eftir að hún hafði drukkið upp innihaldið tók hann bollann frá henni og setti hann á náttborðið. Hann beið.

Grace leit um herbergið, fullmeðvituð um að hún ætti að þekkja þessa tvo einstaklinga. Þeir gerðu ráð fyrir að hún myndi þekkja þá.

"Ég er pabbi þinn," sagði brosandi maðurinn, "og þetta er stóri bróðir þinn, Daryl."

Nú sá Grace það: skyldleikann, hnetuaugun.Já, hún hafði augu föður síns.

"Mamma þín nefndi að þú gætir ekki munað eftir okkur," sagði hann. Hann klappaði dóttur sinni á höndina. Daryl færðist nær, niður við rúmstokkinn. Hann rétti höndina til Grace.

"Þú ert falleg, stelpan mín," sagði Benjamin Greenway.

Grace fann bæði óþægindi og huggun í senn. "Takk fyrir."

"Við vorum svo áhyggjufull af þér þegar við fréttum." Faðir hennar þurrkaði burt tár. "Mér þykir leitt að ég gat ekki komið fyrr. Var í burtu í viðskiptum, veistu."

"Ég skil."

"En ekkert er of gott fyrir litlu stelpu mína, og við munum fá bestu sérfræðingana hingað. Við munum gera allt sem við getum til að gera þig eðlilega aftur."

"Eðlileg?"

"Eins og þú varst, veistu... áður."

"Jæja, takk," sagði Grace, og svo dró hún fæturna undir sængina, sem vöktu þá úr djúpum svefni. Svona hafði þetta verið undanfarið. Hluti af líkama hennar var vakandi á meðan aðrir hlutar sváfu djúðum svefni.

"Við viljum fá þig aftur eins og þú varst áður," sagði bróðir hennar. Hann hallaði sér að henni og kysti hana á ennið. Vörur hans voru kaldar, eins og hann hefði nýlokið við að drekka gos.

"Mér líður vel," sagði Grace. "Bara þreytt... og auðvitað þetta með að ég man ekkert."

"Já, það er leiðinlegt að geta ekki munað neinn né neitt," svaraði Daryl. Hann muldraði svo smá og hló.

Óþægilegt.

Grace lokaði augunum í augnablik en opnaði þau aftur.

Pabbi hennar og bróðir virtust dálítið undirefnislegir. Hún reyndi aftur að kalla fram minningu, hvaða minningu sem var, en án árangurs.

"Hefurðu þá ákveðið að láta framkvæma aðgerðina?" spurði pabbi.

"Ég hef ekki ákveðið neitt enn."

"Það kemur með aldrinum, elskan mín, allt kemur með aldrinum," sagði hann. Hann rétti út höndina og snerti hönd Grace. Þegar húðin þeirra snertist, bjóst hún við að finna fyrir hlýju, en húð hans var köld.

"Ég talaði við lækninn í gær," sagði pabbi hennar. "Ég sagði honum að beita öllum ráðum. Ég sagði honum að peningar skipti engu máli. Ég sagði honum að kalla til sín bestu sérfræðingana. Að gera hvað sem er til að fá litlu stelpuna mína aftur."

"Ég er hérna, pabbi," sagði hún, þegar Vincente stakk höfðinu inn um dyrnar að herberginu hennar.

"Komdu inn, Vincente," bauð hún, "þú ert ekki að trufla."

Hann leit um herbergið og gekk að henni. Straiði fingrunum í gegnum hárið sitt. Stakk höndunum djúpt niður í vasana á svörtu Levi's-buxunum sínum.

"Mig langar að kynna þig fyrir pabba mínum og bróður mínum, Daryl."

"Pabba þínum og bróður þínum?"

"Já."

"Æh, þess vegna kom ég ekki beint inn. Ég, æh, hélt að ég hefði heyrt þig tala við einhvern."

Grace taldi að hann væri að haga sér mjög undarlega, nánast dónalega.

"Viltu að ég, æh, hringi í einhvern? Lækninn þinn? Einhvern hjúkrunarfræðing? Vantar þig hjálp?"

"Hvað áttu við?" Grace var mjög reið út í hann, en hún brosti. "Pabbi, þetta er Vincente Marino, strákurinn sem kom mér á sjúkrahúsið. Daryl, þetta er Vincente Marino. Vincente, pabbi minn og bróðir minn."

Vincente leit í kringum sig. Enginn var í herberginu. Ekki ein einasta sál. En vesalings blekkta Grace hélt að svo væri. Átti hann að fylgja blekkingum hennar? Leikur hann leikinn? Rétti hann úr hendi? Hristir ímyndaðan hönd til baka? Vincente var ekki heilbrigðisstarfsmaður. Hann hafði enga hugmynd um hvar hann ætti að líta né hvað hann ætti að gera. Hann vildi ekki taka ábyrgð á því að ýta Grace Greenway yfir brúnina. Hann hafði þegar gert nóg af því fyrir hana.

"Ég fer og sæki lækninn fyrir þig, í lagi?" sagði Vincente og gekk fingrunum í gegnum hárið á sér.

"Af hverju? Vegna þess að ég er að kynna þig fyrir fjölskyldu minni? Það er ekki eins og ég sé að biðja þig um að giftast mér eða neitt slíkt!"

"Grace? Hvað ef ég segði þér..."

"Já?"

"Hvað ef ég segði þér að enginn væri hér í þessu herbergi nema þú og ég?"

Grace leit í augu föður síns og síðan bróður síns. Þeir staðfestu með kinkun höfuðs.

"Hvað áttu við? Þeir eru hér rétt á staðnum!"

"Grace, hlustaðu nú á mig. Vinsamlegast. Pabbi þinn og bróðir þinn dóu í bílslysi. Það var árekstrarólyska. Það var minningarathöfn í skólanum."

"Þeir geta ekki hafa verið drepnir," sagði Grace. "Nema, nema... ég sé dauða fólkið!"

"Ég er viss um að það sé fullkomlega saklaus skýring, Grace. Líklega bara aukaverkun verkjalyfanna. Vinsamlegast leyfðu mér að hringja eftir hjálp."

Grace rétti út höndina til föður síns. Hann hörfaði undan. Hún rétti út höndina til Daryl. Hann hörfaði einnig undan.

"Ástin mín, við ættum virkilega að fara núna... nú þegar Vincente er kominn. Við komum aftur einhvern annan tíma. Annan tíma þegar þú ert ein," sagði pabbi hennar. Hann og Darryl hörfuðu að veggnum. Þeir hurfu.

Grace hylldi augun og hóf að öskra. Og öskra og öskra.

***

Þegar læknateymið kom loksins var of seint. Grace hafði þegar dregið út nokkrar slöngur.

Eftir að þau gáfu henni róandi lyf róaðist hún strax. Hún sofnaði fljótlega.

Vincente beið hjá Grace þar til Helen kom. Hann útskýrði hvað hafði gerst.

Helen varð mjög óróleg því hún hafði ekki verið þar. Hún velti fyrir sér hvað allt þetta þýddi. Var dóttir hennar að missa vitið? Þurfti hún að tala við lækninn um að koma henni inn á annað konar sjúkrahús? Eitt þar sem henni yrði fylgst með allan sólarhringinn? Hún skalf við þá hugsun.

Vincente reyndi að sannfæra hana um að Grace væri ekki geðveik. Á sama tíma var hann líka að reyna að sannfæra sjálfan sig.

Hann horfði út um gluggann á plastpoka sem flaug um í vindinum eins og dagdraugur. Hann hugsaði um bækur sem hann hafði lesið um dauða sem sneru aftur til að ná í lifendur. Gæti verið yfirnáttúringaleg skýring?

Helen hugleiddi sofandi líkama dóttur sinnar. Hún leit út eins og svo saklaus sál þar sem hún hvíldi. Helen lagði hendur fyrir kringum sig. Það var svo langt síðan þær höfðu talað, virkilega talað. Hún kastaði auga til drengsins sem stóð við hlið hennar og velti fyrir sér hvort hann þekkti dóttur hennar betur en hún sjálf. Hún hataði þá hugsun að þær mæðgur gætu einhvern daginn fjarlægst hvor aðra.

Grace hreyfðist í svefni. Síðan byrjaði hún að telja upphátt.

Helen hlustaði þar til Grace var næstum komin í hundrað. Þá hætti dóttir hennar að telja. Hún hafði alltaf sofnað við hundraðið. Grace hafði verið ástfangin af tölum alla ævi. Hún fann huggun í tölum.

Helen hugleiddi þetta. Þó að dóttir hennar hefði misst minnið var hún samt að gera eðlilega hluti eins og að telja í svefninum. Helen taldi þetta vera gott merki. Hún var næstum því búin að segja það fyrir drengnum Marino. Hann var upptekinn við að horfa út um gluggann, svo hún ákvað að sækja sér bolla af tei.

Vincente fullvissaði Helen um að hann myndi vera áfram inni í herberginu þangað til hún kæmi til baka. Helen var þakklát fyrir aðstoð hans.

Vincente fletti í gegnum tímarit og hélt áfram að horfa út um gluggann.

Grace hrópaði: "Vinsamlegast ekki taka mig. Vinsamlegast ekki!"

Vincente lyfti henni upp og hélt utan um hana. Hún var enn fast sofandi, bara að dreyma martröð. Þegar líkami hennar slakaði á lagði hann höfuð hennar á koddann.

"Vinsamlegast deyðu ekki," hvíslaði Vincente. Hann opnaði hurðina og leit út fyrir Helen. Hann vildi sannarlega komast úr þessari stöðu. Hvar var Helen Greenway? Hann kastaði fljótlegu auga til Grace sem hreyfðist aftur í svefni. Með sukkandi andvarpi lokaði hann hurðinni og sneri aftur á vakt sína.

KAFLI 8

Grace vaknaði alveg ringluð. Hún hafði átt nótt fulla af skelfilegum draumum.

Hún dreymdi að hún hefði átt tvo gesti: látna föður sinn og bróður. Herbergið var algerlega myrkt, og þegar hún opnaði augun lagði hún skýran ilm af sápu og sótthreinsiefni í loftinu. Hún velti fyrir sér hversu lengi hún hafði sofið.

Grace þreifaði fyrir sér á ennið og það var brennheit. Hún brann upp af hita og þurfti aftur að skipta um náttföt. Hún rétti út hönd yfir rúmið, ýtti á bjölluna og beið. Ekkert.

Hún reyndi að hella sér glas af vatni en komst að því að könnun var tóm. Hún beið eftir að hjúkrunarfræðingurinn kæmi inn á herbergið, en enginn kom. Hún ýtti aftur á bjölluna. Þorsti hennar jókst. Hún lagði aftur hönd á ennið og hallaði sér á bjölluna.

Hún settist upp og augnablikið eftir það sá hún Vincente. Hann var fast sofandi, útbreiddur á tveimur stólum rétt undir glugganum. Fætur og læri hans voru á öðrum stólnum. Efri hluti líkamans var á hinum. Vandamálið var að mittið á honum var að síga niður, hangandi. Hann myndi fljótlega detta til jarðar. Eini leiðin til að koma í veg fyrir það var að vekja hann.

Grace kallaði nafn hans. Skelfdur hreyfði hann stólana í sundur. Mittið hans lenti á gólfinu.

Hann stökk upp. "Hvað? Hvar?"

Grace gat ekki annað en hlegið.

Hann kastaði fljótlega auga til hennar og strauk svo fötin af sér með höndunum. Að lokum greiddi hann hárið með fingrunum. Hann horfði á hana í eina eða tvær sekúndur í viðbót, strauk sér svo um augun og áttaði sig á hvar hann var. Hann gekk aftur með hendurnar í gegnum hárið og færði sig svo að Grace og sagði: "Vá, fyrirgefðu. Ég hefði örugglega sofnað."

"Það er í lagi. Ég vonaðist til að koma í veg fyrir að þú féllir, en mér þykir leitt að ég hafi bara gert illt verra."

"Það skiptir engu máli," sagði Vincente. Hann hoppaði á staðnum nokkrum sinnum til að vekja sig til lífs.

"Það er orðið mjög seint! Hvers vegna komu þeir ekki og sóttu mig? Mamma þín átti að taka við. Aðeins fjölskylda má koma eftir klukkan tíu núna. Reglur spítalans."

"Ég hef verið að ýta á neyðarhnappinn fyrir hjúkrunarfræðing í nokkurn tíma," sagði Grace, "en hingað til ekkert. Hér, leyfðu mér að reyna aftur." Hún ýtti á hnappinn og hélt honum niðri.

Vincente heyrði hljóðið enduróma um allt ganginn. Undarlegt. Hann ákvað að fara og líta til. Hvar í ósköpunum var Helen? Vincente hafði sérstaklega bent Helen Greenway á að hann þyrfti að vera farinn þaðan nákvæmlega klukkan tíu. Hún hafði lofað að vekja hann. Mamma hans var að sækja hann, og hann átti krikkettleik næsta dag. Hann þurfti góðan nætursvefn. Hún tók hann sem sjálfsögðum hlut.

Kom fram við hann eins og fjölskyldumeðlim. Hvað í ósköpunum...?

Vincente varð sífellt pirraðri eftir því sem hann gekk um. Í fyrstu virtist allt vera eðlilegt, en það að enginn starfsfólk sjúkrahússins var á vaktin skelfdi hann. Hann stakk höndinni í vasann og dró fram farsímann sinn. Hann kveikti á honum og beið eftir að 4G-tengingin kæmi, en merkið var veikt, aðeins ein stangir. Hann kíkti í textaskilaboð og tölvupóst, en þar var ekkert nýtt. Hann kastaði auga á klukkuna í enda gangans. Á henni stóð klukkan 2:30 um nóttina. Hvað í ósköpunum?

Forvitinn opnaði hann eitt af sjúkrahussölunum, tilbúinn að biðjast afsökunar á innrásinni, en þar var autt. Hann hélt áfram að opna hurð eftir hurð, og niðurstaðan var sú sama í hvert skipti: tómt.

Hann steig inn í lyftuna. Ók niður eina hæð: sama og áður. Hvar hafði allur heimurinn farið? Þetta var farið að verða skrýtið. Hann tók lyftuna niður á jarðhæð. Sama sagan þar. Jafnvel móttökuborðið var autt. Engir sjúklingar né aðstandendur voru í biðstofunni né á bráðamóttökunni.

Hann steig út og andaði djúpt að sér. Loftið hafði undarlega lykt, blöndu af bílgufum og eukalyptus. Allt sem hann heyrði var stöðugt suð.

Í fjarlægð festust augu hans á fullu tunglinu, sem lýsti upp næturhimininninn. Stjörnurnar skínu skært. Hann hugleiddi þessi fyrirbæri um stund, því þetta var það sem hann bjóst við að sjá, þ.e. hið venjulega ástand.Nokkrum sekúndum síðar færði humminn hann aftur til raunveruleikans og augun hans skönnuðu bílastæðið. Hann hóstaði þegar hann gekk að næsta bíl, sem var einnig tómur en vélin enn í gangi. Framhurðin á ökumannshliðinni var víðopnuð, svo hann beygði sér inn en þar var enginn. Hann kíkti í aftursætin og sá að þau voru einnig tóm. Hann slökkti á vélinni, en hún fór strax aftur í gang. Að lokum tók hann lykilinn úr og það virtist duga.

Hann gekk að næsta bíl, sem var einnig tómur og vélin enn í gangi. Hann stóð í miðju bílastæðinu. Öll ökutækin voru í gangi, en hvorki ökumaður né farþegi sást. Vincente skjálfaði og hljóp aftur inn til að leita að Grace.

***

Grace sat enn þar sem hann hafði skilið hana eftir. Hann hafði aldrei verið jafn glaður að sjá nokkurn mann í lífi sínu. Hann beit upp efri varirnar þegar hann gekk inn í herbergið og velti fyrir sér hvort hann ætti að segja henni hvað væri í gangi. En aftur á móti vissi hann ekki einu sinni sjálfur hvað var í gangi. Hann rýndi í staðreyndirnar:

Staðreynd: Spítalinn autur.

Staðreynd: Bílastæðið autt.

Þetta voru kaldar, hörðar staðreyndir.

Vincente velti fyrir sér hvernig hann ætti að koma aðstæðunum til skila. Ætti hann að milda málin fyrir hana? Eða ætti hann að segja Grace allt? Hann gat ekki annað en hugsað til andlegrar heilsu hennar. Hún hafði litið út fyrir að vera svo á mörkunum fyrir skömmu. Hann vildi ekki vera sá sem ýtti henni yfir brúnina. Hann hafði þegar valdið henni nægu tjóni.

Vincente tók eftir að Grace var að svitna mikið. Hún virtist þegar áhyggjufull og kvíðin, og hann hafði ekki einu sinni sagt henni neitt... ennþá. Hann spurði hvort hún vildi kólna vatnsdrekkju, og hún sagðist vilja það.

Hann fyllti litla könnuna af vatni og hellti glasi. Grace, sem hélt að glasið væri ætlað sér, rétti út höndina eftir því. En Vincente virtist vera í sínum eigin heimi og í stað þess að rétta henni glasið tæmdi hann það sjálfur. Hann endurtók svo allt ferlið og tæmdi alla dropa úr öðru glasinu líka.

Þegar hann sneri aftur til raunveruleikans var Grace farin að verða sífellt hræddari. Eitthvað var greinilega bogið. Vincente hafði séð eitthvað, og hann var hræddur við að segja henni frá því. Það var svo slæmt.

Augun hjá Vincente mættust augunum hjá Grace. Hann hellti upp glasi af vatni og rétti því til hennar. Hún drakk og fylgdist með svipbrigðum Vincentes breytast frá einu augnabliki til annars.

Grace mátti ekki lengur þola þetta. Hún vildi að Vincente kæmi aftur til skyns. "Ég, eh, þarf eiginlega að fara á salernið." Hún hallaði sér aftur á bjölluhnappinn. Hún vonaðist til að einhver hjúkrunarfræðingur kæmi inn í herbergið á augabragði.

Vincente var að klárast tíminn. Hann fylgdist með Grace. Hún beið eftir að hjúkrunarfræðingur kæmi til að hjálpa henni, þótt engir hjúkrunarfræðingar væru á staðnum. Hvað í ósköpunum ætlaði hann að gera? Hún var í alvarlegri heilsukreppu og þurfti lyf. Hann var ekki læknir og hafði enga hugmynd um hvernig hann ætlaði að annast hana.Þá fékk hann hugmynd: hann myndi taka hana á annað sjúkrahús.

Já, það myndi hann gera.

"Fyrirgefðu í gær. Ég meina, varðandi það að sjá dauða fólkið," sagði Grace.

"Það er í lagi."

Hann myndi þurfa að segja henni það. Því fyrr, því betra.

***

"Þessa hjúkrunarfræðingi ætti að reka!" hrópaði Grace. Hún þurfti ógjörla að fara á klósettið!

"Hvenær fékkstu lyfin þín síðast?" spurði Vincente.

"Ég veit það ekki. Ég sef svo mikið að það er stundum erfitt að segja hvort það sé dagur eða nótt."

"Það er nótt núna. Langt liðin út fyrir heimsóknartíma."

"Svo þeir létu þig vera seint aftur?"

"Ég held það ekki. Mamma þín átti að vekja mig. Hún ætlaði að eyða nóttinni hjá þér. Miðað við—"

"Miðað við hvað? Heldur hún að ég sé að missa vitið?"

"Æh, svona einhvernig. Ég meina, hún vill bara hafa auga með þér."

"Jæja, þá ætti hún að passa upp á að ég fái lyfin mín," sagði Grace.

"Til að koma í veg fyrir blóðtöfu þarftu lyfin þín."

"Ég veit það," sagði Grace pirruð, "þeir skrá alltaf allt á töfluna við fótendann. Skoðaðu hana. Þar ætti að standa allt sem þú þarft að vita."

"Góð hugmynd," sagði Vincente og lyfti töflunni. Hún var full af skammstöfunum sem minntu á leynikóða. Hann náði þó að átta sig á meginatriðunum.

Grace hafði ekki séð neinn—ekkert hjúkrunarfræðing né lækni—í yfir tuttugu og fjóra tíma.

Hún þurfti virkilega að fara á klósettið. Drúp-drúp-hljóðið frá vélinni við hlið hennar var alls ekki hjálplegt. Hún reyndi að hugsa ekki um það. Hún reyndi að hugsa ekki um vampírútgáfuna af Vincente Marino. Og hún reyndi að hugsa ekki um að sjá dauða fólkið, en það var erfitt að hugsa ekki um neitt af þessu. Sérstaklega þegar þvagblöðran var full.

Vincente ákvað að nú væri eða aldrei. Hann þurfti að segja henni það. Hann þurfti að segja henni sannleikann. Hann þurfti að koma þeim út úr þessu sjúkrahúsi, koma þeim einhvers staðar annars staðar. Á stað þar sem Grace gæti fengið þá umönnun sem hún þurfti.

Hann gekk að glugganum og dregði gardínurnar til hliðar. Hann ákvað að hann gæti ekki dregið úr sér eina sekúndu lengur. Hann þurfti að segja henni það...núna.

***

"Grace, við erum ein hérna á spítalanum," blés Vincente út. Grimmilegt, hugsaði hann. Alveg grimmilegt.

"Hvað?"

"Þau eru öll... horfin."

"Það er ómögulegt! Hjúkrunarfræðingur! Hjúkrunarfræðingur!" hrópaði hún og þrýsti aftur á neyðarhnappinn.

"Ég kíkti um mig fyrir nokkrum mínútum og þessi spítali er mannlaus. Alveg."

"Ertu að reyna að hræða mig?"

"Já. Ég meina, nei, en ég held að við ættum að koma okkur héðan."

"En úti... ég meina, fyrir utan sjúkrahúsið, sástu fólk?" spurði Grace.

"Nei. Ég fann engan hér inni né fyrir utan bygginguna. Við verðum að fara. Komum okkur héðan. Fara í bæinn. Ég sá bíla úti, með vélarnar gangandi, en enginn var við stýrið. Engir farþegar. Fullt af tómum bílum."

"En ég get ekki yfirgefið sjúkrahúsið. Hvað með ástandið mitt?" hrópaði Grace. Hún horfði á Vincente og hugsaði í augnabliki hvort hún væri aftur að dreyma. Hún lokaði augunum og opnaði þau aftur. Nei, hún var alveg vakandi. Kannski var það Vincente sem var sofandi og hún í draumi hans? Eða enn verra: kannski var það sem hún var með smitandi? Kannski voru þau að missa vitið?

"Ef við förum núna, getum við fundið fjölskyldur okkar. Þær munu vita hvað á að gera."

"En ég er tengd þessu," sagði hún og benti á vélarnar og vírana.

"Engar áhyggjur, ég mun aftengja þig," sagði Vincente.

"Vissir þú hvað þú átt að gera?"

"Það virðist augljóst, en þú verður að treysta mér."

KAFLI 9

Grace velti valkostunum sínum fyrir sér. Ef Vincente hafði rétt fyrir sér – og af hverju myndi hann ljúga? – þá hafði allur heimurinn í og við sjúkrahúsið horfið upp í loftið. Jafnvel eftir að hafa viðurkennt þetta efast Grace enn um eigin skynsemi. Fyrst trúði hún að Vincente gæti verið vampíra. Síðan trúði hún að bróðir hennar og faðir hefðu heimsótt hana, þótt þeir væru dánir. Og nú var þetta.

"Auðvitað treysti ég þér, Vincente. En ég er hrædd. Ég skil ekki hvað er að gerast með mig."

"Þetta er ekki bara að gerast hjá þér. Það er að gerast hjá mér líka. Þú og ég erum í þessu saman. Það er enginn annar hér en þú og ég."

"En er ég að dreyma? Ertu viss um að þetta sé ekki draumur, Vincente? Segðu mér að þetta sé ekki draumur! Ég held að ég sé að missa vitið!"

Vincente dró Grace að sér og faðsaði hana. Hlýi andardráttur hans kítlaði eyra hennar. Hann hvíslaði: "Þú ert ekki að missa vitið. Þetta er raunverulegt. Við erum saman í þessu... og við verðum að komast héðan."

"Hvað ef blóðtappinn springur? Hvað ef?" byrjaði Grace.

"Þá munum við takast á við það. Ég mun taka þig á annað sjúkrahús. Á annan stað."

Grace kinkaði kolli á meðan Vincente losaði hjartamælinn. "Ég er hrædd," játaði hún.

"Og ég er hræddur um hvað gerist ef við verðum hér áfram," sagði Vincente. Hann tók af síðasta loðbandstenginu, sem olli því að vélin mældi allt í einu sléttan línulengdarskekkjulínuróf. Vélin öskraði og blikkaði þar til Vincente dró rafmagnstengið úr veggnum.

Þá varð þögn í herberginu."Nú er komið að erfiða hlutanum," sagði Vincente. "Ég þarf að taka nálarinnar úr hendinni þinni, og það ætlar að vera sárt."

"Tala við mig. Afvegaleiððu mig."

"Allt í lagi. Sagði ég þér að ég ætti að spila stórt leik? Ég hlakkaði svo til að spila. Mér finnst eins og það sé langt síðan ég spilaði síðast." Vincente hikstaði. "Alveg búið."

"Það skaut mig ekki neitt. Takk," sagði Grace og sveiflaði fótunum yfir rúmið. Þeir voru naknir fætur sem höfðu verið falinir undir sænginni fram að þessu.

Vincente sneri sér burt þegar hún steig niður á kalda gólfflísina. Kuldinn olli því að óviljugar skjálfta tók yfirveikaða líkama hennar. Vincente studdi hana upp og studdi hana. Hún horfði á baðherbergishurðina. Hún hreyfði sig að honum. Hann studdi hana þar til hún var komin örugglega inn.

Grace lét þvaglækkunina frá sér. Hún skaut niður vatninu og fór að handlauginni til að þvo sér um hendurnar. Hún horfði á sjálfa sig í speglinum og tók andköf. Hár hennar var í algjörri ringulreið og húðliturinn fölur. Hún leit mjög veik út – sem hún reyndar var. Grace burstaði tennurnar og greiddi sér hárið. Hún opnaði hurðina og sá Vincente ransaka staðinn.

Áður en hún hafði tækifæri til að segja neitt spurði hann: "Hvar eru fötin þín?"

"Ég hef enga hugmynd. Kannski mamma tók þau heim til að þvo?" Hún hélt aftur til rúmsins. "Ég var að hugsa, kannski ættum við bara að vera hér og bíða eftir að þau komi aftur? Vissulega munu þau koma aftur. Eða kannski vakna ég bara, eða þú vaknar, og þá verður allt aftur eðlilegt?"

"Nei, Grace. Við verðum að komast héðan... núna. Þú ert ekki að dreyma, og þú ert ekki að missa vitið—ekki nema ég sé líka að missa vitið! Ekki hafa áhyggjur af fötunum. Spítalakjóllinn þinn dugar vel þangað til við finnum eitthvað annað handa þér."

Hún skjálfði aftur. Vincente vafði teppi utan um axlir hennar.

"Komdu nú, Grace. Við skulum hætta að tala um það sem var og hugsa um okkur hér og nú. Við verðum að komast héðan."

"Kannski ættir þú bara að skilja mig eftir. Ég mun bara hægja á þér."

"Ég ætla ekki að skilja þig eftir, Grace. Við verðum að halda okkur saman. Við erum í þessu saman núna. Komdu."

"En Vincente, kannski ef ég bara legg mig hérna aftur á rúmið og sef smávegis, geturðu fundið þér hjálp sjálfur. Ég er svo þreytt." Hún gekk að rúminu og byrjaði að klifra upp í það.

Vincente rétti úr höndunum og togaði hana að sér. Hann lagði hendur sínar á axlir hennar. "Grace, treystirðu mér ekki?"

"Auðvitað geri ég það, en—" Grace stóð þar skjálfandi og horfði á sama tíma í dökku augun hans

Vincente. Hún var hrædd. Hún var hrædd við að vera vakandi. Hún var hrædd við að sofa. Hún vildi fá hugarró og hún vildi vita meira um hann, meira um líf hans. Hún vildi halda aftur af sér, til að ganga úr skugga um að hann væri hinn raunverulegi Vincente Marino. Hún hafði byrjað að efast um allt.

"Hvar bjóstu áður en þú fluttir hingað?"

"Fjölskylda mín flutti mikið," sagði Vincente. "Við höfum verið hér í Sydney í tæp fimm ár núna, og fimm ár er langur tími fyrir fjölskyldu mína til að dvelja á einum stað."

Grace mundi óvænt eftir fyrsta skipti sem Vincente kom í skólann. Það var gjafminning. Hún lét hana flæða inn í meðvitund sína og upplifði senuna aftur. Hún horfði á hana aftur og aftur í huga sér.

"Er allt í lagi með þig, Grace?"

Hún var svo upptekin af því að rifja upp að hún gleymdi því að hinn raunverulegi Vincente stóð beint fyrir framan hana. Grace var treg til að segja honum frá draumnum. Hún vildi hafa hann fyrir sig sjálfa, og engan annan. En að lokum ákvað hún að ekkert væri að óttast.

"Ég var að rifja upp fyrsta daginn sem þú komst í skólann okkar. Það var eins og geisli af ljósi færi beint í gegnum hjarta mitt og gegnum sál mína. Ég gat ekki andað."

Vincente vissi ekki hvað hann ætti að segja við þessari játningu, svo hann þagði.

Grace var viss um að hann myndi ekki muna eftir að hafa séð hana fyrsta skóladaginn sinn. Af hverju myndi hann það?

"Ég man eftir þér," sagði hann.

"Þú ert bara að segja þetta til að fá mig til að fara með þér," sagði Grace.

"Af hverju ætti ég að ljúga? Það var á grasinu, fyrir framan skólann. Þú varst að sitja. Að lesa bók. Þú varst undir tré, alveg einn."

"Já. Ég var að lesa Wuthering Heights."

"Og ég gekk framhjá og lét eins og ég væri að hrasa. Ég lét penna detta hjá þér."

"Ég tók hann upp og gaf þér hann til baka."

"Já, en Grace, þú leitðir á mig eins og ég væri vera frá öðrum heimi."

"Já, þessi vakning hjarta míns og sálar og allt það. Ég varð alveg orðlaus."

"En þú þekktra mig ekki einu sinni."

"Ég þekkti þig, Vincente. Ég hef alltaf þekkt þig."

"Grace, hugsaðu um það sem þú sagðir mér rétt áðan. Þú hefur ákveðnar minningar geymdar í heilanum þínum um mig. Ég held að það sé ótrúlega jákvætt merki. Merki um að þér sé að batna."

Hún hugsaði um það og brosti síðan frá eyrnaskoti til eyrnaskots. "Allt í lagi," sagði hún, "nú förum við héðan."

"Ég læt þig ekki eftir, Grace. Við verðum að halda saman. Við erum í þessu saman. Jæja."

Síminn við rúm Grace byrjaði að hringja. Grace rétti út eftir áheyrnartólinu. Vincente stoppaði hana frá því að svara því annar sími í herberginu byrjaði líka að hringja. Þá hringdi enn einn sími í næsta herbergi. Þá hringdi enn einn sími og svo annar. Hringing símanna endurómaði um gangana. Hljóðið var óbærilega hátt.

"Komum okkur héðan!" hrópaði Vincente þegar þau gengu inn í anddyrið. Hringingarnar endurómuðu og urðu æ háværari.

Þau huldust eyrun og komu að lyftunni. Hurðirnar opnuðust og lokuðust, svo opnuðust og lokuðust aftur. Það var of hættulegt að fara inn í hana. Þau héldu til stigagangsins.

Hringtónið dofnaði meðan þau gengu niður stigann. Þegar þau komu niður á jarðhæð og opnuðu dyrnar, var hávaðinn hærri en nokkru sinni fyrr.

"Komdu!" hrópaði Vincente þegar þau gengu út um aðalhurðina. Þau fundu bíl. Hann festi öryggisbelti Grace um farþegann.

Hann þrýsti bensíngjöfinni í gólfið og þau þeyttust út í kyrrláta, blekda nóttina.

***

Vincente söng lag um akstur til óþekkts áfangastaðar. Þeir óku um Innri vesturhluta Sydney. Hann tók eftir að Grace var þögul og hafði sofnað. Hann taldi að það væri sennilega gott, þar sem hann þurfti tíma til að hugsa. Til að gera áætlun.

Bílarnir voru raðaðir þétt að hverjum öðrum alls staðar, og lokuðu aðalgötunni. Hann þurfti að krókleiða sig fram og til baka. Stundum þurfti hann að aka upp á gangstéttina til að komast í gegn.

Á leiðinni sá hann mörg yfirgefin ökutæki sem voru enn í gangi. Þar voru einnig vörubílar, leigubílar, lögreglubílar og sjúkrabílar. Öll voru þau í gangi á götunni — jafnvel flugvélar og þyrlur. Loftið var þykkt af útblæstri. Þetta var eins og úr skáldsögu Stephen King, algjör heimsendir.

Í fyrstu stoppaði Vincente við gangbrautir og hélt auga með börnum, fullorðnum og jafnvel hundum sem gætu verið að fara yfir. Þegar hann sá ekkert gaf hann það upp.Það virtist sem enginn væri eftir. En samt vonaðist Vincente til að finna fjölskyldu sína og vin bíða í úthverfunum. Hann reyndi að hringja í mömmu sína í farsímanum sínum, en enginn svaraði.

Hann skildi eftir skilaboð. Hann gerði hið sama hjá ömmu og afa.

Grace vaknaði og spurði: "Hvar erum við?"

"Við erum bara að keyra um Sydney núna. Að kanna aðstæður. Á meðan þú varst sofandi fór ég í Royal Hospital og kíktum."

"Þú hefðir átt að vekja mig."

"Nei, það var ekki þörf á því. Ég heyrði símana hringja þar líka. Ég vissi að spítalinn væri tómur án þess að fara inn." Vincente ók inn á gatnamót. Grace greip í handlegg hans og sagði honum að stoppa.

Hann brá við bremsunum. Þau biðu, þar sem þetta var gangbraut en enginn var til að fara yfir.

Grace nefndi þvott sem flöggði í vindi, þvott sem hafði verið skilinn út úti veit ekki hversu lengi. Hún tók eftir að engar fuglablær voru á himni. Engir hundar voru að gelta. Hún sá að verslanir voru enn opnar, en enginn starfsfólk var að vinna og engir viðskiptavinir til að kaupa neitt.Þar voru einnig brennd ökutæki.

"Borgin er algjörlega mannlaus," sagði Vincente.

"Það er vonlaust," hvæsti Grace.

"Aldrei gefast upp voninni."

***

"Allt mun verða í lagi," fullvissaði Vincente og rétti út höndina til að snerta hönd Grace. Hún fann straumköst þegar húð hans snerti hennar.

"Hvað ætlum við að gera?" spurði Grace.

"Jæja, við ætlum að halda áfram með Áætlun A," sagði Vincente.

"Við eigum Áætlun A?"

"Á meðan þú varst sofandi, Grace, setti ég saman Áætlun A. Hún felur í sér að kíkja á hitt sjúkrahúsið og kanna hverfin sem við þekkjum." Ég hugsaði að ef einhver þyrfti á hjálp okkar að halda, þá myndum við líklega finna þá."

"Þetta var góður áætlun."

"Hingað til hefur enginn sést, hvorki dauður né lifandi."

"Hvert hafa fuglarnir farið?" spurði Grace.

"Líklega út að vatninu. Þeir vilja komast í burtu frá hávaða bílanna sem menga loftið," sagði Vincente.

Hann tók eftir að tankurinn var næstum tómur. Hann fyllti hann á bensínstöð og náði sér síðan í nokkra hluti í þægindaverslun. Vincente kastaði súkkulaðistöng til Grace og opnaði sjálfur Mars-stöng. "Ég skildi peningana eftir á afgreiðsluborðinu."

"Þú skildir eftir peninga?" Grace var mjög hissa.

"Já. Ég get ekki bara tekið bensín án þess að borga. Það væri lok siðmenningar eins og við þekkjum hana ef við tækjum bara það sem okkur langar í! Auk þess hefur eigandi bensínstöðvarinnar þekkt fjölskyldu mína síðan við fluttum hingað. Hann hefur hjálpað mömmu nokkrum sinnum þegar hún var í vandræðum með bílinn og pabbi var úr bænum."

"Mér líkar röksemdafærslan þín."

"Já, við viljum ekki anarkíu núna, er það ekki?" hringdi hann upp úr hlátri.

Grace dáðist nú meira að Vincente en áður. Hún dáðist að því hve hann tók stjórnina. Heiðarleika hans. Af einhverjum ástæðum hafði örlögin sameinað þau. Hún og Vincente voru á ævintýri. Það var bæði spennandi, ógnvekjandi og skrítið á sama tíma.

Vincente beygði skyndilega inn í piparkökuhús. "Hér erum við," sagði hann.

KAFLI 10

"Þetta er sumarhús langafa og langömmu minnar. Ég gisti hér alltaf á skólafríum og þegar foreldrar mínir eru í burtu í viðskiptalegum erindum. Þar sem fjölskyldan mín flutti mikið um sig, hefur þetta alltaf verið mitt annað heimili."

Þegar hún tók lyktina af eukalyptus í loftinu sagði Grace: "Það er mjög snemma morguns. Heldurðu að þeim muni mislíka?"

"Ég reyndi að hringja í gærkvöldi, en enginn svaraði. Ég skildi eftir skilaboð. Ef þau eru sofandi munu þau ekki hafa neitt á móti því. Við getum samt bara farið inn þar sem ég á minn eigin lykil. Að auki er þetta svona neyðartilvik."

Vincente opnaði hurðina.

Grace var enn að horfa á garðinn, einbeitti sér að risastóru tré í miðju lóðinni. Tréð hallaðist yfir og flestar rætur þess voru berar. Hún skjálfaði og vafði örmum sínum utan um sig.

Vincente, sem var nú kominn inn, hrópaði: "Komdu inn!"

Nú inni reyndi Grace að gera sér heimili. Skyndilega kom vindhviða inn um opna hurðina og greip aftari hluta sjúkrahúsfötunnar hennar. Henni varð kalt út í bein og hún skjálfði aftur.

Vincente rétti út hönd yfir bak sofans og tók af sér handprjónaða, marglita teppið sem amma hans hafði gert. Hann lagði það um axlir hennar.

Grace krullaði sig upp í því og andaði að sér dásamlega ilminum.

"Bíddu hér," sagði Vincente. "Ég fer upp til að kíkja á þá."

"Allt í lagi," sagði Grace og horfði á Vincente ganga upp stigann og framhjá efri hæð gangarins.Þegar hann var horfinn úr augsýn fór Grace að glugganum og kíkti í gegnum gardínurnar. Rætur trésins virtust hreyfast. Greinar þess byrjuðu að sveiflast. Hún skjálfði aftur og lokaði gardínunum.

Hún leit um sig án þess að vera of forvitin. Heimilið var eins og helgistaður tileinkaður Vincente.

Alls staðar voru myndir af honum. Vincente sem ungbarn. Vincente sem lítill drengur. Vincente í íþróttafatnaði sínum. Vincente með foreldrum sínum. Vincente með bikara sína. Myndirnar héldu áfram og áfram. Hún tók eftir sérstökum myndum sem hún sá ekki meðal hinna, þ.e. myndum af Vincente og kærustu hans. Það var gott merki.

Vincente kom aftur niður stigann. Hún sá af svipbrigðum hans og flýti að afi og amma hans voru ekki heima.

"Þau eru ekki hér, og engin merki eru um að þau hafi verið hér í gærkvöldi. Rúmið hefur ekki verið sofið í, og ekkert er í þvottakörfunni. Amma var alltaf mjög ákafleg í að setja óhreinan þvott í körfuna áður en við fórum að sofa."

Hann settist niður, gekk með fingrunum í gegnum hárið og lagði síðan hendurnar um höfuðið með fingurna fléttaða. Að sitja svona hjálpaði honum að einbeita sér. Hann gerði þetta oft þegar hann þurfti að útiloka áhorfendurna á einum af leikjum sínum.

Grace stóð í nágrenninu, þögul eins og mús.Vincente vaknaði upp og sagði: "Ah!" áður en hann stökk upp og hreyfði sig hratt um húsið.

Grace fylgdi honum eftir ganginum framhjá eldhúsinu og baðherberginu inn í lítið herbergi við enda gangans. Það var skrifstofa.

Hann athugaði hvort tölvan væri í gangi. Hún var það ekki – rafmagnssnúran hafði verið dregin úr veggnum. "Afi hefur örugglega verið að spara rafmagn aftur," sagði hann. "Það tekur nokkrar mínútur að endurræsa hann, svo við gætum alveg eins náð okkur í snarl og kaffi á meðan. Komdu."

Grace og Vincente gengu inn í eldhúsið, sem var með avocado-grænum heimilistækjum. Te-klútarnir voru með límmiða af ávöxtum og grænmeti. Í miðju borðsins glottuðu kanínulaga salt- og piparkirfur kankvíslega að þeim.

"Amma sér alltaf til þess að ísskápurinn sé vel búinn," sagði Vincente og opnaði hurðina. Hann rétti Grace kjúklingalær og byrjaði sjálfur að naga hitt á meðan hann setti ketilinn á helluna til að sjóða vatn. Síðan tók hann kaffi, sykur, mjólkurduft og tvær bollar. Þegar vatnið var orðið heitt hellti hann upp á fyrir þá og svo gengu þeir aftur niður ganginn að tölvustofunni.

Þegar innandyra settist Vincente við tölvuna og byrjaði að smella á lyklaborðið. Þegar Facebook birtist fór hann inn á prófílinn sinn til að uppfæra hann og athugaði síðan hvort einhver vinur hans væri á netinu. Enginn var það.

Hann smellaði nokkrum sinnum og skoðaði fréttastreymið. Engar færslur eða uppfærslur höfðu verið gerðar af vinum hans í rúmlega tuttugu og fjórar klukkustundir.

"Ég get ekki trúað því að nokkur hafi verið hérna inni. Ekki einu sinni Liz, frænka mín í Bandaríkjunum, sem uppfærir prófílinn sinn að minnsta kosti fimm sinnum á dag. Ég óttast að þetta sé ekki bara að gerast hjá okkur hér í Sydney. Það gæti verið alls staðar."

Grace hylldi sér fyrir munninn og reyndi að halda aftur af andardrætti sínum, en hann slapp út og fyllti þögula stofuna. "Kannski eru þau öll saman einhvers staðar? Neðanjarðar eða einhvers staðar örugg, einhvers staðar án tölvna, að bíða."

"Allur heimurinn, undir yfirborðinu og bíður? Það væri nú eitthvað," sagði Vincente þegar hann skellti sig af samfélagsmiðlum. "Ég er að kíkja á póstinn minn," útskýrði hann.

"Þú hefur póst!" heilsaði vafrinn. Það var stuttur póstur frá ömmu hans þar sem hún spurði um krikketleikinn hans.

"Svo, hvað eigum við að gera núna? Hvar eigum við annars staðar að kíkja?" spurði Grace.

"Ég-ég veit það ekki," sagði Vincente og lagði aftur hendur um höfuð sitt og setti það milli knéanna.

Grace rétti úr sér og lagði höndina á öxlina hans. Hann tók hönd hennar í sína og þiggði huggun hennar þakklátur. "Ég veit að það er snemma morguns og allt," sagði hún, "en ég er búin á því. Kannski ættum við að taka smáblund, hvíla okkur aðeins hér. Þegar við vöknum gætu hlutirnir breyst, eða við gætum dreymt upp frábæra hugmynd um hvað við eigum að gera næst."

"Já, ég er líka alveg skelfdur, og þú hefur rétt fyrir þér, kannski kom tölvupóstur á milli, eða einhver skráði sig inn á samfélagsmiðla á milli. Já, ég er líka alveg hræddur, og þú hefur rétt fyrir þér, kannski kom tölvupóstur á milli eða einhver skráði sig inn á samfélagsmiðla á milli."

Vincente tók farsímann sinn úr vasanum. Hann sendi hóptextaskilaboð til allra í símaskránni sinni. "Þarna," sagði hann. "Ef einhver hefur símann sinn, mun hann svara. Nú getum við hvílt okkur. Þeir munu ekki svara ef við sitjum bara og stjörnum augun í tölvuna og símann." Hann tengdi farsímann sinn við hleðslutækið og gekk síðan að stigunum.

"Hvar á ég að sofa?" spurði Grace.

"Komdu upp stigann, ég skal vísa þér um."

Vincente og Grace gengu upp stigann og inn í svefnherbergi með rúmi með fjórum súlum. "Þetta er herbergi ömmu og afa, og þú getur sofið hér. Ég á mitt eigið herbergi niðri í ganginum. Nokkur herbergi neðar."

Til að vera hreinskilin fann Grace sig dálítið hrædda og vildi ekki vera ein í herberginu. En hvað gat hún gert? Að biðja Vincente um að sofa í stólnum við rúmið eða að deila sama rúmi með sér? Hún kinkaði kolli og féll svo, þakklát fyrir mjúka rúmið fyrir framan sig, beint í það og sofnaði.

Vincente áttaði sig á hversu þreytt Grace var, en hann var ekki nógu þreyttur til að sofna strax sjálfur. Til að bregða við þessu gekk hann um húsið og borðaði nokkra Vegemite-smurbrauðsverka. Hann sneri aftur að tölvunni, í þeirri von að eitthvað hefði breyst. Það hafði það ekki.

Hann kveikti á sjónvarpinu, í þeirri von um smá afvegaleiðingu. Allar rásir voru úti og fylltar af snjóhvítu rykkjóli. Sama sagan var þegar hann prófaði útvarpið: aðeins rykkjóll. Hann fór að halda að heiminum hefði lokið, fyrir alla—alla nema hann sjálfan og Grace Greenway.

Hversu undarlegt að þetta skyldi gerast, fyrir tvo sem varla þekktu hvorn annan.

Að vera sett í svona undarlegt upplegg. Hún var nú sætt stelpa og hann kunni vel við hana, en hún var ekki hans týpa. Hann velti fyrir sér hvort, með vitneskju um hvernig hún taldi til hans, gæti hann valdið henni enn meiri sársauka með því að gefa í skyn annað. Hann hafði vitað um tíma að Grace hafði dálæti á honum. Þó að þau væru jafn gömul að árum, voru þau heimar í sundur í félagslegu tilliti og reynslu.

Vincente hugsaði um stærðfræðitímana þeirra. Grace var alltaf á undan öllum, kennaranum meðtöldum. Hún var ætluð til að verða stærðfræðingur – þar var enginn vafi á. Hann var ætlaður til að verða atvinnuíþróttamaður – þar var heldur enginn vafi á. Hvað myndu þau gera, eða hverju myndu þau verða, ef þau væru ein eftir á plánetunni? Hvað myndi framtíðin bera í skauti sér fyrir þau?

Hann hristði höfuðið og gagnrýndi sjálfan sig fyrir svona neikvæðar hugsanir. Hann gekk upp stigann og kíkti til Grace. Hún var fast sofandi. Hann hélt til eigin herbergis.

Hann fór að skápnum til að finna fötin sín, en náttfötin hans voru ekki þar. Undarlegt. Hann hafði sofið í fötunum sínum alla nóttina og hann var tilbúinn að fara í eitthvað annað. Hann kíkti í hinn skúffuna og fann þar svartar nærbuxur og sokka. Hann setti á sig bæði og lagðist aftur í rúmið. Fljótlega sofnaði hann fast.

***

"Vincente! Vincente!" kallaði Grace og skömmu síðar var hann aftur hjá henni.

"Ertu í lagi?" spurði hann.

"Ég gleymdi mér," sagði Grace. Hún færi sig frá rúminu og lagði hendur sínar um hann. Brátt voru þau í óvæntum, ákafum faðmlagi. Þegar hún áttaði sig togaði hún sig aftur og baðst afsökunar.

"Þú þarft ekki að biðjast afsökunar," sagði hann. Hann leit niður og áttaði sig á því að hann var nánast nakinn.

Hún tók það líka eftir. Hún roðnaði skærrauða. "Ég ætla að klæða mig núna, ef það er í lagi?"

Þegar Vincente hóf að ganga burt byrjuðu ljósin fyrir ofan þá að skjálfa. Ljósin sem fest voru í loftinu byrjuðu að titra og blikka. Herbergi ömmu og afa hans minnti á draslugt gistiherbergi með strobljósi.

Hluturinn á fataskápnum fór að skjálfa og titra í taktföstu dansi – og svo tók gólfið við.

"Ég held að þetta sé jarðskjálfti!" hrópaði Vincente. "Komdu! Það er ekki öruggt hér uppi."

Parið stigu út á stigaganginn og allt í einu lifnaði hann við. Hann sveiflaðist fram og til baka í taktföstu tvístigi. Grace reyndi að halda í handriðin, en henni gekk illa að hreyfa sig áfram. Vincente greip í hönd hennar og hún fór niður stigann.

Um leið og þau komu niður á jarðhæðinni hætti skjálftinn. Stiginn var úr skorðum núna og hruni hans yfirvofandi.

"Það hlýtur að koma eftirskjálfti," sagði Vincente. "Við skulum vera nálægt framhurðinni, til öryggis."

Önnur skjálftahrin gerði vart við sig. Að þessu sinni var hann hins vegar mun öflugri. Stiginn breyttist í rennibraut. Tröppurnar hrundu sér niður á jarðhæðina í einu risastóru hrúgu.

Vasur og myndir flaugust um herbergið. Stólar byrjuðu að sveiflast. Spegill brotnaði með dynjandi brak. Grace öskraði.

Þau hlupu að framhurðinni.

***

Áður en Vincente gat togað framhurðina opna, opnaðist hún sjálf af krafti sterks vindhviðu. Unglingarnir héldu fast í hvorn annan þegar þeir gengu út á veröndina.

Beint fyrir framan þá var risatréð, það sem Grace hafði tekið eftir áður, að snúast og snúast. Greinar þess réttu úr sér eins og gamlar, gigtveikar fingur. Það hélt undarlegu stellingu á meðan það teygði sig í allar áttir. Rætur þess hreyfðust eins og slöngur.

Framundan þeim flaug ýmis líflaus fyrirbæri sem áður höfðu ekki átt að fljúga. Regnhlífar, ruslatunnur, grill og þvottatré snérust um sig. Þau skelltust á allt sem fyrir kom. Flugandi skófi skall í hlið trésins og nánast mannlegt kvalakvaki fyllti loftið.

"Þetta er bara vindurinn," huggaði Vincente Grace og dró hana aftur innandyra. "Við getum ekki farið þangað út – það er of hættulegt. Þetta er eins og haglabygg af hlutum úr Verkfæraverslun!"

Með vindinn að þrýsta á bakhlið hurðarinnar þurfti það sameiginlega þyngd þeirra til að loka henni. Þau stóðu með bakið fast að henni. Hún hreyfðist og þrýsti á bakið á þeim. Vincente og Grace héldu velli.

"Svo, hvað gerum við núna?" spurði Grace. Hún var að skjálfa. Hnéin gáfu sig ekki lengur undan. Þrátt fyrir það hélt hún velli hlið við hlið með Vincente.

"Jæja, ég hef lesið um jarðskjálfta, og þeir versna yfirleitt áður en þeir batna. Yfirleitt koma nokkrir viðvörunarhræringar, og svo kemur einn stór. Ég held að við þurfum að ákveða hvort þetta hafi verið stóri skálftinn, eða hvort við eigum að komast héðan í burtu á meðan tækifærið er enn til staðar."

"Ég held að þetta muni versna."

"Þá skulum við hlusta á innsæið, því mitt er að segja mér nákvæmlega það sama. Fyrst, gríptu í símaskrána svo við getum athugað heimilisfangið þitt og símanúmerið. Þú getur hringt í mömmu þína þegar við höfum þær upplýsingar. Allt í lagi, nú förum við héðan!" hrópaði Vincente, þegar önnur skjálftahrinja skall á.Þessi skjálfti sýndi gífurlegt afl. Eftir hann heyrðust dynkur, knirk og kram. Síðan féll stóri tréð á húsið og þrýsti sér beint í gegnum þakið. Þau stóðu og horfðu upp á tréð, sem nú var fast fest í stofunni. Það virtist kaldhæðnislegt að hurðin sem þau höfðu verið að verja væri enn heil, á meðan loftið var nú himinninn.

"Komdu!" hrópaði Vincente og þau hlupu út um aðalhurðina.

Fljúgandi hlutir svifu um allt í kringum þau á meðan þau héldu til öryggis bílsins. Þegar Vincente rétti úr sér til að opna hurðina tók Grace eftir að hringurinn á fingri hans glitraði og glóði eins og þriðja auga. Hann virtist dregja að sér ljós úr himninum.

Undarlegar hugsanir svifu um huga Grace á meðan hlutir voru kastað um og brotnuðu í kringum hana. Hún horfði á Vincente og hugsaði að ef hann væri vampíra, þá væri hann ódauðlegur. Hann gæti líka gert hana að vampírum. Ef það gerðist myndu þau aldrei aftur vera ein saman. Hugmyndin var brjálæðisleg, það vissi hún.

Þá glitti eitthvað skrýtið en skýrt í huga hennar. Fjarlæg minning um að drepa vampírur með tréviðarspjótum. Hún horfði á Vincente þegar trjágrein flaug að þeim. Hún myndi stinga í bakið á Vincente ef hún gerði ekki eitthvað.

"Komdu inn!" hrópaði hún. "Varastu bakið!"

Hann stökk inn rétt í tæka tíð, þegar viðarstykkið skall á bílinn og skekkti hann.

"Takk' fyrir! Það var naumt!" sagði Vincente.

Um leið og þau komu inn, flaug hringsnúandi dervís í mynd málmhlífar framhjá þeim, beint fyrir augum þeirra.

Hávær sprenging. Svo hávær að þau þurftu að hylja eyrun. Annað brak heyrðist. Jarðvegurinn fór að opnast fyrir framan þá eins og brotinn kókoshneta. Sprungan í jörðinni hreyfðist eftir veginum og nálgaðist hættulega. hlutir féllu ofan í hana, eins og heilar hús, tré og bílar.

"Farðu!" hrópaði Grace þegar eyðileggjandi sprungan slöngvaðist nær þeim.

Vincente keyrði afturábak og þrýsti svo fullum krafti á bensíngjöfina. Hálsar þeirra teygðust aftur eins og gúmmíbönd þegar þeir hörfuðu í rykskýi.

"Lítðu ekki til baka!" hrópaði Vincente.

Hann ók eins og hann hafði aldrei áður ekið. Hann snék framhjá yfirgefnum bílum og rusli eins og atvinnubílstjóri í kappakstri. Hann hélt bara áfram; hann hélt þeim öruggum og utan banvæns eyðingarbrautar jarðskjálftans.

Þau óku og óku, og óku, án þess að líta til baka.

***

Það leið nokkur augnablik áður en þau hættu. Áður en öndunarháttur þeirra varð eðlilegur aftur.

"Við getum farið aftur, þegar það er öruggt," sagði Grace.

"Ég óttast að það sé tilgangslaust," sagði Vincente og tók djúpt andvarp. "Húsið er örugglega í holunni. Það er horfið. Allt er horfið."

"Mér þykir svo leitt, Vincente."

"Það er í lagi, ég á góðar minningar um það hús. Þær eru hérna inni." Hann benti á hjarta sitt. "Og hérna inni." Hann benti á höfuðið. "Enginn getur tekið þær frá mér."

Grace hugsaði um stöðu sína. Um hvernig minningar hennar höfðu verið teknar frá henni. Einmana tár rann niður kinn hennar.

"Mér þykir leitt það, Grace. Ég meinti það ekki—"

"Ég veit að þú meintir það ekki, en það er satt. Minningarnar mínar hafa verið teknar frá mér."

"En þú munt fá þær til baka. Ég veit að þú munt það."

"Takk' fyrir að segja það, en enginn veit með vissu hvort ég geri það eða ekki, sérstaklega þar sem engir læknar eru nálægt."

"Ég veit að minningarnar eru ennþá einhvers staðar þarna inni í þér. Þær eru ekki alveg glataðar. Þú þarft bara að finna leið til að komast að þeim."

Grace samþykkti. Henni líkaði hugmyndin um að kafa ofan í minningar sínar.

"Og með því tilefni," sagði Vincente. "Af hverju ferðu ekki í Hvíta símaskrána og finnur símanúmer og heimilisfang fjölskyldu þinnar? Þá getum við hringt í mömmu þína."

Grace brosti og fór að blaða í símaskránni með fingrunum, stoppaði þegar hún fann Greenway. Vincente rétti henni farsímann sinn og hún fór að velja númer. Þegar hún heyrði rödd í hinum endanum – rödd mömmu sinnar – brosti hún. Hún byrjaði að tala en fékk fyrirmæli um að skilja eftir skilaboð þegar bíp hljómar.

"Þetta er bara vél."

"Það var svipað hjá mér. Það er í lagi. Við höfum heimilisfangið, svo nú getum við farið þangað og kíkt á staðinn."

"Það hljómar eins og við höfum áætlun C."

KAFLI 11

"Æi minn!" hrópaði Grace. "Varastu!"

Vincente sneri athygli sinni aftur að veginum. Grace rétti út höndina og greip stýrið. Bíllinn beygði skarpt til hægri. Vincente reyndi að halda stjórn á bílnum, en með hendur Grace kramandi um hans gat hann það ekki.

"Varastu!" hrópaði hún aftur.

Vincente barðist við Grace. Hann náði aftur stjórn á bílnum. Þá var of seint að stöðva hann—brautin var lögð. Dekkin byrjuðu að skera sig út og fljótlega stöðvaðist bíllinn algjörlega þegar hann skall á stofn trés.

"Ertu klikkuð?" hrópaði Vincente.

"Ég—" sagði Grace.

"Hvað í ósköpunum heldurðu að þú sért að gera?" Hann hristði höfuðið fram og til baka, eins og hann hefði rétt stigið úr sturtu. "Við sluppum naumlega lifandi úr síðustu aðstæðunum og núna, djöfulsins, Grace! Hvað í—?"

"Ég—" sagði Grace.

"Af hverju myndir þú gera svona?"

"Viltu að ég svari þér núna?" sagði Grace, mjög rólega.

"Auðvitað myndi ég það," sagði Vincente. "Þú komst næstum því með okkur í helvíti. D-R-Á-P-I-N-A!"

"Ég kann að stafsetja orðið 'drapin', takk fyrir. Viltu að ég skýri málið eða ekki?"

"Já," sagði Vincente þreyttur. Hann var að reyna að róa sig með því að anda djúpt.

"Fyrst," sagði hún, "þarf ég að fara aftur þangað og athuga hvort ég finn hana. Síðan skal ég útskýra."

"Hana?"

"Litlu stelpuna," útskýrði hún.

Og fljótlega var hún farin að hlaupa. Sjúkrahusskyrtan hennar flögraði í vindinum, en henni var sama. Allt sem skipti máli var litla stelpan.Vincente hljóp á eftir henni. Hann var á hæla hennar. Hann hélt að hún hefði misst vitið. Litla stelpa? Hann hafði ekki séð neinn. Grace hlýtur að hafa ímyndað sér hana.

Grace stöðvaðist. Hún sneri sér í hring eftir hring, leitaði að litlu stelpunni í hverju runni, á öllum mögulegum felustað. Grace, orðin örmagna og án þess að finna hana, stöðvaðist. Hún stóð kyrr og hlustaði gaumgæfilega.

"Hún var barn, klædd í hvítum náttkjól með blúndi um allan kantinn og rauðum bindiband í kraga. Hún hafði langt, dökkt hár sem flæddi niður fyrir axlirnar, og stærstu ólífugrænu, mandala-laga augun."

Vincente stóð hjá henni og hlustaði á lýsinguna hennar. Hann fylgdi henni eftir og reyndi að skilja en skildi ekki.

"Hún var hérna. Við—þú—vorum næstum því búin að keyra á hana."

"Litla stelpa?"

"Já."

"Grace, hér var engin litla stelpa."

"Hún var þarna! Ég sá hana! Stóð beint þar í miðri götunni. Hún var falleg."

"Grace, ég sá hana ekki. Hún var ekki raunveruleg."

"Hún var raunveruleg, eins raunveruleg og þú ert fyrir mér sem stendur hér núna."

"Ertu að segja að hún hafi bara birst þér?" Vincente spurði í þeirri von að hún myndi vakna úr þessu.

"Ég veit ekki. Ég hafði ekki hugsað út í það."

Vincente vildi ekki gera þetta, en hann þurfti að koma þeim aftur á réttan kjöl. Hann hikstaði. "Alvöru—eins og pabbi þinn og bróðir þinn voru?"

"Þetta er undir niðri og þú veist það!" sagði Grace og hljóp yfir götuna, í gegnum tréin. I burtu.

Vincente var nokkuð viss um að hún væri að missa vitið.

Grace reyndi að bjarga litlu stelpu frá skaða. Hún sá litlu stelpuna skýrt og greinilega, standandi þar. Hvað átti hún að gera – láta hann slá hana? Hún vildi svo gjarnan slá hann, og hart. Í staðinn hélt hún áfram að hlaupa. Hlaupa hvert sem var. Burt.

***

Þegar hann náði loksins til hennar var Grace á grasinu á túninu og horfði á skýin fara hjá.

"Má ég koma til þín?" spurði hann.

"Jú."

Hann fann fyrir mjúka grasinu og andaði að sér ilminum. Þau sátu þögul um stund.

"Segðu mér aftur hvað þú sást á veginum með litlu stelpuna."

Hún þagði.

"Ég lofa að ég mun hlusta á það sem þú hefur að segja."

"Sjáðu skýin þarna uppi, halda áfram eins og ekkert sé að gerast. Þau eru svo falleg, hátt á himni, fljótandi þyngdarlaust."

"Grace, segðu mér."

Hún tók djúpt andvarp, leit til Vincente og horfði svo aftur upp í himininn og sagði: "Það var lítil stelpa. Hún sá mig. Hún tók eftir mér. Hún gerði svona merki við mig."

Grace hún rétti upp höndina og gerði með henni tákn sem þýddi stöðva á táknmáli.

"Hvenær lærðir þú táknmál?" Vincente var með augun í hnút, áttaði sig á að hún myndi ekki muna hvenær né hvers vegna hún hafði lært það. "Fyrirgefðu, heimskuleg spurning."

Grace þagði, horfði á skýin og beindi allri athygli sinni að þeim.

"Bíddu nú við, þú manst ekki eftir símanúmerinu þínu, en þú manst eftir táknmáli?"

"Ég held það."

"Gerirðu þér ekki grein fyrir hvað þetta þýðir, Grace?"

Hún þagði.

"Þetta þýðir að ég hafði rétt fyrir mér. Þú getur nálgast minningarnar þínar, snerrt á þær, þegar þú vilt," sagði Vincente með spenningi í röddinni.

"Ég held að ég hafi einhvern veginn gert það með pabba og bróður mínum."

"Og núna, þessi litla stelpa. Hver var hún? Hvað var hún fyrir þér?"

"Ég veit það ekki, en nú er ég að hugsa um hvernig ég setti okkur í svona hættu. Við hefðum getað dáið þegar við keyrðum á það tré."

"Já."

Grace stóð, fann vonina vakna aftur. Hún velti fyrir sér hvort barnið væri falin, hrætt. Hún kallaði: "Litla stelpan, hvar sem þú ert, komdu út og talaðu við mig. Við munum ekki meiða þig. Þú verður örugg. Við getum hjálpað þér."

Aðeins hljóð hristandi laufa og flaut hennar fyllti loftið. Grace setti hendur á mjöðm. Hún fann sterkt fyrir því að stelpan gæti ekki hafa horfið upp í loftið. Hún hlýtur að vera einhvers staðar þarna.

Vincente var enn tortrygginn. Hann reyndi að snerta Grace, en hún rak hann frá sér eins og skordýr.

Hún hélt áfram að kalla á stúlkubarninu að koma fram. Grace var algjörlega einbeitt í verkinu, kallaði þar til rödd hennar varð hás.

***

Öll orka Grace var nú búin. Enn engin merki um stúlkubarninu. Það var kominn tími til að gefast upp, svo hún hélt aftur að bílnum. Vincente fylgdi á eftir henni þögull. Líkamstunga hennar sagði allt sem segja þurfti: hún skildi sannleikann núna. Stúlkubarnið hafði verið blekking. Spurningin var, af hverju?

Vincente sparkaði að dekkinu á bílnum og leit svo upp á Grace. Hún var örmagna og skömmuð. Hún gat ekki einu sinni mætt augnaráði hans. En samt, þrátt fyrir það, fannst honum hún ótrúlega aðlaðandi þar sem hún stóð. Hún leit svo vonarlaus og svo einmana út. Eins og hún þyrfti að vera bjargað.

Hann gekk að henni og tók lokka af hári hennar milli fingranna. Hann vafði hann um og um, dró Grace sífellt nær sér. Síðan kyssti hann hana. Vægt, mjúklega. Lítil koss, nóg til að skilja hana eftir langandi eftir meira. Hún svaraði kossinum í fyrstu, en svo fjarlægðist hann. "Mér þykir það leitt."

"Mér þykir það ekki leitt," sagði Grace og brosti bæði innan og utan. "En næst þegar ég segi þér að stöðva bílinn, þá stöðvarðu hann bara, í lagi?"

"Ég geri það, ég lofa."

"Jafnvel þótt þú sjáir engan?"

"Jafnvel þótt ég sjái engan."

"Allt í lagi."

"Allt í lagi."

"Ég held að við ættum kannski að dvelja hérna aðeins lengur, ef til vill kemur hún aftur."

"Grace, hún kemur ekki aftur. Vinsamlegast farðu bara inn í bílinn."

Vélin fór strax að ganga. Þau lögðu af stað. Grace reyndi að horfa ekki til baka, en löngunin var yfirþyrmandi.

KAFLI 12

Þegar bíllinn hélt áfram að þruma áfram beindi Grace athyglinni að núinu. Hún lét niður gluggann og rétti út handlegginn. Hún lét andvari strjúka hárið á framhandleggnum og fann háræðar rísa. Hún fann sig lifandi. Eins og kannski hefðu hún og Vincente nú tækifæri til að verða það sem hún hafði dreymt um að þau gætu orðið. En samt var hún hrædd við að hugsa of mikið um það, að einbeita sér of mikið að því, því hún vildi ekki galdra það burt.

Grace hló þegar vindurinn rann í gegnum fingur hennar. Í eina stund rifjaði hún upp þann atburð. Augnablik kossins: fyrsta kossins þeirra. Hann hafði verið yndislegur, blíður, hlýjandi, klístraður, og hún gat fundið löngun hans til hennar þrýsta að sér.

Það var skrítið að keyra áfram á öld kyrrstæðra bíla. Engin lúðuvæl.

Engar sirenur óku. Enginn öskraði. Hún saknaði ekki þessara hljóða. Hljóðin, sem hún átti aðeins óljósa minningu um, voru yfirleitt pirrandi. Hún saknaði hins vegar fuglasöngsins. Hún saknaði lífsafls þeirra, söngvanna, flögrunarinnar milli trjánna. Hún saknaði sumbsins í býflugunum. Hún velti fyrir sér hvernig náttúran myndi sjá fyrir, hvernig frjóvgun myndi eiga sér stað núna. Náttúran er aðlögunarhæf við margar breytingar. Móðir náttúran myndi finna leið til að lifa af.

Grace leit til Vincente. Hann var einbeittur í akstri. Hann virtist vera djúpt í hugsunum.

Vincente var áhyggjufullur og reiður sjálfum sér. Fyrst sagði hann sjálfum sér að blekkja hana ekki. Hann vissi að hún var ekki hans týpa. Alls ekki hans týpa. Hún var Grace Greenway: snillingur í stærðfræði. Hún hugsaði í tölum.Helvíti, hún dreymdi sennilega í tölum.

Hann reyndi að hugsa ekki um kossinn, þeirra fyrsta koss. Hann ákvað að þeirra fyrsti koss væri þeirra síðasti. Þó að hann hefði verið óvæntur og góður. Sætur. Saklaus. Hún hafði ekki búist við honum, og svo var... Uff, hann vildi ekki hugsa um hvernig honum hafði liðið þegar hún kossaði hann. Hvernig hann hafði orðið spenntur svo fljótt, af einum einföldum kossi. Það var sennilega vegna þess að hann var úti í heiminum, að reika um í nærfötunum. Þráin hans til hennar var líklega bara óviðráðanleg löngun, eðlileg viðbrögð. Ekki eitthvað sem hann vildi að myndi gerast.

Hann stoppaði um stund, fann augun hennar á sér og rétti úr gripi sínum á stýrinum. Hann reyndi að hugsa um annað til að afvegaleiða sig frá því að hugsa um hana. Hann hugsaði um bíómyndir. Tölvuleiki. Mat.

Á sama tíma hugsaði Grace um heiminn. Stóra heiminn þarna úti, sem var þeirra, hennar og Vincente, einna til að deila. Hún hugsaði um fortíð sína, hvernig hún fann sig ófullkominni án allra minninga sinna til umráða. Hún hugsaði líka um að það væri jákvætt, frekar en neikvætt. Þetta var leið sem hún gat endurskapað sig.

Á sama tíma vissi hún að hún yrði aldrei heill án þess að stærsti hluti hennar yrði endurheimtur. Hluti sem var stærðfræðileg eðli hennar: stærðfræðilegt ástand Grace.

Hún reyndi að muna allt sem hún hafði einu sinni vitað um Pýþagóras. Hún hafði áður vitað allt um líf hans og stærðfræðikenningar. Nú voru staðreyndirnar og tölurnar allar orðnar óljósar í huga hennar. Hún reyndi að muna Fibonacci-tölur, en þær voru heldur ekki lengur skýrar í huga hennar. Hún ákvað að fara á bókasafn og lesa um þessi tvö, auk annarra eins og Einstein og Galíleó. Hún myndi kenna sjálfri sér allt sem hún hafði áður vitað, og með því vonaðist hún til að opna minningabanka sinn og geta sótt í hann.

"Ég sá þessa mynd fyrir löngu," sagði Vincente. "Hún fjallaði um geimverur sem komu til jarðar og réðust á í geimskipum sínum."

Grace varð hissa. Hún hafði vanist hinni notalegu þögn sem ríkti á milli þeirra. Hún hvatti hann til að segja sér meira um myndina. "Hljómar spennandi."

"Það var nú það. En ég hef ekki sagt þér það allra áhugaverðasta ennþá."

"Jæja, láttu mig ekki bíða í óvissu."

"Í myndinni lifðu aðeins tveir eftir, karlmaður og kona."

"Ómögulegt!"

"Og af hverju drápu geimverurnar þá ekki?" spurði Vincente. Grace hnippti öxlum. "Vegna þess að þær vildu fylgjast með þeim. Til að rannsaka þær." Hann þagði og beið, fylgdist með Grace úr hliðarauganu. "Og svo settu þær tvo mannfólkið í búr, eins og í dýragarði. Til að fylgjast með þeim fjölga sér."

"Hvað ef þau vildu ekki fjölga sér?" sagði Grace, röddin skjálfandi.

"Þeir gerðu það."

"Hvernig gátu þeir þvingað þá til þess?"

"Þeir vildu ekki deyja og þeir þurftu á fæðu að halda til að lifa af. Svo gerðu þeir það sem þeir þurftu að gera, og geimverurnar horfðu á þá, fylgdust með því sem knúði mannfólkið áfram."

"Æðislegt."

"Jæja, ef maður hugsar um það, þá hefur mannkynið sett dýr í búra í aldir. Horft á þau fjölga sér. Rannsaka þau, jafnvel stundum nota þau í tilraunir, til að þróa læknisfræði og slíkt. Svo væru þau þá virkilega verri?"

"Nei, ég held ekki, ekki þegar þú setur það svona fram. En þú og ég, við höfum tækifæri hér til að breyta hlutunum. Við getum ekki breytt fortíðinni."

"Satt. Ef við erum síðustu tveir eftirlifendur," dró Vincente ályktun, "þá getum við lifað eins og okkur sýnist."

"Hvað gerðist... ég meina, í lok myndarinnar?"

"Ég sá aldrei endinn. Ég var í sveitasetu hjá vini mínum. Við vorum krakkar og áttum ekki að vera vakandi svona seint. Þegar foreldrar hans komust að þessu hlupum við inn í svefnherbergið hans. Ég fann þessa mynd aldrei aftur."

"Hvað gerðu geimverurnar við alla aðra íbúa jarðarinnar ef þið voruð einu eftirlifendurnir?"

"Það veit ég. Þeir geisluðu þá! Frekar kaldhæðnislegt, þegar maður hugsar um það, því í myndinni skutu geimverurnar þá alla niður með geislaskyttum — puff! — og svo hurfu þeir bara. Ekkert var eftir, engar leifar yfir höfuð. Ég meina, engin bein, engir líkamsleifar og engir ösku. Það var eins og þeir hefðu aldrei verið til."

Grace lagði hendur um sig og áttaði sig of seint á því að það var að gefa henni skelfingu. Hún vonaðist til að hann væri búinn núna, svo hún gæti snúið aftur til yndislegra hugsana sinna um framtíðina, þeirra framtíðar saman.

Vincente rakst á dásemina hennar með meiri bíóumræðu. "Annað sem ég man var um geimverur sem komu til jarðar og brenndu alla til ösku. Allt sem eftir var, var hrúga af dufti á hverjum stað þar sem mannvera hafði staðið. Það var eini vitnisburðurinn um þá sem höfðu lifað. Vitnisburður um að einu sinni hefðu menn verið til." Hann þagði. Hún sagði ekkert. Hún vonaðist til að hann væri búinn núna.

"Síðan var önnur mynd, þar sem þeir tengdu sig við allar mannlegu huga með því að planta örflís í heilann á þeim og stjórna þeim. Þessar myndir urðu sífellt skelfilegri."

"Ekki gleyma E.T.," sagði Grace.

"Hvað?" hvæskti Vincente, heillaður, og beið þess að Grace áttaði sig á því að hún hafði óviljandi kallað fram minningu.

"Vissirðu, 'E.T. hringi heim?'"

"Já, ég veit það," sagði hann og brosti svo breitt að Grace velti í augnabliki fyrir sér hvað hann væri að brosa að.

Þá rann það upp fyrir henni. Hún hafði opnað minningu. Vissulega var það ekki sú áhugaverðasta upplýsinga, en það var samt sem áður minning. Hún brosti breitt til baka.

Hann var svo stoltur að hann rétti út höndina og tók hendi hennar í sína í smástund, og svo varð aftur þögn.

***

Þegar Vincente þurfti að beygja á hringtorg eða í beygju, sleppti hann hendinni á Grace. Augu þeirra mættust í augnablik, og svo beindi hann athyglinni aftur að veginum.

Hann var stoltur af henni.

Grace var ótrúlega stolt af litlu minningahléinu sínu. Hún ímyndaði sér hugann sem bókasafn. Hún gekk upp og niður ganga, að leita að minningum. Hún rétti hendina í hillurnar, tók þær niður og skoðaði hverja einustu fyrir sig. Hún valdi þykka bók með rauðum kápu, í þeirri von að finna eitthvað um sjálfa sig í henni, en ekkert gerðist. Hún ætlaði ekki að gefast upp á þessari aðferð. Hún ætlaði að halda áfram að reyna.

Vincente var að hugsa um framfarir í tækni í gegnum árin. Svo mörg uppfinningar höfðu verið til, sumar góðar og sumar ekki eins góðar. Þegar hann leit um sig, með aðeins þau tvö til að hugsa um, velti hann fyrir sér hvað allt erfiðið hefði eiginlega verið fyrir.

Í fjarlægðinni heyrðist bjallan hringja. Hljóðið varð æ háværara þegar þau keyrðu að byggingu. "Þekkirðu hana?" spurði hann.

Grace las skiltinu: "Menntaskóli drottningar Viktoríu, skólinn þar sem draumar þínir rætast." Hún mundi það ekki.

"Þetta er menntaskólinn okkar," sagði hann.

"Ég hélt að þetta gæti verið hann, en ég var ekki viss," sagði Grace. Hún leit um svæðið og fann loks krikkettvöllinn aftast: völlinn þar sem hún hafði slasast á síðasta skóladegi sínum. "Ég velti fyrir mér hvað klukkan var til," sagði Grace.

"Ég var einmitt að hugsa um það. Líklega bara stillt á tímamæli. "Við sjálfvirka stillingu. En það er möguleiki á að einhver sé fastur inni og þurfi á hjálp að halda, svo mig langar að fara og kíkja. Viltu bíða hér?"

"Nei, ég vil koma með þér."

"Allt í lagi, en vertu bara á eftir mér. Við vitum ekki hvað við eigum að búast við. Það er sennilega ekkert, en maður veit aldrei," sagði Vincente. Hann hafði ímyndað sér einhvern fastan inni, of hræddan til að koma út.

Grace hafði ímyndað sér geimverurnar, eins og í kvikmyndunum, bíða eftir að fanga og gildra síðustu tvo einstaklingana á jörðinni. Hún nötraði þegar Vincente opnaði hurðirnar og þau stigu inn í langa ganginn. Það var mjög hljótt; einu hljóðin sem heyrðust voru dynjandi skref þeirra á köldu línóleumgólfinu.

Vincente mundi hversu mikinn gaman hann hafði haft innan þessara veggja. Hvernig hann hafði alltaf verið svolítið íþróttahéras—fyrir skorti betra orðs—hetja. Hann kom að skápnum sínum, opnaði hann og tók út íþróttatösku sína. Hann setti á sig stuttbuxur yfir svörtu nærbuxurnar sínar og dró á sig treyjuna. Svörtu nærbuxurnar hans sjást enn í gegnum stuttbuxurnar. Grace hló.

"Þú hefur nú séð þær áður," sagði Vincente, þó hann hló líka.

Flest skápahurðirnar voru víðopnar og dót dreift um allt. "Þetta var sennilega vegna jarðskjálftans," sagði Vincente.

Grace var enn að skjálfa.

"Taktu djúpt andann," sagði hann og reyndi að róa hana og veita henni öryggistilfinningu.

Hjarta Grace sló sífellt hraðar. Henni leið illa á þessum stað.

Vincente kallaði hátt: "Halló, er einhver hér?"

Rödd hans endurómaði um gangana, án þess að fá svar. Þá hringdi skólabjallan aftur. Þar sem þau voru innandyra endurómaði hljóðið.

Fremar eftir ganginum ýtti Vincente hurðunum til hliðar og gekk inn í íþróttahúsið. Það hafði verið undirbúið fyrir körfuboltaleik. Tómar stúkur og leikvöllurinn virtust dálítið sorgleg.

"Varstu líka góð í körfubolta?" spurði Grace.

"Ég var óvenju góð í flestum íþróttum. Ég elskaði spennuna. Hrórið frá áhorfendunum. Adrenalínið sem ég fékk þegar ég skoraði körfu, eða þegar við unnum leik. Mjög höfðinglegt allt saman."

"Já, ég skil það. Þetta hljómar eins og öflugt vímuefni."

"Stundum fannst mér það eins og vímuefni, en þetta er bara menntaskóli, að fá að spila í stóra leiknum, veistu? Að verða atvinnumaður – það var nú bara draumur."

"Vildirðu verða atvinnumaður?"

"Já, en mér finnst það dálítið heimskulegt núna."

"Draumar eru aldrei heimskulegir," sagði Grace alvarlega.

"Þetta er akkúrat það sem mamma og pabbi myndu hafa sagt við mig."

"Ég vildi að ég hefði kynnst þeim," sagði Grace. "Þú munt hitta þá einn daginn."Þær skelltu upp úr þegar bjallan hringdi aftur.

"Komum okkur héðan, mér er farið að verða óþægilegt," sagði Grace.

"Nei, fyrst skoðum við skrifstofurnar, rétt hér niðri í ganginum. Gætum þess að þær séu allar tómar, og þá getum við farið."

Grace fylgdi Vincente út úr íþróttahúsinu. Vondi tilfinningin í maganum á Grace breyttist úr bröndri í brölt.

***

Ó nei! Ó nei! Ó nei! Þessi orð runnu um hug Grace. Hún gat ekki stjórnað því á meðan hún hélt áfram að ganga á eftir Vincente.

"Þetta er skrifstofa ritara. Yfir þar er skrifstofa ráðgjafans." Hann leit inn, þar sem dyrnar voru gersveigðar, og sannfærðist um að þar væri autt. "Þetta er skrifstofa aðstoðarskólastjóra. Og þetta er skrifstofa skólastjóra." Hann reyndi hurðina. Hún var læst. "Halló!" kallaði hann.

Þau heyrðu eitthvað. Það var bank-bank-bank. Hljótt, en stöðugt. Það kom frá innanhúss skrifstofu skólastjóra.

Vincente bankaði upp á. "Er einhver þar?"

Engin svör.

"Geimverurnar tala sennilega ekki ensku," sagði Grace.

Vincente ýtti hurðinni með öxlinni, en hún hreyfðist ekki.

Bankið hætti. Þau biðu, héldu andanum. Það hófst aftur.

Hvað sem það var, var það að klárast af orku. Þau þurftu að komast inn. Tíminn var að renna út.

***

"Hugsaðu! Hugsaðu!" sagði Vincente upphátt til að hvetja sjálfan sig á meðan hann gekk fram og til baka. Nokkrum sekúndum síðar sagði hann: "Allt í lagi, ég hef lausnina. Fylgdu mér."

Grace gerði eins og henni var sagt. Fljótlega voru þau aftur komin inn í íþróttahúsið. Vincente sagði Grace að standa aftan við stúkuna á meðan hann ýtti einum körfuboltahringnum um koll. Þau byrjuðu að draga hann eftir ganginum.

Vincente útskýrði að undirstaða hennar væri fyllt af sandi. Þegar þeir hefðu komið henni aftur í skrifstofuna gætu þeir notað hana til að brjóta hurðina niður.

"Hversu frábær áætlun!" sagði Grace. "Mér finnst hún alveg geta virkað."

"Við verðum að beita sem mestu afli. Ég meina, gefa þessu allt sem við eigum."

Rétt þegar þau voru að ganga framhjá kvenasalnum áttaði Grace sig á að hún hefði þurft að fara þangað í langan tíma og hikstaði áður en hún reyndi að opna hurðina.

"Aldrei!" hrópaði Vincente, "Þú ferð ekki þangað inn fyrr en ég hef skoðað þetta fyrst."

"Það verður allt í lagi."

"Þú manst það líklega ekki, en flestar slæmu senurnar í hryllingsmyndum gerast í stelpunaklefanum. Ég fer og kíki, og ef allt er í lagi geturðu komið inn á eftir mér. Svo þú situr kyrr hér. Ég meina, hreyfðu þig ekki um einn millimetra."

"Allt í lagi, yfirmaður," sagði Grace.

Vaski var skolaður og svo kom Vincente aftur og sagði Grace að allt væri hreint.Hún fór inn en komst þá að því að hún gat ekki haldið áfram, þrátt fyrir að hún vissi að hún þyrfti að gera það. Hún kveikti á vatninu í einum, tveimur og svo þremur krönum þar til nýrar hennar svöruðu á sama hátt. Eftir að hún hafði sinnt þörfum sínum og skolað niður, yfirgaf hún salernið.

Þau héldu áfram, með íþróttalegt vopn sitt í fylgd. Þegar þau komu aftur út fyrir skrifstofuna, stöðvuðust þau og endurskoðuðu aðferðina til að komast inn.

"Fyrst skulum við skipta um enda," sagði Vincente. Hann taldi best að hann hefði aftari endann, þyngri hlutann af vopni þeirra, til að beita sem mestri áhrifum á markmiðið: skrifstofuhurðina. Þegar þeir voru komnir í stöðu hélt Vincente áfram og útskýrði hvað hann hafði í huga.

"Þegar ég tel til þriggja, ýsið því fram með allri þeirri krafti sem þið getið safnað. Síðan hættið. Ég mun telja aftur upp í þrjú, og við munum ýta aftur. Og svo framvegis, þar til við komumst í gegnum."

"Hljómar eins og áætlun," sagði Grace og fékk góðan grip um framhlið tækisins.

Vincente taldi, og fyrsta högg þeirra var nákvæmlega rétt, en hreyfði ekki við hurðinni. Við annað höggið hreyfðist hún í rammann, og þau fundu að eitt af hengslunum efst poppaði. Þau réðust aftur á það, styrktu sig, og í fjórða sinn molnaði hurðin inn, féll yfir skrifborð skólastjórans með dynki. Þau stóðu nú frammi fyrir nýju vandamáli: hurðin var hálfopin og hálf lokuð, lóðrétt. Þau komust engan veginn lengra inn.

"Er einhver inni?" spurði Vincente.

Þögn var eina svarið.

***

Þær stóðu hlið við hlið og gláptuðu inn um opið, báðar hikandi við að klifra upp á hurðina og fara inn.

Úr ganginum sáu þær trjágrein. Hún hafði brotist í gegnum gluggann og lá á skrifborði skólastjórans. Þær tóku einnig eftir miklu magni af brotnum og molnu glerbrotum sem lágu um gólfið.Báðum datt sama hugmynd í senn. Þar sem glugginn var brotinn vítt op, hefði hver sem þar væri fastur þegar klifrað út. Nema hann eða hún væri slasaður. Það virtist ekki vera neitt blóð til staðar. Kannski var hann eða hún meðvitundarlaus undir skrifborðinu?

Vincente ákvað að nota hurðina sem brú. Enda var hún fest við hinn endann, við skrifborðið.

"Ég kem inn," hrópaði Vincente. Hann steig á huruna og skrunaði áfram. "Ótrúlegt!" hrópaði hann og leiddi Grace inn í skrifstofuna.

Það var svartur kráki. Hann staraði beint á þau á meðan hann sveiflaðist fram og til baka á enda greinarinnar. Nef hans smekkti harkalega á borðinu í taktföstu banki.

"Hversu undarlegt," sagði Vincente. "Mjög Edgar Allan Poe-ískt."

Rétt þá virtist vindurinn taka að blása. Það lét greinina sveiflast. Höfuð fuglsins rakst nokkrum sinnum í borðið og gaf frá sér enn háværari bankhljóð.

Vincente og Grace hrylltu sig við hljóðið.

Grace, sem vildi komast burt, undirbjó sig til að klifra aftur út úr skrifstofunni. Þegar hún hreyfði sig afturábak stöðvaði Vincente hana með höndinni á baki hennar.

Hún sneri sér við.Greinin lyfti sér upp með hjálp vindsins. Lyfti sér? Já, undarlega nóg var hún að rísa, hærra og hærra, næstum því á sama hæð og opna glugginn.

Hann horfði á greinina bera fuglinn upp. Skyndilega tók hún greinina alveg út um gluggann. Vindhviðan hélt áfram að bera hana upp í loftið.

"Komdu hingað, Grace, þú verður að sjá þetta!" hvíslaði hann.

Greinin skafaði við brotna gluggann á leið sinni út. Hún dró fuglinn sífellt hærra og hærra.

Þau staraðu út um gluggann og undruðust hvert tréð væri að fara með dauða kráka.

Grace gat ekki tekið augun af augum dauða fuglsins. Þau náðu sólargeislunum og endurspegluðu þá. Það var eins og gríma—gríma dauðans.

"Við verðum að komast héðan!" sagði Grace.

"Nei, bíddu. Ég vil—" byrjaði Vincente að segja, þegar vindurinn hviðraði um greinina.

Hin greinarnar lifnuðu skyndilega við. Þær hreyfðust upp af sjálfsdáðum, í nánu fylgdi þeirri grein sem var með dauða fuglinn.

Hljóðið af öllum greinunum, hreyfðust saman, sveifluðust í vindi og lyftust upp, skapaði skelfilega hljóðrugling. Það hljómaði eins og bein væru að molna.

Grace lagði handleggina utan um sig þegar hár hennar reis á höfði og hrökk upp á berskjaldaða húðina. Þegar hávaðinn varð of mikill til að þola þaki hún eyrun. Þrátt fyrir það gat hún ekki snúið augunum frá dauðu augunum á varni.

Dauði fuglinn hélt áfram að sveiflast fram og aftur, í eins konar vögguvísu. Allt á meðan hann sat áfram spjótaður á enda greinarinnar eins og kjötspjót.Grace hélt andanum. Með hverri einustu frumu líkamans langaði hana til að komast í burtu.

En samt gat hún ekki hætt að horfa á augu fuglsins. Hún var heilluð. Hrifin.

Rétt eins og Vincente.

Þau stóðu föst í tímanum.

Bíddu eftir að sjá hvað myndi gerast næst.

***

Greinarnar héldu áfram að rísa. Ógnvænleg þögn ríkti á skrifstofunni meðan fuglinn hélt áfram ferð sinni. Hann var enn umkringdur greinum sem umluktu hann og lyftu honum eins og hann væri þyngdarlaus. Síðan, með krónulíkum, gigtarlegum fingrum sínum, byrjuðu greinarnar að vagga fuglinn í sér og hristu hann fram og aftur, fram og aftur.

Sýnin var svo hrikaleg að Grace langaði til að öskra. Í staðinn hóf hún að sveiflast fram og aftur, eins og Vincente. Það var fegurð í hreyfingu, uppgangurinn. Sveiflingurinn. Sveiflingurinn og uppgangurinn.

Þau þurftu að færa sig fram, nær glugganum, til að sjá það núna. Þau voru varkár við að stíga ekki á glerbrotin sem þökktu gólfið í kringum þau á meðan þau réttu úr hálsinum í gegnum brotna glerið og út um gluggann. Æ hærra og hærra, var fuglinn enn að sveiflast mjúklega, borinn til himins.

Þá stöðvaðist allt, í loftinu.

Þögn fyllti sviðið.

Stöngin á trénu hreyfðist.

Það var lítil hreyfing í fyrstu.

Varla sjáanleg.

Hún nötraði, eins og einhver sem nývakið var.

Hún hóstaði. Hún spúði.

Hún sveiflaðist og krampaði.

Og þá gátti það af skuggalegu andliti. Andliti með risavaxnum, víðopnum munni sem hinn dauði varníkur datt í.

Það heyrðust knirkhljóð. Hrollvekjandi hljóð, eins og bein væru að brotna og malast.

Það beljaði. Nokkur svört fjöðrur flauguðu út úr munni þess. Ein flaug niður, settist á gluggakistuna þar sem Grace og Vincente stóðu og gapti.

Þá hreyfðust greinarnar aftur. Breyttu stefnu. Benti niður á við.

***

"Hlaupið!" hrópaði Vincente.

Aftan heyrðu þau tréð hreyfast hratt. Þegar greinarnar komu aftur inn um gluggann brotnuðu fleiri glerbrot á gólfið.

Handsamaði Vincente Grace og dró hana eftir ganginum. Þau flugu, nánast eins og önduandarinn hefði numið yfir líkama þeirra.

Gigtarlegir, trélegir fingur þreifuðu leið sína eftir ganginum, fylgdu eftir, bankuðu, eyðilögðu og skrapuðu allt sem var innan seilingar.

Þegar Vincente og Grace gengu út úr skólanum tók hann lyklana úr vasanum og kastaði til hennar. Hann sagði henni að opna hurðina, kveikja á bílnum, og að hann kæmi aftur til hennar eftir augnablik. Ef ekki, ætti hún að keyra burt.

"Ég kann ekki að keyra."

"Þú munt læra fljótt!"

Þegar inn í bílinn kom, horfði hún á hann taka skyrtuna úr sér. Hún horfði á hann festa treyjuna utan um hurðarhúnana. Hann fléttaði hana inn og út eins oft og hann mögulega gat, í þeirri von um að kaupa þeim smá tíma.

Þegar greinarnar komu framhjá horninu við enda gangarins sneri Vincente sér við og hljóp. Hann stökk inn í bílinn, skellti hurðinni og þrýsti á bensíngjöfina í botn.

Bíllinn þeyttist burt þegar greinarnar brotnuðu inn um dyrnar.

"Vá! Þetta var ansi nærri lúxus," sagði Grace þegar þær voru komnar nokkrar blokkir frá skólanum. Hún var enn að anda hátt og átti í erfiðleikum með að ná andanum.

"Ekki að tala um! Allt við það, það skrímsli, var brjálað!"

"Hvaða tegund af tré var þetta eiginlega?" spurði Grace.

"Ég held að þetta hafi verið ólífutré. Spurningin er, af hverju var það að éta fugla? Hvers vegna hafði það næstum mannlegt andlit og þörf fyrir að éta hold?"

"Ég hef heyrt um fugla sem hreiðra sér í trjám, en aldrei um tré sem éta fugla!"

"Já, við erum í alveg öðrum heimi núna, Grace, og ég er að hugsa að við ættum kannski að útvega okkur vopn. Hver veit hvað annað er þarna úti? Við þurfum að hugsa um að verja okkur. Því fyrr, því betra."

"Hvar gætum við fengið vopn?"

"Ég þekki stað í borginni þar sem við getum prófað byssur, hnífa, hvað sem við þurfum. Reyndar er enginn tími eins góður og núna. Ég er nógu skelfd til að sækja vopnin strax."

"Ég er búin á því, en ég held að ég muni ekki sofna bráðlega," sagði Grace og lagði hendur yfir bringu.Þegar þau óku um trjáræmda götuna, var ótti í hjörtum þeirra sem aldrei hafði verið þar áður: tré! Kjörgrasætandi tré.

"Ég hélt alltaf að ólífutré væru táknræn fyrir frið. Og ég man eftir sögum um ólífutré í Biblíunni og í goðafræði," sagði Vincente.

"Eru þau innfædd á Ástralíu?"

"Alls ekki. En af hverju skiptir það máli?"Enginn þeirra vissi það með vissu. Né vissu þau af hverju kjötætandi tréð hafði tekið á sig svo óvenjulega eiginleika.

Þau reyndu að hugsa ekki um það á meðan þau gengu að vopnabúðinni í hjarta Sydney.

KAFLI 13

Blikkandi skilti fyrir framan búðina pulsuðu orðin: 'Byssur! Byssur! Byssur!' Í smáu letri stóð: Leyfi krafist samkvæmt lögum NSW-ríkisins.

Þar sem þau voru að lifa í algerlega nýjum heimi voru þessi lög ekki lengur lög landsins.

Vincente Marino og Grace Greenway áttu ekki leyfi. Þau voru ekki átján ára. Þau áttu enga skilríki og engan pening. En það skipti engu máli. Þau voru hér til að verja sig. Ekkert myndi stöðva þau.

Vincente ýtti hurðinni upp og þau gengu inn. Grace stóð aftan við Vincente og fann sig yfirbugaða af öllum vopnunum. Hún leit um sig, reyndi að komast í rétta stemningu, en það var langt umfram hennar ímyndunarafl.

"Þetta er gott," sagði Vincente. "Þú getur fyllt það af mörgum skotum, svo þú þarft ekki að endurhlaða jafnoft. Gott væri að hafa það í bardaga. Það getur auðveldlega gegnsýkt stofn hvers tré."

"Mmm," sagði Grace tregt, því henni datt ekkert annað í hug til að segja.

Síðan hélt Vincente áfram og tók upp annað vopn. "Þetta er líka gott því það er lítið og auðvelt að fela. Sjáðu til, ég get sett það beint framan í buxurnar mínar, og enginn myndi einu sinni vita að ég væri með það á mér."

"En er það ekki hættulegt? Fyrir þig, meina ég. Gæti það ekki, eh, farið af óvart?"

Vincente brosti, "Ég myndi skilja öryggisrofa á. Ég myndi ekki vilja skjóta neitt af."

Grace brosti og roðnaði. Hún gat varla trúað því að þau væru að eiga þessa samræðu þegar Vincente lagði byssuna í lófa hennar. "Hún er líka nógu lítil til að þú getir sett hana í handtaskuna þína."

Hún fann fyrir byssunni. Hún var alveg án þyngdar og passaði vel í lófanum á henni. Hún var hissa á því að henni fyndist hún ekki svo framandi, en hún var ekki mjög ógnvekjandi, líklega vegna þess að hún minnti á leikfang.

"Hún er ekki hlaðin," sagði Vincente. "Reyndar eru engin vopnin hlaðin. Ekki hafa óttum við að taka þau upp og skoða betur."

"Að prófa áður en við kaupum?"

"Já, mjög fyndið. Við skulum halda áfram að skoða."

Hann horfði á Grace opna huga sinn og sætta sig við að nýja veruleiki þeirra krafðist vopna.

Grace tók upp plastkörfu og fór að skoða hnífana. Þær voru í öllum stærðum og gerðum, og þar voru líka sverð. Forvitin tók hún nokkra hnífa í málmhylki og stakk þeim í körfuna. Hún gæti alltaf notað þá til að skera niður gulrætur og lauk, ef allt færi til verstra.

"Vá, þessi litli," Vincente benti á einn hnífinn sem Grace hafði í körfunni, "gæti sennilega skorið viðarstokk í tvennt. Frábær val."

Grace glitti af hamingju. Vincente hafði hrúgað nokkrum byssum í hermannalegan kassa. Hann var með nokkur stór færanleg skotmörk undir handarjaðri sér.

"Ég kenni þér að nota byssurnar þegar við erum komin út úr borginni. Ég þarf líka að fara í endurmenntunarnámskeið með alvöru vopnum, þar sem allur vopnaáhugi minn er frá tölvuleikjum."

"Við gætum skotið beint niður George Street og enginn myndi heyra það," sagði Grace.

"Satt, satt, en mér myndi bara finnast það of skrítið. Ósiðmennt, ef þú skilur hvað ég á við?"

"Já, ég skil það," sagði Grace. "Eftir allt saman er Sydney heimilið okkar. Við verðum að sýna því þá virðingu sem það á skilið."

"Já, þetta er borgin okkar, okkar Sydney, og ég get ekki hugsað mér fallegri borg til að stranda í með þér, Grace."

Hún roðnaði þegar hann gekk að henni. Hann tók plastílát með hnífum og gekk að bílnum. Hún hafði aldrei elskað hann meira. Því meira sem hann tók völdin, því meira glóði hann af kynþokka og testósterón. Hún óskaði þess að hún gæti bara hlaupið til hans og kysst hann opinberlega. Hann myndi líklega halda að hún væri of ákafin og hefði misst vitið – aftur.

Vincente hugsaði hversu kynþokkafull Grace leit út, með byssuna í lófanum. Hann taldi að hún yrði enn kynþokkafyllri ef hann kenndi henni að skjóta. Hann stöðvaði sig. Grace var ekki hans týpa. Hún hafði verið mjög hugrökk hjá skólastjóranum. Hún hélt karlinn þegar margir aðrir hefðu algjörlega misst sig. Hann var samt áhyggjufullur, aðallega vegna þess að hann hugsaði of mikið um hana. Af hverju? Þau voru nú þegar saman allan sólarhringinn, sjö daga vikunnar.

Af hverju langaði hann ekki í smá einn tíma?

Með Missy Malone, eftir nokkra klukkutíma—ef þau voru ekki að kyssast—þá leið honum leiðinlegt. Hann vildi stunda íþróttir eða hanga með strákunum. Hún var hans týpa: falleg og vinsæl. Hún var ekki beint snjöllust, en það skipti engu máli svo lengi sem þau passuðu vel saman.

Raunin var sú að Missy var sennilega farin núna, eins og allir hinir. Hann saknaði hennar og velti fyrir sér hvort hlutirnir myndu vera öðruvísi ef þau væru síðustu sem eftir voru. Annað en það sem var núna á milli hans og Grace. Hann fann sig vel með Grace og hún var ekki krefjandi.

"Erum við tilbúin að fara NÚNA?" krafðist Grace og hann hrökk aftur til raunveruleikans.

"Já, afsakaðu. Ég var bara að týnast í hugsunum í eina stund."

"Það er farið að dimma. Kannski ættum við að finna okkur stað til að gista í nótt?"

"Já. Ég þekki akkúrat réttan stað. Skulum fara og gista í Sydney-flóanum. Við getum slappað af þar og látið eins og við séum ferðamenn."

"Hljómar fullkomlega."Þau óku að The Quay og stöðvuðu rétt fyrir utan Marriott-hótelið. Þau gengu inn, og eftir að hafa útbúið sér mat í tóma hóteleldhúsinu héldu þau áfram upp stigann inn í penthouse-íbúðina með mörgum svefnherbergjum.

Í sínum hvoru herbergi sofnuðu þau og dreymdu um kjötætandi tré.

Og um að kyssast.

KAFLI 14

Næsta morgun stóð Vincente á svalanum sínum. Hann horfði út á Sydney Harbour Bridge og skannaði sjóndeildarhringinn, tók auga á Óperuhúsið. Allt virtist eðlilegt, eins og áður. Flestar ferjurnar í höfninni lágu festar við bryggjuna, hraktar fram og aftur af öldunum. Bíddu eftir farþegum. Nálægt leit allt út eins og hann mundi það.

Þá víkkaði hann sjónarhornið og áttaði sig á að nokkrir ferjur höfðu rekist á land. Þær voru hálfpartinn í vatninu og hálfpartinn á landi.

Grace kallaði til hans. Þegar hann kallaði til baka kom hún inn um herbergið hans og gekk út á svalirnar með honum. Hann gerði þeim báðum kaffibolla. Þau settust úti.

Grace hafði þegar sturtuð sig. "Ég held að við þurfum virkilega að kaupa okkur ný föt í dag."

"Já, ég er sammála. Ég hefði átt að hugsa um það í gær."

"Skulum fara í göngutúr, kaupa nokkra hluti og svo getum við reynt að njóta dagsins og sólarinnar aðeins."

"Þetta er góður morgunáætlun. Svo á eftir fer ég með þig hingað aftur og þú getur kannski fengið þér bók, eða við getum fundið þér fartölvu."

"Ég held ég vilji frekar vera hjá þér."

"Ah, þá hlýtur þú að vera mun betri í dag," tók Vincente eftir.

"Já, það er ég. Ég finn... Jæja, ég er ótrúlega hamingjusöm í dag."

"Skulum fara og fá okkur morgunmat og versla aðeins."

"Fram með!"

***

Unglingarnir prófuðu á sig fullt af fötum, bæði fínum og hagnýtum, en verslunarferðirnar voru ekki eins skemmtilegar þegar maður gat fengið allt sem maður vildi. Eftir smá stund urðu þeir leiðir á þessu og tóku bara með sér það sem þeir þurftu.

Aftur inni í herberginu skaut Grace sér í þröng bláar gallabuxur, himinbláan hálsfestarkjóla og par af Nike-hlaupaskóm. Hún fann líka bjartrauðar, þægilegar flip-floppur.

Vincente var í svörtum gallabuxum, hvítum stuttermabol og Pumps-skóm.

Í bílnum var þeim verulega þögt á meðan þeir óku eftir trjáskreytum götum. Þeir tóku eftir alls konar dauðum trjám sem virtust gera grín að þeim á ferð sinni. Beinagrindur trjánna, að deyja eða þegar dauð, létu þá líða nokkuð vonlausari. Löng, beinleg fingur greinanna réttu úr sér og spotuðu þau.

Það virtist sem náttúran væri að snúa sér gegn þeim. Kjörgróður sem étur kjöt. Trén dauð eða að deyja. Engin epli. Engar appelsínur. Engar perur. Engar sítrónur. Engar límónur. Engar ólífur. Engin jólatré. Engar tignarlegar eikar sem sveifluðu sér í blíðri andvari.

Við vegbrúnina fundu þau beygðasta og snúðugasta trégersli sem þau höfðu nokkru sinni séð. Pínulíkamir þess, sem var að rotna, teygðu sig til himins, eins og það væri að ná til hins óhjákvæmilega, til eilífðar.

Grace skjálfði og tók þá eftir einu tré í fjarlægð. Þetta tré var öðruvísi en hin. Greinar þess teygðu sig yfir bolinn í laginu eins og kross.Vincente stöðvaði bílinn. "Mamma mín er listakona," sagði Vincente. "Ég held að ég man eftir einhverri málverki, kannski eftir Delacroix, með svipuðum trjám og Jakobi berjandi við engil."

"Heldurðu að þetta sé merki?"

"Ef þetta er merki, þá veit ég ekki hvernig ég á að lesa það."

"Kannski óx það bara svona upp úr jörðinni."

"Kannski."

Grace tók eftir einhverju öðru. Það var hópur af runnum. Rósarunnar. Á enda eins greinar óx ein rauð rós. Hún var sú síðasta. Kannski síðasta blómið nokkurn tíma.

Grace beygði sig niður við hlið hennar, eins og hún væri að knébinda við hana. Að biðja til hennar.

Vincente horfði á, óviss um hvað hann ætti að gera eða segja.

Grace lyktar af ilmandi ilm hennar, kúraði hana. Verndaði hana fyrir andvari. Grace hugsaði með sér að hún myndi vilja liggja niður við hliðina á henni, vera þar, innan sjónmáls þessa dásamlega, eina rauða rósar.

"Komdu nú, Grace," rofði Vincente hugsunum hennar. "Það er að verða sífellt dimmara."

"Ég vil vera hér."

"Við getum ekki dvalið hér. Við getum ekki stöðvað tímann."

"Ég veit það! Ég er ekki geðveik. Ég vil bara vera hér, halda í þessa rós." Hún faðmaði hana. "Ég vil vera hluti af einhverju sem er sannarlega fallegt. Ég vil halda í eitthvað sem hefur vaxið upp úr jörðinni; úr jörðinni sem við þekktum áður. Ég vil skipta út minningu þess blóðþyrsta trés fyrir minningu þessarar rósar. Eitthvað fallegt—"

"—er gleði að eilífu," sagði Vincente. "Ensk tími. John Keats."

Grace var enn heltekin af rósinni.

Vincente var farinn að hafa áhyggjur, því nú var orðið svo dimmt, og þau voru á akrinum umkringd alls konar trjám og runnum.

Hvað ef eitt þeirra var eins og hitt tréð, sem þau héldu að væri ólífutré? Hvað ef þau voru öll svona? Hann vildi komast út þaðan, koma þeim báðum út þaðan. Úr yfirvofandi hættu. Grace," sagði hann og beygði sig niður við hlið hennar, "þessi blómstaður mun detta þegar hann er tilbúinn. Þú getur plokkað hann núna og tekið hann með þér. Þá mun hann vera hjá þér. Fegurðin mun vera hjá þér í nokkra daga. Eða þú getur látið örlögin, tilviljunina, náttúruna eða Guð, ef hann er til, sjá um það og bara gengið burt."

Vindurinn var að safna kröftum sínum og Grace fór að skjálfa.

"Stormur er að koma upp, Vincente. Skoðaðu skýin þarna fyrir ofan. Þau eru að þéttast saman, nánast eins og þau séu að reyna að ýta hvert öðru út af himninum."

Hann leit upp, en allt sem hann sá var myrkur.

"Finnurðu það ekki?" spurði hún. Hún skjálfði aftur og tennurnar byrjuðu að klökkva. Hún lagði hendur utan um sig og sleppti rósinni.

Þau stóðu saman á akrinum þar til næturlitaði himinninn fór að krauma, snúast og krullast. Þá hófst regnið að falla í svörtum, blekstertdropum, sem lét þau fela andlitin og hlaupa til skjóls.

Ljósgeislar voru kastaðir niður frá dökkum himni í Z-laga spjótum til jarðar, og slógu til hvar sem þeim var beint í handahófskenndum höggum.

Um allt í kringum þau slógu eldingar tré og hús, og þau loguðu upp. Rigningin varð hörðari og eldingin sló enn á ný.

"Hún þurfti að læra að berjast fyrir sjálfri sér til að lifa af," sagði Grace. Hún var að tala um rósina, en hún vissi að þau þyrftu einnig að berjast, og að náttúran sjálf myndi berjast af alefli.

"Þarna fór nú um nýju fötin okkar," sagði Vincente.

Þau flúðu þaðan, á meðan þau forðast eldingarnar eins og í kappakstri.

KAFLI 15

Þegar næturhiminninn brann loksins út af eldingum og rigningu, keyrðu Grace og Vincente að vegbrúninni. Saman horfðu þau á sólina rísa á sjóndeildarhringnum.

"Það er alveg nýr dagur," sagði Grace.

"Já, og í dag held ég að við ættum að fara yfir til mömmu þinnar – hússins þíns."

"Alvöru? Þetta er dálítið ógnvekjandi. Heldurðu að það sé kannski of snemmt fyrir mig að fara þangað aftur, að upplifa heimilið mitt aftur? Hvað ef—?"

"Engar 'hvað ef' í dag. Skulum bara fara og við sjáum hvað við finnum þegar við komum þangað, í lagi?"

"Hversu langt er þangað?"

"Ekki langt frá því þar sem við vorum áður, við skólann."

Grace hugsaði um heimilið sitt um stund. Hún ímyndaði sér mömmu sína við framdyrnar, opna þær og taka hana í faðm með mikilli gleði yfir því að sjá hana. Grace fann tár rennur niður kinnina og hún þurrkaði það burt með lófanum, í þeirri von að Vincente hefði ekki tekið eftir því.

"Það er í lagi að hugsa um mömmu þína, veistu. Þú ættir ekki að vera hrædd við að muna."

"Það er bara... ég er að ímynda mér hluti, búa þá til, í stað þess að eiga raunverulegar minningar til að lifa eftir. Mér finnst þetta vera lygi."

"Hæ, þú ert ekki sú fyrsta sem lygur að sjálfri þér, og þú munt ekki verða sú síðasta! Þegar ég var barn dreymdi mig um að verða listamaður, eins og mamma mín, og sjáðu mig núna: ég er íþróttakona. Og ef ég væri listrænn í stað þess að vera íþróttamaður, heldurðu að ég hefði verið vinsæll? Að mér hefði verið tekið fagnandi?"

"Af hverju er það svona mikilvægt fyrir þig? Ég meina, að vera samþykktur af öðrum, sumum sem þú þekkir ekki einu sinni?"

"Ég-ég hef eiginlega ekki hugleitt það áður," sagði Vincente. Nú var hann að ljúga að sjálfum sér, og hann var líka að ljúga að Grace. Hann gat ekki sagt henni að hann væri í raun listamaður sjálfur, því hann hafði aldrei sagt neinum frá né sýnt neinum verk sín. Hann geymdi þau alltaf falin í herberginu sínu. Enginn vissi það, nema foreldrar hans og afi og amma hans.

Hann horfði á hana. Grace Greenway, stelpan sem einu sinni hafði gert stærðfræðiverkefnin hans fyrir hann. Grace Greenway, stelpan sem hafði gífurlega mikla hæfileika til að setja fram stærðfræðijöfnur, langt umfram aldur sinn.

Og hér var hann, Vincente Marino, íþróttastrákurinn, sá sem var dáður og dáinn, sá sem treysti á aðstoð hennar til að halda einkunnum sínum nógu háum til að geta haldið áfram að spila. Því ef hann spilaði ekki íþróttir var hann ekkert og enginn. Það var Grace sem leyfði honum að halda áfram að spila, og hún bað ekki einu sinni um þakkir né þakklæti í staðinn.

Reyndar hafnaði hún honum aldrei einu sinni, ekki einu sinni þegar hann gekk í lið með hinum hópnum og var ekki alltaf sá vingjarnlegasti við hana. Þ.e. hann studdi hana aldrei opinberlega, ekki einu sinni þegar hinir strákarnir gerðu grín að þyngd hennar og yfirburða reiknihugs.

Hann kunni þó nú að meta hana, meira en hún vissi, og hann var staðráðinn í að falla ekki í sömu gildru og áður. Hann vildi ekki lengur vera sá týpu sem taldi Grace Greenway sjálfsögðum hlut.

"Þetta er það," sagði Vincente þegar þau keyrðu inn í innkeyrsluna við Wheat Field Röð 15.

"Áður en við förum inn, verð ég að segja þér eitthvað." Grace hikstaði og hélt svo áfram: "Þarna úti, fannst þér eins og eitthvað væri að þjást? Þessir svörtu regndropar, ég meina svörtu regndropar!? Ég finn það ennþá, en það er ekki eins sterkt. Það er eins og eitthvað sé að sjóða undir yfirborðinu, bíður eftir hefnd – þó ég viti ekki á hverjum. Það er eins og náttúran sjálf sé í sárum og kalli á hjálp."

"Grace, ég held að þú hafir rétt fyrir þér, og þetta er eitthvað sem við þurfum að hugsa um. Hugsa alvarlega um, og kannski jafnvel rannsaka þessar regndropur. Þær voru aðeins tímabundnar og skoluðust strax úr fötunum okkar. En í bili skulum við einbeita okkur að núinu. Þú ert komin heim og hvað sem var að gerast úti er nú kyrrt. Skulum njóta nýja dagsins."

"Ég skal reyna," sagði Grace, "en hvað sem þetta er úti, held ég að við þurfum að vera viðbúin."

"Við erum viðbúin. Við eigum vopn. Fyrst og fremst eigum við hvert annað. Enginn okkar er einn í þessu. Við erum lið núna."

"Lið," endurtók Grace þegar hún steig út úr bílnum og leit að húsinu sínu í fyrsta sinn. Hún strauk höndinni eftir rauðgulu múrsteinunum alla leið að framhurðinni.

Hún stöðvaðist um stund og dáðist að fegurð þess. Hún bjóst við að muna eftir svo merkilegri framhurð, en engar minningar komu."Þetta er..." sagði Grace og dáðist að lituðu glerið, sem tók á sig lögun fugls í flugi. Grace strjók fingrunum eftir ytri brúnunum, í þeirri von um að finna tengsl við það.

"Feniks," bætti Vincente við. "Samkvæmt goðsögninni logar hann upp og fæðist svo aftur."

"Brennandi fugl. Eiga foreldrar mínir brennandi fugl á framhurðinni okkar?"

"Það virðist svo. Mér finnst þetta algjör snilld. Það er líka tákn friðar og sannleikans. Ég giska á að það sé önnur ástæða fyrir því að þau völdu það."

"Já, það hljómar eins og gott fugl til að gæta hússins þíns." Grace stígaði varlega á grasið, skoðaði allt gaumgæfilega.

"Ekki reyna of mikið á sjálfa þig, Grace. Opnaðu bara hugann fyrir minningunum. Láttu þær vita að þú sért tilbúin að taka á móti þeim."

"Ég hef verið tilbúin að taka á móti þeim frá þeim degi sem ég vaknaði!" hrópaði Grace, en hún skildi fullkomlega hvað hann átti við. Hún vildi ekki styrkja efasemdir og óþarfa hindranir. Hún vildi vera eins og á, á sem minningarnar hennar gætu flætt frjálslega aftur til hennar.

"Láttu tilfinningar þínar leiða þig," sagði Vincente. "Láttu skilningarvitin taka völdin."

"Allt í lagi, allt í lagi," sagði Grace. "Þú lætur þetta hljóma svo auðvelt, en það er það ekki. Ég finn mig eins og tóma striga, og ég ætti ekki að finna svona. Ekki þegar ég er heima."

"Gefðu því tíma. Vertu þolinmóð. Nú skulum við fara inn. Kannski innandyra..." Grace vissi nákvæmlega hvað hann var að hugsa. Hún rétti út höndina að handfanginu. Það hreyfðist ekki. Hún bankaði upp á og hringdi bjöllunni, en það var ljóst að enginn var heima.

"Kannski er lykill einhvers staðar úti hérna," benti Vincente á. "Hugsaðu þig vel – hvar myndi mamma þín skilja eftir lykil?"

"Ég hef enga hugmynd," sagði Grace. Þó hafði hún eina hugmynd; henni datt í hug að móðir hennar gæti hafa skilið lykilinn eftir í póstkassanum. Hún fylgdi þeirri tilfinningu, opnaði lokið, en leitunina bar engan árangur.

"Þú ert að standa þig frábærlega!" sagði Vincente.

Grace vissi að hann var að reyna hvetja hana. Hún fann sig bara svo yfir sig farin að henni fannst erfitt að meta eða þiggja litlu hvatningarorðin hans án þess að finnast þau niðrandi.

Grace lokaði augunum og reyndi að ímynda sér lykil. Hún hugsaði um að hann væri undir dýnu, en engin dýna var við framdyrnar.

"Vincente, ég held að lykillinn sé undir dýnu."

"Þangað lætur mamma mín alltaf lykilinn fyrir mig. Ertu viss um að þú sért ekki að nálgast minningarnar mínar?" grínist Vincente.

Þau hlógu.

"Kannski aftan við?"

Þau fundu dýnu, og lykilinn. Grace Greenway var loksins komin heim.

KAFLI 16

Grace hikstaði áður en hún setti lykilinn í lásinn. Hún hugsaði til hversu þakklát hún var að þau hefðu fundið lykilinn. Hún hafði óttast hvað myndi gerast ef þau fyndu engan. Þá hefðu þau þurft að brjóta glugga eða rjúka hurð. Hún myndi ganga inn í eigið heimili eins og innbrotsþjófur, og hugmyndin um það lét hana skjálfa, jafnvel núna.

"Við erum næstum komin þangað," sagði Vincente og reyndi að hvetja Grace til að opna dyrnar, fullkomlega meðvitaður um hversu hrædd hún hlýtur að vera. Þetta var nýr heimur, já. En hann var samt hennar eigin heimur. Ef hún hefði engar minningar um hann, hvað þá? Vissulega myndu þær minningar koma aftur. Með tímanum. Í bili myndu þau takast á við hvað sem fyrir kom saman. "Ertu tilbúin?" spurði hann.

"Ég er bara að hugsa hversu þakklát ég er fyrir að við fundum lyklinn."

"Við fundum hann ekki, þú gerðir það, og það er gott merki, en við erum ekki að flýta okkur. Hvenær sem þú ert tilbúin." Hann settist á efri tröppuna og gaf henni pláss til að opna hurðina á sínum tíma. Eitt sem þau höfðu nú í gnægð var tími. Það hafði vissulega ekki verið svona áður, þegar þau þurftu að mæta í tíma, ná strætó, hanga með vinum, gera heimavinnu og taka próf og þátt í íþróttum skólans, auk fjölskyldumála. Dagarnir voru alltaf fullir af verkefnum.

"Allt í lagi, þá er þetta komið," sagði Grace. Hún snéri lyklinum í lásnum og ýtti hurðinni upp. Hún bauð Vincente að koma inn til sín og aftur flaug hugur hennar til þess að vampírur þyrftu boð til að komast inn í heimili.

Hún brosti, undrandi á því hvers vegna vampíruefnið hélt áfram að flæða um hugann á henni á undarlegustu tímum. Ef hann væri einn slíkur, vampíra, hvernig gæti hann þá nærst? Þegar þau voru einu heitu líkamin sem eftir voru í heiminum? Nema það að það sem hafði gerst hefði breytt kerfi hans, svo hann þyrfti ekki lengur blóð til að lifa af? Hvers vegna gat hún munað allt þetta um vampíra en ekkert annað?

Grace hristði höfuðið. Hún reyndi að láta skrýtnu hugsanirnar um vampíra hverfa svo hún gæti snúið aftur til raunveruleikans. Augnablikið þegar hún kom aftur inn í eigið heimili. En aftur á móti, kannski var það einmitt það sem hún var að reyna að forðast að hugsa um.

Í enda hússins var atríum, með fullt af plöntum og púðum. Staður þar sem maður gat sest, horft út í garðinn og slakað á. Grace sneri sér við og tók eftir sveiflu og rennibraut sem voru falin fyrir aftan garðskúrinn.

Í eina stund ímyndaði hún sér að renna niður og sveiflast sem lítil stelpa. Hún reyndi að muna eftir mömmu sinni eða pabba sínum ýta undir hana á sveiflunni, eða Daryl og sér sjálfri hlaupa um garðinn. Hún gat ímyndað sér allt saman, en það var bara það: hennar ímyndun. Ekki minningar um það sem raunverulega gerðist.

Vincente stóð hjá henni, fylgdist með henni en fylgdist samt ekki með henni á sama tíma. Hann taldi að hún þyrfti pláss fyrir sig og vildi hvorki vera í vegi né láta hana líða óþægilega. Á sama tíma vildi hann að hún leiddi. Þó hún myndi ekki muna, var þetta jú heimilið hennar og hann ekki annað en framandi maður hér.

Hann fylgdist þögull með henni, týndri í hugsunum sínum, á meðan augu hennar könnuðu garðinn.

"Ég... ég man þetta ekki," sagði Grace loks.

"Það mun koma," sagði Vincente. "Skulum fara inn og reyna að slaka á."

"Í lagi," sagði Grace og hélt eftir ganginum. Hún gekk framhjá herbergi með lokuðum hurð. Forvitin opnaði hún hana og kom þá í þvottaherbergið.

Framar á ganginum gekk hún inn í eldhúsið. Það var eins og að ganga inn í sólargeisl. Eldhúsið var allt gult. Kanaríugult, allt frá eldhústækjum, gardínum, veggfóðri, borðdúk og borðmottum. Grace gekk nær og tók eftir litlum mynstrum sólblóma á nánast öllu. Móðir hennar var greinilega mikill aðdáandi gular litarins og enn stærri aðdáandi sólblóma.

"Sólblóm," sagði Grace og brosti breitt. Hún tók þurrkaða stilkana úr vasanum, fyllti hann við vaskinn og setti þá aftur í ferskt vatn. Þeir rifnuðu strax. Grace leit út um gluggann og uppgötvaði röð af visnum sólblómum sem lá meðfram húsinu. Þau sem hún hafði rétt snert höfðu verið plokkuð af mömmu hennar. Kannski af henni sjálfri. Hún hafði borið þau inn í eldhúsið og sett þau í þennan nákvæmlega sama vasa.

"Mamma þín vissi sannarlega hvernig á að færa sólskinið innandyra," sagði Vincente og reyndi að hugga Grace, sem var aftur týnd í hugsunum sínum. Hann settist við borðið í borðstofunni, varkár til að gera ekki mikið um sig þegar hann ýtti stólnum aftur. Hann leit um herbergið og taldi það nokkuð fínt, en dálítið ofhlaðið fyrir sinn smekk. Smá sólskin í húsinu var gott, en þetta var eiginlega, jæja, bjart. Á þessu augnabliki saknaði hann sólgleraugun sín alvarlega.

Grace strauk hendi sinni eftir borðplötunni, að reyna að tengja aftur. Hún opnaði nokkur skápana og fann kaffibolla merktan nafni hennar. Einn var með áletrunina #1 Pabbi, annar Heimskubesta mamma, og svo var einn bolla sem bar aðeins eitt orð: Daryl. Þetta var hennar hús. Það voru sönnunargögn. Af hverju gat hún ekki munað?Láttu mig muna, hugsaði hún, eitthvað, hvað sem er. Vinsamlegast.

Vincente taldi að Grace hefði verið nógu lengi týnd í hugsunum sínum og ákvað að það væri kominn tími til að trufla hana. Hann skaut stólnum aftur, ekki hljóðlega að þessu sinni, og lét hann skríða um gólfið þegar hann sagði: "Æi, fyrirgefðu, en maginn minn er að bulla svona mikið, ég gæti alveg notað smá snarl."

Hugur Grace flakkaði aftur til hugsana vampírunnar í eina stund, en svo sneri hún sér við og opnaði ísskápinn. Ekki var mikið í honum þar sem mamma hennar hafði eytt mestum tíma sínum á sjúkrahúsinu. Hún opnaði efri skápinn, tók fram krukku af kaffi og hellti upp á fyrir þau bæði. Hún skeiðaði í hann smá af gervimjólkurkremi. Þau slurkuðu þögul í nokkrar stundir.

"Ef þú gætir fengið hvað sem er að borða, hvað sem er, hvað myndir þú vilja?" spurði Grace. Ef hann myndi svara með flösku af blóði myndi hún falla í óvit.

"Ég myndi vilja stóra, safaríka steik—blóðrauða, og bökuða kartöflu með sýrðum rjóma og smjöri smurt ríkulega yfir og bráðnandi um alla kartöfluna, og í eftirrétt, Lamington."

"Skulum elda okkur veislu næst þegar við gistum á hóteli, sammt?" sagði Grace.

"Ertu góð kokkur?"

"Ég hef engan hugmynd! En ég er reiðubúin að prófa."

"Ég hef ekki eldað mikið. Venjulega eldar mamma og stundum þegar hún er úti nota ég örbylgjuofninn eða panta útiveitingar."

Þær þögðu aftur í nokkrar stundir. Grace horfði niður ganginn, hvatti sjálfa sig til að skoða restina af húsinu. Hún kíkti á klukkuna fyrir ofan vaskinn, og hún sagði henni að klukkan væri rétt rúmlega sex.

Brátt myndu þau þó verða þreytt og þyrftu að fá sér svefn. Fljótlega myndi verða myrkur. Vissulega gátu þau kveikt á ljósunum, en hún kaus frekar að skoða húsið núna, á meðan þau höfðu enn allt þetta yndislega dagsljós til að nýta sér.

"Allt í lagi, ég er tilbúin að halda áfram könnuninni," sagði Grace. Hún stóð upp og skolaði tómar bolla í vaskinum. Síðan fór hún út úr eldhúsinu og hélt áfram eftir ganginum.

Vincente fylgdi þögulega á eftir henni og gaf henni aftur tíma og svigrúm til að kanna frjálslega. Hann gaf henni tækifæri til að víkka út hugann.

***

Göngin voru löng og ekki eins björt og eldhúsið hafði verið. Þó voru hjá mömmu Grace hliðaborð, speglar og myndir sem héldu þér félagsskap á leiðinni að algjörri myrkri stofunnar. Grace sté yfir teppilagðan gólfið og kastaði gardínunum til hliðar með einu rykk. Hún sneri sér við til að sjá hvað hún hafði misst af. Hún vonaðist til að með þessari skyndihreyfingu myndi allt koma aftur til hennar.

Vincente fylgdist með, án þess að láta í veðri vaka að hann væri að gera það. Hann vildi ekki auka þrýstinginn á stöðuna.

Grace lagði hendur á mjöðmir sér og í nokkrar stundir birtist von í hjarta hennar.

Hún hélt andanum.Vincente tók einnig eftir vonarglampa og hann hreyfði sig að henni.

Hún stöðvaði hann með lófanum. Hún fór að ganga fram og til baka.

Grace var eins og fugl sem leitar að fæðu úr lofti. Hún snérist hring eftir hring um herbergið.

Brátt slokknaði vonarglampi í augum hennar og hún féll saman í hrúgu.

Hún lagði hendur fyrir augun og grét.

KAFLI 17

Vincente hnippti sér á hné fyrir framan Grace. Hann leitaði að réttum orðum. Hann fann þau ekki því hugurinn var að snúast í hring og hjartað barðist af kappi. Hann var orðinn andlaus af því að halda aftur af sér—halda aftur af lönguninni til að taka hana í faðm sinn og...

Vincente tók sjálfan sig í hnakkann. Hann átti samtal við sjálfan sig um að hún væri ekki sú tegund stúlku sem hann dregst að. Að það skipti engu máli hversu mikið hann lét undan tilfinningalegu óróleika hennar. Hann var samkenndugur einstaklingur stundum. Ekki oft, en stundum. Þegar hann sá fréttir af fólki sem slasaðist, fólki sem var haldið í gíslingu, stríðhrjáðum löndum, eða börnum eða dýrum sem voru misþyrmt, grét hann.

Nú þegar hann horfði á Grace fyrir framan sig varð það eins og að horfa á fréttirnar. Hann vildi rétta úr sér hendina og hugga hana eins og barn. Af hverju var hann þá líka að finna fyrir einhverju öðru? Eitthvað öðruvísi? Og hvað var það? Hann kannaði tilfinninguna í smástund og áttaði sig nákvæmlega á hvað það var. Hann fann þörf á að hugsa um Grace. Að vernda hana.

Já, það hlýtur að hafa verið það! Það gat ekki verið hitt. Tilfinningin sem hann hafði rétt áðan í lendum sér. Það gat ekki verið losta. Nei, ekki það.

Þegar Vincente kom aftur til núins stóð Grace uppi. Hún renndi fingrunum eftir skreytingaborðinu og um rammuðu ljósmyndirnar. Þegar Grace stöðvaðist gekk Vincente til hliðar við hana.

Eftir að hann sá ljósmyndina brosti hann og tók hana upp. Saman skoðuðu þau hana nánar. Það var Grace. Hún var sennilega um fjögurra eða fimm ára gömul og hélt á reiknivél.

"Þetta ert örugglega þú," sagði Vincente. "Ég sé augun þín í augunum hennar."

Grace brosti og leitaði í þokunni í huga sínum.

"Ég veit að þetta er ég. Ég sé að þetta er ég. En ég man hana ekki, né reiknivélina."

Vincente tók lokuðu hnefa hennar í sínar hendur og opnaði þá annan eftir annan, eins og hann væri að opna tvær rósir. Hann dró hana að sér í faðminn.

Hún kúraði þar, hlustaði á hjarta hans og fann nýja tegund tengsla. Hún dró sig undan.

"Sjáðu hér!" hrópaði hún. "Þetta eru pabbi minn og bróðir minn." Undir ljósmyndinni stóð á skilti: Benjamin Greenway, ástkæri eiginmaður Helen, kæri faðir Grace og Daryl. Farið of snemma, 55 ára.

Á hinni ljósmyndinni var líka skilti: Daryl Greenway, ástkæri sonur Helen og Benjamin Greenway. Farið til hvílu með föður sínum, 21 árs.Grace tók djúpt andann, og mundi eftir þeim á sjúkrahúsinu. Hún hristði höfuðið. Þau höfðu ekki komið til hennar í heimsókn, leiðrétti hún sjálfa sig, því þau voru bæði dáin. Hún hlýtur að hafa verið að ímynda sér þetta.

"Þetta er svo sorglegt," sagði Grace. "Tveir einstaklingar sem þýddu allt fyrir mig, og ég finn ekkert. Nema sorg yfir því að ég geti ekki munað eftir þeim. Ég er svo sjálfselsk!"

"Þú ert ekki sjálfselsk! Þú manst bara ekki núna, og það er ekki þín sök."

"Ég langar svo til að muna eitthvað. Hvað sem er!"

"Og það munt þú gera, vertu bara þolinmóð. Gefðu því tíma."

"Ég held ekki að það muni gerast, Vincente. Ég held að ég muni aldrei muna."

Vincente lagði hendur á mjöðm. "Þau komu aftur til að heimsækja þig á sjúkrahúsið af einhverjum ástæðum. Kannski komu þau aftur til að hjálpa þér."

"Hvernig? Með því að láta mig halda að ég væri að missa vitið?"

"Nei, til að sanna að þú þekktir þau ennþá, þrátt fyrir að þau hefðu farið yfir á hinn bakann. Þú talaðir við þau. Áttir samtal við þau."

"Já, en það var merkingarlaust."

"Vegna þess að ég truflaði. Kannski höfðu þau ekki sagt þér ennþá það sem þau þurftu að segja."

"Það væri áhugavert ef þetta væri satt, Vincente. En mér finnst þetta ekki mjög trúverðugt. En takk samt," sagði Grace. Hún gekk yfir herbergið og stóð neðst í stiganum.

"Kannski," sagði Vincente. Grace sneri sér aftur að honum. "Kannski voru þeir að senda þér skilaboð. Að færa þig aftur til tíma í lífi þínu þegar þið voruð bæði saman: gleðilegri tíma. Tíma þegar þú hafðir fortíð til að minnast, nútíð til að lifa í og framtíð til að hlakka til."

"Tvö af þremur, þá," sagði Grace.

Vincente hló og hóf að syngja og dansa.

"Haltu bara áfram," hvatti Grace hann.

Vincente renndi sér yfir gólfið, notaði vasa sem hljóðnema og söng Grace á öðru hné, og hún klappaði ákaflega.

Kinnar hennar roðnuðu skærrauðar þegar hún gekk að honum og kyssti hann fast á munninn.

Hann kyssti hana til baka. Hendur hans reikuðu, hendur hennar reikuðu, og tungur þeirra könnuðu hvort annað.

Þau urðu bæði vör við hvað var að gerast á sama augnabliki og hörfuðu bæði aftur á bak í sama mundi.

"Hvað ertu að reyna að gera við mig?" spurði Grace.

"Mér þykir svo leitt um, svo leitt um," sagði Vincente.

"Það vorum við báðir—"

"Já, það var augnabliksbrjálæði. Ég er sammála því að við báðir—"

"Skulum bara gleyma því að þetta gerðist nokkurn tíma," sagði Grace.

"Góð hugmynd," sagði Vincente. Hann horfði á Grace ganga upp stigann.

Þegar hún kom upp að ofanverðu sneri hún sér við og brosti yfir öxlina. "Sjáumst fljótlega. Ég ætla bara að finna herbergið mitt og ferskast aðeins upp."

"Frábært!" hrópaði Vincente og greiddi hárið með fingrunum. Þegar hún var úr augsýn hans sneri hann aftur á salerni og skvetti vatni í andlitið á sér. Hann horfði á sjálfan sig í speglinum og velti fyrir sér hver sá maður væri sem horfði til baka á hann?

Hver var þessi manneskja? Hver hafði tilfinningar, raunverulegar tilfinningar, fyrir einhverjum sem fyrir nokkrum dögum hefði ekki þýtt neitt fyrir hann, annað en stelpu sem gæti hjálpað honum með stærðfræðiverkefnin svo hann gæti haldið sæti sínu í liðinu? Nú hafði hann gefið henni miklar vonir, og hún hafði svarað því, opnað sig fyrir honum.

Hann skammaðist sín svo fyrir að hafa misnotað Grace, sérstaklega á þessum tíma þegar hún var svo viðkvæm.

Þá hugsaði hann um mjúkar varir hennar, um hvernig þær höfðu hikstað og svo opnast fyrir honum. Hún hafði kysst hann eins og engin önnur stelpa hafði áður kysst hann. Hún var að verða enn dýpra ástfangin af honum, og hann vissi það.

Vandamálið var að hann var líka að verða ástfanginn af henni.

KAFLI 18

Á efri hæð hellti Grace einnig köldu vatni í andlitið á sér. Hún var geislandi, bæði innan frá og utan. Í augnabliki var henni alveg sama þó hún myndi muna fortíð sína, því hún taldi framtíðina mikilvægari. Vincente var henni nú mikilvægari en nokkur minning nokkurn tíma gæti orðið.

Hún gekk eftir ganginum, framhjá herbergjum með lokuðum hurðum. Hugur hennar leiddist aftur að kossinum og þeirri eldheitri ástríðu sem hafði flætt um líkama hennar eins og eldur, þar til hún fann svefnherbergið sitt. Það hlýtur að vera hennar, því þar var tölva sem tikkaði, og myndir af Einstein og Fibonacci, kennslubækur, reiknivél og... já, þetta hlýtur að vera hennar herbergi.

Á fataskápnum fann hún lítið skartgrippakassa. Þegar hún opnaði hann byrjaði lag að spila.

"Vantar þig hjálp?" kallaði Vincente.

Grace kom aftur upp stigann með lítið kodda í hendi. Hún kastaði honum til hans. Það var hjartalaga koddi.

Aftur í herberginu sínu snéri hún við skartgripakassanum sem hafði greint lagið sem frægt ástarsönglag. Hún lét kassann standa opinn og hlustaði á hann spila lagið aftur og aftur á meðan hún gekk að sturtunni.Hún stöðvaðist um stund þegar hún heyrði undarlegt hljóð. Múkk. Fliss. Hún hlustaði. Hún lokaði lokinu á skartgrippakassanum. Hlustaði aftur. Hún hélt að það hlýti að vera í höfðinu á sér. Tók enn eitt skref. Heyrði það aftur. Stöðvaðist. Hlustaði.

Hljóðið var að hækka en aðeins örlítið.

"Er allt í lagi uppi hjá þér?" spurði Vincente og sá Grace standa kyrra, horfa tómlega niður ganginn.

Grace kinkaði kolli. Hún sneri aftur inn á herbergið sitt. Hún skiptist rétt í tæka tíð, rétt þegar Vincente kom upp stigann.

"Mér líður vel," sagði Grace. "Ég bara—" hún hikstaði. "Jæja, heyrðirðu eitthvað?" Hún sneri höfðinu í hina áttina, beið eftir að heyra hávaðann aftur.

"Ég heyrði tónlist," sagði Vincente.

"Já, það var skartgrippakassinn minn, hann spilar tónlist. En heyrðirðu eitthvað annað?"

"Eins og hvað?" sagði Vincente og horfði niður á fæturna.

Grace hélt að hann hefði heyrt eitthvað, en hann vildi ekki segja henni það, af ótta við að hún hefði ekki heyrt það. Hún skynjaði þó að hann var áhyggjufullur. "Eins og hvísli," sagði Grace.

"Já, ég heyrði eitthvað."

"Ég hélt að þetta væri í höfðinu á mér," játaði Grace. "Í fyrstu. En núna—"

"Nei, ég heyri það líka. Það er eins og—" Vincente þagði, staddur þar eins og stytta.

"Sssss," sagði Grace, þegar það byrjaði aftur. Smávegis hærra ennþá.

Næstum eins og stunnu.

Það var að hvísla nafn hennar, Grace, endurtekið eins og það væri kór í lagi. "Kannski er það mamma mín?" bætti Grace við.

"Kannski."

"Kannski er hún meidd."

"Kannski."

"Ssss."

Öflugur vindhviða virtist blása inn um aðalhurðina og þrýsta sér upp stigann að Grace og Vincente. Krafturinn var svo mikill að hann þrýsti þeim flötum að veggnum. Innanstokksmunir hússins skulfuðu og undirstöðurnar nötraðu. Annað jarðskjálfti?

Þau ákváðu að það væri ekki best að vera á efri hæðinni. Þau gripu um hönd hvors annars og héldu til stigagangsins.

"Komum okkur héðan!" hrópaði Vincente.

Grace vissi að þau þyrftu að gera það, og strax. Hún var þó áhyggjufull um að mamma hennar væri föst inni í húsinu. Hvað ef hún væri meidd? Þegar þau komu að stiganum gripu þau um trégirðinguna á meðan stiginn sveiflaðist fram og aftur. Húsið byrjaði að skjálfa og snúast, nánast eins og það ætlaði sér að fljúga burt. Stiginn fór að gefa frá sér hljóð eins og lyklar á píanó, brotnaði í sundur og neyddi þau til að yfirgefa áætlun sína um að fara aftur niður á þurrt land.

Aftur kallaði röddin: "Grace."

***

Grace rakst eftir ganginum og virtist fylgja röddinni. Hún kom frá herbergi með lokuðum hurð fyrir enda gangsins.

"Ég held að það sé mamma mín," sagði Grace þegar þær gengu framhjá svefnherbergi með hurðina örlítið á glugga.

Hún þekkti herbergi Daryl á safni hljóðfæra, geisladiska, óupprettu rúmi og tóma vefjasæti sem stóð þar. Sætið stóð beint undir glugganum, nánast eins og það væri að bíða eftir að bróðir hans kæmi aftur. Glugginn var vítt opinn og nýr vindhviða blés inn. Þau komu í veg fyrir að vindurinn fleygði þeim yfir handriðið með því að slá herbergishurðina harkalega aftur rétt í tæka tíð.

Röddin hvíslaði nafn unglingins aftur og aftur.

Unglingarnir skjálfðu og héldu í hendur. Saman héldu þau áfram eftir ganginum, að lokuðum dyrunum við enda hans, á meðan húsið öskraði og gnýtti kringum þau.

***

Vælhljóðið var að verða háværara og háværara.

Hláturinn var ekki lengur hlátur.

Það var greinilega kvenmannsrödd.

Það var rödd Helen Greenway, kalla á dóttur sína.

"Kannski ættir þú að svara?" benti Vincente á.

"Mamma!"

"Grace!"

"Mamma!"

"Grace, Grace!"Þau komu að dyrunum. Þær voru volgir viðkomu og óskaddaðar. Enn á hengslunum.

Húsið hafði hætt að skjálfa og gnýja.

Þau ýttu dyrunum upp.

Eitthvað renndi sér framhjá þeim og inn í herbergið á undan þeim.

Það var eins og ísskalt andvarp.

Þau skjálfðu þegar dyrnar lokuðust aftan við þau og læsingin smellti sér sjálfkrafa á sinn stað.

***

Tennurnar nötraðu á meðan augun aðlöguðust birtunni og þau gátu litið sér um. Grace var viss um að þau væru ekki ein, en hún sá ekki móður sína, og röddin kallaði hana ekki lengur né hvíslaði nafni hennar.

Það var kalt. Kalt eins og dauði.

"Sérðu eitthvað, neitt yfir höfuð?" spurði Vincente.

"Ég sé kalt andardrátt. Í laginu eins og Fibonacci-snjókorn."

"Hvað?"

"Sjáðu, þarna? Snjókornin."

Snjókornin féllu umhverfis þá. Þeir skjálfuðu meira og lögðu handleggina utan um sig þegar húðin þeirra fann fyrir því hvernig vökvun snjókornanna, sem voru að bráðna, breyttust úr kristaltærum hvítum í tár.

"Ég finn eitthvað, nærveru hér með okkur. Kannski er það þess vegna sem ég man eftir Fibonacci-dótinu."

"Já, vel gert, en er það hættulegt?" spurði Vincente, "ég meina, ætlar það að reyna að meiða okkur?"

"Nei, mér finnst ekki að það vilji meiða okkur. En mér finnst að það vilji kynnast mér."

"Hvað?"

"Það vill að ég huggi það."

"Vertu hér, við hliðina á mér. Hreyfðu þig ekki," sagði Vincente.

"Það er að reyna að ná til mín, í huga mér. Það hélt að ef það kæmi mér hingað, okkur hingað, þá gæti það fengið það sem það vildi af okkur, en nú þegar við erum komin hingað veit það ekki hvað það á að gera." Grace þagði, hendurnar flugu upp að höfði hennar af sársauka.

"Ertu að tala við það? Er það að meiða þig?" spurði Vincente. Allur líkami Grace nötraði til svars.

"Það er að nota einhvers konar sjöunda skilningarvit til að eiga samskipti við mig. Skannar heilann minn, líkamann minn. Hlustar á hugsanir mínar og tilfinningar."

"Fjarlægðu þig frá henni!" hrópaði Vincente og tók stól upp og kastaði honum að veggnum.

Grace hrópaði af sársauka á meðan Vincente var lyft upp í loftið og varpað harkalega niður á rúmið.

KAFLI 19

Grace hélt áfram að horfa með hryllingi á Vincente skjálfa fram og aftur eins og djöfull hefði tekið yfir hann. Hún gat ekki annað en velt því fyrir sér, þrátt fyrir hinn hulda sársauka sem festi líkamann hennar af og til, hvað orsakaði þetta. Var þetta vera úr annarri vídd? Ullarúlfur? Blóðsuga? Andi? Djöfull? Grace skannaði herbergið í leit að vopni.

Þegar hún sá engan slíkan beið hún á meðan líkami Vincente róaðist. Fætur hans og hendur voru þá bundin af óséðu, óþekktu veru.

Vincente hélt kyrru nú. Grace reyndi að hlaupa til hliðar við hann, en það var eins og fætur hennar hefðu skyndilega verið steyptir fastir í gólfflís. Efri hluti líkama hennar hallaðist fram, eins og hún væri skrítið sirkusveru, en fætur hennar voru einfaldlega óhreyfanlegir.

"Er þér allt í lagi, Vincente?"

"Mér er ekki lengur sárt."

"Það er gott."

"Hvernig hefurðu það?"

"Mér líður eðlilega aftur, en ég er mjög hrædd, Vincente. Ég get ekki hreyft fæturna."

"Auk þess fer hér fljótlega að dimma. Nærðu til ljósrofa?"

Grace barðist við að beygja efri hluta líkamans í átt að rofanum á veggnum. Hún teygði sig og teygði, ímyndaði sér að hún væri í raun gamaníþróttakona úr gúmmíi, snerti hann og heyrði smellinn, en ekkert gerðist. Rafmagnið hafði verið slökkt.

"Þetta virkar ekki, Vincente. Það verður brátt alger myrkur hér inni!" Grace lagði handleggina utan um sig og reyndi að stöðva skjálftann.

"Finnurðu ennþá nærveruna í kringum þig?"

Grace reyndi að varpa tilfinningum sínum út, ímyndaði sér að þær væru útlimar sem leituðu að einhverju óséðu og óþekktu.

"Það er hljótt núna, Vincente. Kannski fékk það það sem það vildi af okkur og hefur nú færst áfram. Eða kannski vorum við ekki það sem það vonaðist til að við yrðum."

"Já, í fyrsta sinn í mínu lífi myndi mér ekki mislíka að vera vonbrigði fyrir þetta. En við skulum reyna að hugsa. Hvað gæti það viljað af okkur? Hvað gæti þetta verið?"

"Björnúlfur?" bætti Grace við.

"Það er ekki fullt tungl, ekki í nokkra daga samt. En hey, ég held ekki að þeir geti verið ósýnilegir."

"Hvað með blóðsuga?"

"Já, þau koma bara fram á nóttunni, ekki satt?" sagði Vincente og glotti fyrir sig. Reipið var bundið mjög þétt um útlimi hans, og þörfin fyrir að hreyfa sig var yfirþyrmandi. Vandamálið var að þegar hann hreyfði sig þrengdust böndin enn frekar og skurðu þá í gegnum húð hans. Hann sá blóðdropa safnast á lakann frá öklum sínum.

Grace tók líka eftir blóðinu sem lak á lakann. Hún horfði á hið rauða blæða á hið hvítu, breiða úr sér. Hún var ringluð af hreyfingum sem komu í átt að henni frá undir gólfmottunni. Alveg örugglega hreyfing. Slanganlík. Hæg. Slöppandi. Að nálgast hana.

"Vincente!" hrópaði hún, þegar veran skríði að henni.

Efri hluti líkama hennar færðist afturábak. Aftur, aftur, eins langt og hann gat náð.

Því miður fyrir Grace var það ekki nóg langt.

***

"Vincente!" hrópaði Grace og augun hreinlega stóruðust úr höfðinu á henni.

Hann sá að hún var skelfingu lostin en vissi ekki af hverju. Hann reyndi að losa reipin, en hann gat ekkert gert. Allt barátta gerði þau bara þrengri og bitu enn dýpra í hold hans.

Veran hélt áfram að ryðja sér braut að Grace.Vincente tók eftir einhverju sem hreyfðist undir teppinu. Hann sá fætur Grace verða að gelta þegar það lokaði bilið á milli þeirra.

Grace stóð óhagganleg og reyndi að halda sér í skefjum. Hún vildi öskra og öskra en einbeitti sér í staðinn að öndun. Þegar það nálgaðist sífellt meira fann hún að það var farið að kanna hana.

Kyrrð tók völdin yfir hana, yfirgnæfði skilningarvit hennar. Hún fann innst inni að það vildi ekki meiða hana.

"Grace!" hrópaði Vincente, og reipin skornuðu í húð hans. Hann beygði sig í miðjunni, líkt og nýfætt naut. Þá birtist munnstykki úr engu. Það var fest um munn Vincente.

Undir því gat Grace greint að hann væri að öskra, öskra hærra en hann hafði nokkru sinni áður öskrað.

En allt sem heyrðist frá honum var sársaukafull þögn. Þögul öskur eru hrikalegustu öskur af öllum.

Þau héldu augnsambandi. Þau réttu hvoru öðru alla sína orku og lásu augun þegar veran kom að fótum Grace.

Hún hóf að hreyfast upp frá táberginu, skríða hægt og rólega sífellt hærra.

Þá fyllti rödd Grace húsið af rafmögnuðu öskri.

***

Berstu ekki á móti þessu, sagði Grace við sjálfa sig, fullvel vitandi að Vincente myndi segja henni nákvæmlega sömu orð, ef hann gæti það.

Slakaðu á, hugsaði hún, láttu það gera það sem það þarf að gera og kannski mun það hverfa.

Hún reyndi að útiloka allt annað en Vincente á rúminu, augun hans víðari en víð. Þar sem hún stóð sá hún lítið blodpoll sem var að safnast saman við hægri ökkla hans. Hún horfði á brjóstkassann lyftast og lækka.

Krafturinn snéri henni og snerti hana þar til henni leið eins og hún væri ekki lengur sjálf.

Kraftur hans hafði verið að aukast. Í fyrstu var sársaukinn bærilegur, eins og vægur bruna. Næstum því eins og heitt koss. Hann var fíknandi; hún vildi fá annan koss, og svo annan, og svo enn einn. Þá breyttist það í eitthvað annað. Skýrari bruna. Eins og brennimerking. Heitt. Heitara. Sprakkandi heitt.

Andlitið á henni var roðið og hún kramdi hnefa sína. Baráttuhugur hennar þrýsti sér fram, en sársaukinn var of mikill til að þola.

Þegar það náði niður í mjaðmagrindina jókst sprakkandi hiti og hitastigið hækkaði enn frekar.

Það var eins og hún væri í logum. Brunandi á bálkesti. Hún gat ekki hugsað. Hún var eins og eitt stórt taugaendarit—bertt taugaendarit. Verkurinn var ómældur. Hún mátti ekki lengur þola þetta, en samt jókst hann.

Grace náði að halda meðvitund sinni á meðan hann hélt áfram upp að brjóstunum hennar. Þau voru líka í logum, þegar hitinn færðist áfram, samstillti verkið svo að hann púlsandi um allan líkamann.

Þangað til allt dofnaði í svart.

KAFLI 20

Þegar hún kom til sjálfrar sín var Grace ekki lengur í líkama sínum. Hún skildi smám saman hvað hafði gerst. Sársaukinn hafði valdið því að hugur hennar brotnaði í sundur.

Einhvers staðar fyrir ofan sviðið sá hún enn sjálfa sig vafast, snúast í ímynduðu, púpulaga hylki, á meðan sársaukavindurinn kastaði henni, snéri henni og vafði líkama hennar, sem enn hreyfðist innan í henni. Hann hélt henni fanginni í brennheitum faðmi sínum.

Þegar hún fann brennsluna og lyktina af eigin holdi sem steiktist, gat Grace ekki lengur borið að horfa á sjálfa sig, svo hún beindi athygli sinni að Vincente í staðinn.

Hann var einnig að veltast um. Líkaminn hans sveiflaðist til hliðar og hann var að skjálfa nánast eins og hann væri í miðjum flogakasti. Hún hreyfðist að honum, svífandi. Hún snerti brennheitan ennið hans með vörum sínum.

Augun hans opnuðust gersamlega, nánast eins og hann hefði skynjað nærveru hennar. Hún öskraði til hans, reyndi að brjótast í gegnum hindranirnar, en dimmu öskrin hans heyrðist ekki. Ákefð öskurs hennar, í gegnum líkamann sem hún var ekki lengur hluti af, kældi heita herbergið og olli honum enn meiri angist.

Grace vildi myrða þetta vera. Hvað sem það var, hún vildi grípa það og kvelja lífið úr því, afskera andann. Hún vildi að þetta endaði. Þá vissi hún hvað hún þurfti að gera. Hún þurfti að snúa aftur til líkama síns, til að takast á við þetta hræðilega skrímsli augliti til auglitis. Hún þurfti að fara aftur. Hún hafði engan annan stað til að fara.

Já, skrímslið hafði líkama hennar, en það hafði ekki hug hennar, og það hafði ekki anda hennar. Það sama gilti um Vincente. Já, þau voru bæði pyntuð, af óþekktri ástæðu. Kannski vegna þess að þau voru síðustu tveir mannverur á jörðinni. Rétt eins og í gamla myndinni sem Vincente hafði nefnt, þar sem geimverur reyndu að komast að því hvað knúði mannkynið áfram. Eða kannski voru þær að reyna að drepa þau!

Hver sem ástæðan var, Grace ætlaði ekki að láta þau fá það sem þau vildu. Að láta þau taka líf þeirra án baráttu.

Í eina stund ímyndaði hún sér að fljúga út um gluggann. Skildu sjálfa sig og Vincente eftir. En hún gat það ekki. Hún elskaði þennan líkama, þrátt fyrir galla hans. Þótt þeir væru margir, var hann samt sem áður hennar og eingöngu hennar. Og svo var Vincente. Hún elskaði hann, þar var enginn vafi. Hún þurfti að snúa aftur til sjálfrar sín. Hún þurfti að bjarga honum. Kannski bjarga þeim báðum.

Fyrir utan herbergið sveifluðust hinir háu tré fram og aftur, fram og aftur, í segulkrafti andvarans. Hún og Vincente voru eins og þessi tré, hreyfð af sársaukanum eins og þau hreyfðust með vindinum.

Hún tók djúpt andvarp og sneri aftur í líkama sinn. Sársaukinn skar í gegnum hana eins og hnífur. Hún vildi strax losna við hann, en áttaði sig fljótlega á því að hann hafði veikjað hana, minnkað stjórn hennar og mátt. Eðli hennar hafði breyst. Hún skildi nú að með því að sundrast hafði hún gefið verunni aukinn mátt yfir líkamlega sjálfinu sínu. Nú var hún staðráðin í að taka máttinn aftur!

Þegar hún var komin aftur í líkama sinn, heimili sitt, safnaði hún öllum jákvæðum hugsunum sínum og orku, auk alls kærleikans sem hún fann í hjarta sínu. Hún kallaði þessi atriði fram úr minningabanka sínum, sem geymdur var langt handan seilingar hennar.

Hún bældi niður löngunina til að losa sig aftur og beindi allri orku sinni ekki að brennheitum, óþreytandi sársauka, heldur að því að skapa öflugan ljósgjafa sjálf.Þegar hún hafði ímyndað sér það, hreyfði hún það eins og sólskjól. Hún hélt því í lófanum þar til ljóskúlan var orðin eins og hjarta: sameinuð hjörtu Grace og Vincente.

Hún beindi allri orkunni úr kúlunni að Vincente. Hún flótti yfir herbergið og skein hugrakklega. Í nokkrar sekúndur krumpaðist líkami Vincente ekki lengur. Hún dró hjartað aftur til sín þegar brennandi sársaukinn yfirstéð hana aftur og hélt því. Það gaf henni styrk til að þola það sem hún þurfti að þola.

Og einhvers staðar innra með sál hennar hófst lag að spila, lag sem hún þekkti ekki. Lag sem var henni algjörlega ókunnugt. Þegar það spilaði og hún söng það brenndu varir hennar ekki lengur og augu hennar beindust að Vincente. Hjarta hennar hvatti hjarta hans til að ganga til liðs við lagið, til að syngja það með henni.

Saman sungu þau í huga sínum og sálum sínum, og ljóskúlan varð sterkari og sterkari og sterkari.

"Ég bauð þig aldrei hingað, andi, eða hvað sem þú ert. Þú átt engan rétt á að ráðast inn í líkamann minn. Að ráðast inn í líkama vinar míns. Nú, farðu út!"

Og það gerði það. Það fór.

Grace hrundi niður á gólfið.

KAFLI 21

Klukkustundum síðar fannst Grace óstöðug, sem var ekki skrýtið þar sem hún hafði enga hugmynd um hvar hún var.

Þegar hún reyndi að hreyfa sig, verkjaði í alla einustu líkamshluta hennar. Handleggirnir og fætur hennar voru snúnir í óeðlilegar stellingar, eins og dauðir eða úrliðnir greinar. Hún reyndi að draga að sér líkama sinn, en hver hreyfing lá henni upp í öskur af sársauka.

Hún reyndi að standa upp – og reyndar var það einmitt reyndin – en féll aftur á ný. Grace horfði á teppið. Reyndi að hugsa, að muna. Hvað var það við þetta teppi? Hún leit um herbergið. Fann rúmið. Fann Vincente.

Allt um þessa hryllilegu reynslu þeirra rifjaðist upp fyrir henni.

Hún þröngvaði sér upp, gekk eins og ungabarn, þar sem hún þurfti að kenna líkamanum hreyfingarnar upp á nýtt. Að lokum kom hún að Vincente og horfði niður á kyrrláta líkama hans. Á blóðblettina, sem voru orðnir brúnir. Ekki lengur að breiða úr sér.

Augun hennar féllu á varir hans. Varir hans sem voru svo kyssandi. Hún hallaði sér að honum, en stöðvaðist þegar augun hans opnuðust vítt, og síðan enn víðar. Hann var ekki ánægður að sjá hana. Hann var skelfingu lostinn.

"Hvað er að, Vincente? Hvað sem það var, það er horfið núna. Við erum örugg. Við erum í lagi. Það mun verða allt í lagi."

Þótt Grace héldi áfram að muldra þessum hughreystandi orðum að honum virtist hrædda svipur Vincente hins vegar aðeins aukast. Augun hans flögrðu fram og til baka, fram og til baka. Hann var að segja henni eitthvað. Að vara hana við?

Hún hvíslaði og spurði hvort eitthvað væri á bak við hana. Hann kinkaði kolli.

Hún hugsaði um stund, rétti út höndina og leitaði að hlutnum, en hún fann hann ekki. Hún vildi hlaupa, flýja, en hún vissi að hluturinn væri þarna fyrir sig. Hann hafði snúið aftur fyrir sig.

Eða var það eitthvað annað? Annan hlutur? Hún skelfdist við tilhugsunina að þetta gæti verið sterkara, voldugra, gæti brotið hana. Eyðilagt hana.

Augun hjá Vincente héldust stöðluð, horfðu rétt yfir öxl hennar. Ótti hans var smitandi, og hún skjálfaði og titraði. Þá áttaði hún sig á því að eina leiðin til að sigra þetta væri saman.

Grace beygði sig niður og byrjaði með annarri hendi að leysa þá reipi sem héldu honum, á meðan hin leit í náttborðinu að einhverju vopni. Eitthvað sem hún gæti notað. Hún vonaðist til að mamma hennar hefði haft eitthvað þar, verkfæri sem gæti hjálpað henni í þessum alvarlegu kringumstæðum.

Augun á Vincente öskruðu. Augun hans urðu augun hennar.

Í skúffunni var par af töngum það eina gagnlega tæki sem fannst, og Grace byrjaði að klippa böndin. Þetta myndi þó taka eilífð að losa Vincente á þessum hraða.

Hún beygði sig niður og byrjaði að bíta böndin með tönnunum, og kom nokkuð vel áfram, þar til Vincente byrjaði aftur að skjálfa og vafsast. Augun hans mættu hennar, og svo lokaði hann þeim.

Hún sneri sér við og hrópaði: "Hvað ert þú og hvað vilt þú af mér? Frá okkur? Við meinum þér ekkert illt. Segðu okkur hvað þú vilt, og við munum gefa þér það! Við munum reyna að hjálpa þér, en vinsamlegast, hættu að meiða okkur. Hættu að meiða Vincente minn. Ég mun gefa þér hvað sem er!"

Vincente hætti að vafasast.

Augu hans opnuðust gersamlega þegar Grace var lyft af fótum og upp í loftið.

Krafturinn skall henni í loftið. Síðan rak hann hana harkalega að veggunum. Dunk. Þrapp. Dunk.

Að lokum varpaði hann henni niður á gólfið, þar sem hún lá líflaus eins og dúkka.

***

Gler brotnaði. Skellti. Flaug um allt. Slegið í húðina á henni. Stungu í húðina á henni.

Grace skjöldaði sig eins vel og hún gat með örmum og höndum.

Eitthvað tók hana upp og bar hana út um gluggann. Hún var á baki fljúgandi veru og fann skerandi lykt af henni. Hún hélt sér fast. Það var mjúkt. Ekki fjöðruð, heldur loðin, hárvaxin.

Það var mjög dimmt, svo dimmt að hún gat ekki greint neina lögun á því sem hún var flutt á.

Þau gljúfrðu inn og út og yfir hluti: svört, formlaus, skuggaleg jarðnesk bústaði, turna og brýr. Hún skynjaði að þau væru að hækka, fóru sífellt hærra upp, þar til ekkert var til sem þau þurftu að forðast að rekast á. Þau voru uppi í skýjunum.

Kannski var hún dáin?

***

Grace og ilmalausi veruinn flugu um næturhiminninn. Þegar veruinn beygði skyndilega til hægri missti hún næstum tök á honum. Veruinn lét frá sér hughreystandi "Gvap-Gvap". Hann kastaði henni aftur til öryggis. Hún lagði hendur sínar um hann.

Þeir gljúfrðu. Sveimandi inn og út úr meðvitund var Grace enn óviss um hvort hún væri dáin eða að dreyma. Þeir héldu áfram, sífellt lengra og dýpra inn í myrkur næturinnar.

Grace opnaði augun og ímyndaði sér í nokkrar sekúndur að þau væru umlukin göngum úr málmi.

Hún lyktar af loftinu, fann lykt af sjónum, og missti svo meðvitund.

Það virtist sem þau hefðu verið á ferð í allan eilífð og nú var sólin farin að rísa. Hún endurspeglaði ljósið eins og speglað geimskip þegar þau byrjuðu að dýfa niður á við.

Hjarta hennar sökk þegar þau skoppuðu af hinum undarlega föstu skýjum. Skoppandi, fallandi. Grace fann enga ótta á þessum augnabliki. Hún fann sig örugga. Þakkláta fyrir að vera á lífi.

Þá sleppti verkið henni niður.

Hún barðist við vindinn á leiðinni niður.

***

Sólin var hátt á himni, sem var eðlilegt. Það sama gilti ekki um staðinn þar sem Grace var.

Hún var kúruð í faðmi risavaxins trés, og það eitt að horfa niður gerði magann á henni ringulreið. Hún var fegin að geta snert eitthvað. Hún strauk höndinni eftir traustum grein sem hún hafði verið sett á.

Sólin var að varpa geislum sínum yfir axlir hennar. Hún tók glerbrot úr húðinni og forðaðist að horfa niður.

Þar sem ekkert annað var til að trufla hana fylgdi hún línu stofnsins. Hann hélt áfram og áfram og áfram. Tréð var mjög hátt, að minnsta kosti um 145 metrar.

Grace skoðaði umhverfi sitt, lét augun ganga í hring. Hringur af trjám. Hún vissi innsæislega, og án alls röklegs tilefnis, að hennar tré var Konungstréð. Hin voru riddaratrén. Hún leitaði að drottningatré en gat ekki greint það.

Hún reyndi að muna hvað hún vissi um tré. Vittréð. Faktortré. Tvítré. Tréð góðs og ills. Óskatré. Jólatré. Visku tréð.

Hún velti fyrir sér guðdómleika trjánna. Hún ímyndaði sér að ef hún væri lítil stelpa aftur, myndi þetta vera tré sem hún myndi dáðst að. Það var mun meira en stórfenglegt. Þetta tré var svo hátt; það var nánast eins og það gæti náð alla leið upp í himininn, ef hann væri til.

Grace hristði höfuðið. Hún varð fyrir truflun af stórfengleika þess þegar hún þurfti að finna leið til að komast niður.

Ekki að tala um kjötsætandi tréð. Hvaða tegund af tré var þetta?

Hugmyndin plagaði hana aðeins um stund því hún hallaði sér aftur og horfði á skýin rúlla hjá. Hún fann nærveru þeirra innan í sér, eins og hún væri að reika um himininn ofan á einu þeirra. Hún gleymdi öllu öðru sem hún átti að muna þegar hún ímyndaði sér að stíga á marshmallow-líka, koddakennda mynd.

Hún var inni í einu þeirra, fljótandi, þegar hún sofnaði aftur.

***

Sólin var næstum horfin og skammdegið var á sjóndeildarhringnum. Hún teygði úr sér og yaugði, fannst hún örugg. Hún gleymdi alveg hvar hún var, en aðeins í eina stund.

Neðan hennar stóð hringurinn af trjám—Riddararnir—með greinum sínum við hliðina á sér. Þau voru öll dauð tré. Tréð sem hún var hins vegar í hafði nokkur lauf og var alveg lifandi.

Hún fylgdi stofni trésins síns alla leið niður að jörðu. Hún tók eftir að jörðin hafði hrökkvast þar niðri. Nýjar slóðir lágu frá trénu. Slóðir sem leiddu að hinum trjánum, Riddarunum. Það virtist ljóst að hin trén hefðu einu sinni verið lifandi en hefðu beint fæðu- og orkugjöfum sínum til að bjarga Konunginum. Þau höfðu dáið fyrir Konungstréð. Gert hina æðstu fórn.

En af hverju?

Á þessari spurningu hafði Grace engin svör.

Hún leit upp í andlit tunglsins. Andlit Alberts Einsteins speglaðist í því. Hún brosti til hans, nánast í þeirri von að hann myndi spúa fram einhverjum formúlubundnum vísindalegum og stærðfræðilegum svörum.

Hún var umkringd reglubundinni skipulagningu, í greinum trjánna og í öllum öðrum lífverum. Það var huggun að finna kunnugleika reglubundinnar skipulagningarinnar.

Þó að hún bjó ekki til nein svör, né tunglið með andliti Einsteins.

***

Einstein var umkringdur glitrandi stjörnum. Þær blinkuðu til að viðurkenna snilld hans. Henni þótti það huggun að hann væri að gæta hennar.

Hún opnaði huga sinn fyrir öllu og öllu í einu.

Án þess að finna fyrir þreytu leitaði hún í himninum að svörum. Ef hún reyndi að klifra niður gæti hún dottið. Eða hún gæti náð niður á botninn. Hún gæti smám saman skríðið niður. Hægt.

Hálsinn myndi hún án efa brjóta ef hún stökkaði. Hún var ekki svo þrákelduð eftir að komast aftur á þurrt land að hún væri tilbúin að deyja til þess.

Hún hugsaði um að hrópa á hjálp, en hver gæti hjálpað henni? Vincente? Nei, hann var enn bundinn við rúmið, svo langt sem hún vissi. Eða hún gæti beðið. Kannski ætlaði það sem hafði fært hana að trénu að koma aftur eftir hana? Kannski myndi það fljúga henni aftur til Vincente? En aftur á móti gæti það líka klárað hana.

Hún skoðaði reglu trésins; það var fallegt listaverk. Það myndi taka tíma, en hún gæti notað það eins og stiga.

Hún andaði að sér ilm trésins. Hún skjálfaði við tilhugsunina um að þetta gæti verið ólífutré sem gæti étið dauðan fugl. Tré sem gæti stungið lifandi bráð með greinum sínum. Hún ákvað að hún myndi frekar falla til jarðar og mæta örlögum sínum en að vera stunginn og étinn.

Það var of dimmt til að byrja að klifra niður. Grace var viss um að henni myndi ganga betur á daginn, þó hún kannaði íróníuna í því að Einstein væri þar til að leiðbeina sér.Hún hallaði sér aftur í faðm greinanna og hugsaði til Vincente. Hún saknaði hans. Þau höfðu eytt hverri einustu stund saman síðustu viku, og hann hafði orðið mikilvægur hluti af lífi hennar.

Hún hvíldi augun, notaði hendurnar sem kodda og draumaði upp áætlun: Áætlun sem fól í sér mjög stóra öx.

KAFLI 22

Þegar nýr dagur rann, sat Grace kyrr og horfði á hann rísa eins og hún hefði aldrei séð hann áður. Hún var heilluð af óviljugu sjónarhorni sínu, eins og engill á toppi risavaxins trés, sem var engan veginn jólalegt.

Hún hafði verið vakandi í margar klukkustundir, þreytt á að sitja kyrr og bíða eftir að einhver skýr hugmynd myndaðist eða ný flóttaráætlun poppaði upp í huga hennar. Alla nóttina hafði hún sent hugarskilaboð til allra stærðfræðinga og vísindamanna sem höfðu farið yfir jörðina inn í aðra vídd. Hún hvatti þá til að senda eða miðla hugmynd til sín, hvar sem þeir væru, en ekkert kom.

Dauf í anda áttaði Grace sig á því að hún væri alveg ein. Enginn annar til að treysta á en sjálfa sig.

Hún leit niður, niður, niður. Hún teygði sig eins langt út og hún gat á greininni, sem hafði sannað að hún gæti borið allan þungan hennar. Hún dró sig til baka.

Það var langt niður, óskaplega langt niður. Ímyndunaraflið yfirgaf hana á þeim augnabliki. Hún ímyndaði sér Vincente koma með þyrlu til að bjarga sér. Hann klifraði niður stórri stiga í himninum og saman komu þeir aftur inn í suðandi vélina. Þeir kysstust ástríðufullt og síðan risu þeir upp til himna, þar sem þeir gætu lifað hamingjusamlega til eilífðar.

Grace varð reið út í sjálfa sig fyrir að hafa búið til slíkar barnalegar fantasíur. Vincente var ekki í stöðu til að bjarga henni. Hann hafði ekki stjórn núna! Veran, hvað sem hún var, hélt honum föstum á rúminu þar aftan í herberginu, eins og hann væri kynþræll.

Hún varð æ reiðari og veifði hnefum sínum í loftinu, en það var til lítils. Enginn var til að sjá hana veifa hnefunum.

Enn sem komið var, einhvers staðar djúpt í huga hennar, trúði hluti af henni ennþá því að Vincente gæti og myndi bjarga sér. Allt sem hún þurfti að gera var að bíða. Hún vissi að það var heimskulegt, og hún vissi að aðeins hún hafði máttinn til að komast aftur niður á jörðina, og samt gat hún ekki hvatt sig nægilega til að hefja niðurklifrið.

Alla daga horfði hún á sólina leika sér við skuggana, dansa inn og út úr greinum trjánna. Laufin hlógu, nánast eins og þau væru verið að kítla, og hún sóaði heilan dag í að gera algjörlega ekkert til að hjálpa sér sjálfri.

Stjörnurnar glitrðu um hana þegar hún sökk aftur í svefn. Í huga hennar hljómaði lagið,

"Hjúfraðu, Gracie, á trjetoppi,
Þegar vindurinn blæs mun vöggan sveiflast,
Þegar greinin brestur, mun vöggan falla,
Og niður munu falla Gracie, vöggan og allt."

Hún vaknaði með skell og komst að því að hún hafði færst alveg út á brún örugga svæðisins sem hún hafði verið sett í. Hún greip í stofninn af öllu afli og færði sig aftur í rétta stöðu, á meðan laufin í kringum hana virtust hvísla allri trédraslinu sem hún hafði misst af.

Hún hafði vonast til að þetta hefði allt verið martröð. Reynt að sannfæra sjálfa sig um að Vincente myndi ríða til og bjarga henni.

KAFLI 23

Fátæka Grace grét þar til hún gat ekki grátið meira. Hún ímyndaði sér hvernig það væri ef hún hefði vængi. Hún gæti flogið beint út úr trénu. Hún gæti komist burt í öruggri vernd. Hún gæti bjargað Vincente, og saman gætu þau flúið.

Þegar sólin lét aftur á sér kræla ákvað Grace að byrja að klifra strax. Tréð virtist rétta út til sólarinnar með granngrönnum greinum sínum, og um stund ímyndaði Grace sér að það væri sannarlega að rétta til hennar með trégreinum.

Útsýnið frá hvílustaðnum þar sem hún sat tók ennþá andann frá henni. Það náði svo langt sem augað eygði. Allt kyrrt. Ekkert hreyfðist, nema með hjálp andvarans.

Grace fannst hún vera hlý og örugg, hvílandi þar í ljósneti sólarinnar. Næstum því eins og hún hafði ímyndað sér að það myndi vera að snúa aftur í móðurkvið. Hún fann að hún var eins með heiminum: eins með alheiminum. Og samt var hún einmanaari en hún hafði nokkru sinni verið á ævinni. Hvernig gat það verið?

Grace fannst hún lamað af djúpri löngun sinni til að trúa á mátt sem var æðri henni sjálfri, og allt í einu vissi hún af hverju. Áður en eðlisfræði, vísindi og reglubundni voru til, hlýtur þörfin fyrir sál að hafa verið til. Þörfin fyrir varanleika sálarinnar: eina sál. Ein.

Hún faðmaði hnén fast að bringu og lét anda sinn taka yfir öll skilningarvit sín. Hún vissi, án nokkurs vafa, að hún myndi aftur snerta grasið við fótstokk þessa tré, og hún vissi líka að hún myndi ganga burt frá öllu þessu.

Eitt annað vissi hún með vissu: að Vincente var aðeins drengur. Hann hafði engin sérstök völd né hæfileika sem maður myndi hafa ef hann væri ódauðlegur. Hann fann til sársauka. Hann gat meiðst. Og umfram allt skildi Grace að karlar þurftu stundum á hjálp að halda. Já, strákur eins íþróttamannslegur og sterkur og Vincente þurfti stundum jafnvel á hjálp stúlku að halda.

Hjálp stúlku, á svona tíma.

Hjálp stúlku eins og Grace Greenway.

***

Hún studdi sig og lét sig varlega niður, á sama tíma vonandi að greinar neðantil gætu borið þyngd hennar. Greinin beygðist með henni og gaf jafnvel smá knirk, en hélt þó þétt.

Hún settist varlega aðeins lengra út á greinina og tók eftir hversu framandi það var fyrir hana að klifra niður úr tré. Hún var viss um að sem barn hefði hún aldrei verið náttúrulegur tréklifarari. Athugasemd til sjálfrar sín, hugsaði Grace, ef þú eignast einhvern tíma dóttur skaltu byggja henni tréhús þegar hún er lítil stelpa svo hún geti lært að klifra almennilega.

Grace ímyndaði sér sem fagmannlegan trjáklifrarann. Einhvern sem hafði klifrað upp og niður mörg tré og gerði það af auðmýkt. Hún áttaði sig á að hún væri sennilega ekki að klifra eins og faglegur trjáklifrari myndi gera. Nei, hugsaði hún, hann eða hún myndi nota stofninn. Þykka hlutann af trénu, til stöðugleika.

Og það var einmitt það sem hún gerði. Hún hélt áfram niður, smátt og smátt. Tommu fyrir tommu.Hún var í jafnvægi. Smáspónar voru fastir í gallabuxunum hennar og hendurnar blæddu af því að halda þyngd sinni á hrjúfri berki.

Þegar hún var orðin of þreytt til að halda áfram að fara niður, lagði hún handleggi og fætur um bol trésins og hvíldi sig. Þá ótuðdu verkurinn og púlsandi blóðið í heilanum á henni, en hún var of þreytt til að hlusta, og svo sofnaði hún.

***

"Láttu bara frá þér," sagði hljótt, smátt rödd á meðan hún sökkti í svefn og vaknaði aftur. "Tíminn er kominn, Grace, fyrir þig að láta bara frá þér."

Hún hélt fast, ennþá fastar en áður. Hún snéri höfðinu og þaggaði niður röddina með örmum sínum.

"Láttu vaða, Grace," sagði röddin.

Hún var að verða sífellt þreyttari á að halda í. Handleggirnir og fótleggirnir púlsuðu. Hún forðaðist að líta niður.

Hún renndi sér. Og hún féll.

Og risastórt splint festist í höndina á henni og blóðið flæddi út, lekur niður tréð.

Hún horfði á blóðið sem flæddi út og færði sig aftur niður, óhrædd.

***

Hún hélt áfram einstefnuverkefni sínu niður á við, skreið eftir blóði sem fötin hennar þurrkuðu upp. Hún stoppaði til að ná andanum. Hóf aftur hreyfingu. Ekki leið langur tími þar til hún sneri aftur til rauðrar, dropandi niðurferðar sinnar, þá tók meira blóð að renna, knúið áfram af þyngdarafli niður á við.

Blóðdropar Grace glitrðu og dönsuðu í sólarljósi, eins og saffír.

Hún gat ekki farið neðar. Hún þráði öryggið ofar þar sem hún gæti hvílt sig. Hún áttaði sig á að hún hafði náð töluverðum áfanga við að komast niður tréð. Já, það var enn langt niður, en hún fann nýja von í hjarta sínu.

Hún myndi komast niður.

Hún breiddði sér eins vítt og hún gat eftir bolnum. Hún hvíldi fæturna með því að vefja þá utan um nálægar greinar. Hún leit út eins og snúður, en hún hélt velli og var stolt af framförunum sínum.

Hugurinn hóf að reika og hún áttaði sig á hversu þyrst og svöng hún var. Hún hélt í lífið sjálft og reyndi að beina hugsunum sínum að öðru. Hún ímyndaði sér Vincente, hvernig hann leit út þegar hann vaknaði fyrst. Hvernig hann strauk alltaf fingrunum í gegnum hárið sitt. Hvernig andlit hans lýsti upp þegar hann brosti. Hvernig kóbaltbláu augun hans virtust líta djúpt inn í sál hennar.

"Vincente!" hrópaði hún, "Vincente!"

Hún var á ofskynjun – eða næstum því – þegar hún kallaði til enginn: "Þegar ég kemst úr þessum tréi ætla ég að lifa eingöngu á trjáberkum – Nammi, namm!" Hún hló eins og brjáluð kona.

Sífelld sólbirtan hafði soðið heilann á henni. Hún hélt áfram að hlæja hvatvíslega þar til eitthvað skrítið gerðist við stofn trésins: hann andaði.

Hún vildi sleppa. Hún var á mjóu slóð. Vissulega var hún að missa vitið. Hún hélt að hún hefði kannski misskilið gjörðir þess. Hún endurskoðaði málið og komst að þeirri niðurstöðu að þetta hefði frekar verið andvarpi. Tréð hafði andað. Tré sem þjónuðu öðrum trjám. Tré sem þurftu að éta kjöt.

Tréð hnerraði.

Það var stuttur og snarpur hnerri, ekki of hávær og ekki of langur. Grace velti fyrir sér hvort hjarta trés myndi stöðvast þegar það hnerraði. Hún tók sig í gegn og áttaði sig að fullu á því að tré hafa ekki hjörtu.

Á meðan hún faðmaði stofninn af öllu afli missti hún meðvitund.

***

Grace vissi ekki alveg hvað varð um hana áður en hún vaknaði. Hún fann tréð banka. Hún fann hjarta þess slá og slá og slá í gegnum þykkt viðinn. Hún skildi nauðsynina á að finna munninn til að koma í veg fyrir að hún yrði trépúkki.

Hún ímyndaði sér munninn sem dauða fuglinum hafði verið varpað í. Það var óvenju stór munnur, miðað við stærð þess trés í samanburði við þetta. Munnur þess hlýtur að hafa verið gígur.

Þá fékk hún hugmynd. Án þess að hugsa um afleiðingarnar tók hún stórt spón úr trénu og stakk honum í efri handlegginn á sér. Blóðið rann, niður eftir bolnum á trénu. Í fyrstu voru það bara nokkrir einstaka dropar, en fljótlega sameinuðust droparnir í stóran blóðtappa.

Hún horfði á það þegar það færðist niður, niður, niður tréð, og þá gerðist það sem hún hafði vonað – og óttast – að gæti gerst.

Risastórt, svart, tungulíkt eitthvað stóð út úr gígantskoru og með málsnilld aspatungu. Það blikkaði og snérist, á meðan það sleikti og nærðist á blóði Grace.

Þegar ekkert blóð var eftir náði tungan hærra og hærra upp eftir stofni, á leit. Hún var ennþá svöng.

Grace hélt í sig af öllu afli. Hún vildi ekki detta núna, ekki á meðan hún beið þar eftir henni.

Hún þurfti á B-áætlun að halda.

KAFLI 24

Hún hélt sér fast í trjábolinn af öllu afli, jafnaði sig, og hægði á öndun sinni þegar öndun þess varð sífellt grynnri. Hún var örmagna til að komast niður. Til að komast úr hættunni. Og hún var örmagna af þörf fyrir að losna við byrði sína.

"Grace."

Að þessu sinni leit hún upp þegar hún heyrði nafn sitt kallað.

Segðu mér ekki, hugsaði hún, að tréð geti líka talað og að það viti nafn mitt. Segðu mér það ekki!

Hún var orðin þurr í sér. Hún var svöng og búin á því. Þó að hún hefði sofið eitthvað, var það ekki sú svefn sem hún þurfti.

"Þú varst alltaf þrjósk barn," sagði röddin.

Það var karlmannsrödd. Rödd mannsins sem hafði komið til að heimsækja hana á sjúkrahúsinu. Rödd mannsins sem dó í bílslysi fyrir mörgum árum. Rödd föður hennar.

Hún var að missa vitið. Um það var enginn vafi þessa sinnum. Hún var greinilega að missa vitið.

"Grace," hvíslaði hann.

Þegar hún viðurkenndi ekki nærveru hans hvíslaði hann nafninu hennar aftur og aftur. Eða kannski var það vindurinn. Var það bara vindurinn sem kallaði á hana?

"Láttu bara vaða," sagði faðir hennar. "Þetta er ekki rétt fyrir þig og þennan dreng. Hann er heldur ekki réttur fyrir þig."

Tilvísunin í Vincente náði athygli hennar.

Faðir hennar hló. "Grace, hlustaðu á mig. Þið Vincente eruð ekki ætluð hvoru öðru. Hann er á öðrum vegi. Slepptu bara. Slepptu núinu og hérinu."

"Ekki tala um Vincente. Þú þekkir hann ekki einu sinni."

"Grace, ég get ekki sagt þér hvað ég veit né hvernig ég veit það, en greiðslur verða að fara fram, og verðið er of hátt fyrir þig. Enn fremur ertu notuð til að laga fortíðina."

"Hvað?"

"Ég get ekki sagt þér allt sem ég veit. Þú munt komast að því á réttum tíma, en ég ráðlegg þér að gefast upp núna. Biððu afsökunar núna. Svo slepptu. Þú ert bara barn, saklaus. Fortíðin er ekki þín til að eyða. Bætur eru ekki þínar til að greiða."

"Ég-ég skil ekki."

"Þú munt gera það, og þá verður of seint. Vinsamlegast slepptu. Leyfðu því að gerast núna. Þetta er eina leiðin til að frelsa þig frá örlögum þínum."

Hún hélt fastar um trjábolinn. Þetta var algjörlega út í hött.

"Slepptu bara," hvíslaði hann.

Hún hélt ennþá fast. Lagði alla orku sína í það. Hún þoldi varla fleiri þvingandi, stjórnandi orð hans.

Hún safnaði öllu sínu afli saman þegar hún fór aftur að síga hægt og rólega niður, tommu fyrir tommu. Sjálfsbjargarviðleitni hennar hafði tekið við og hún barðist til baka.

"Grace, hefurðu þá ekki verið að hlusta á mig? Þú ert heimsk, heimsk stúlka!"

Eitthvað sprakk inni í huga Grace og hún sagði honum hugsað fyrir sig að þegja. Á sama tíma hélt hún áfram að safna kröftum og færðist sífellt lengra eftir trjábolnum.

Hún var ekki lengur hrædd. Hún var ekki veik. Og hún ætlaði ekki að gefast upp án baráttu.

Án þess að huga að tvískinnungaföður sínum var áætlun að fæðast í huga Grace. Hún dró framhandleggina eftir beittum greinum, og opnaði sár eftir sár og lét blóðið renna.

Blóðið sem rann niður myndaði stóran blóðtappa, sem hún vissi að myndi vekja hina hungraðu munnhelgi aftur. Hún svif yfir staðnum þar sem hún hafði séð hann áður, að meta valkosti sína. Það var áhættusamt, en það myndi leysa tvö vandamál í einu. Hún hafði engan annan kost.

Þegar söltu droparnir nálguðust svörtu tunguna sleikti hún þá girnilega upp. Og svo hóf hún leit upp á við að leita að fleiri. Þetta var mjög gáttgrönn tunga, gráðug eftir blóði Grace.

Hún lét nýja lotu dropa streyma út úr sárinu, fylgdist með og beið eftir fullkomna augnablikinu þegar tungan beið eftir að fá annan dropa—og þá ætlaði hún að senda sprengju niður á hana.

Pabbi hennar var enn að skamma hana. Grace hélt áfram að hunsa hann. "Hann vill blóðið þitt, Grace," hvíslaði rödd langt fyrir ofan hana.

Það var ekki pabbi hennar. Þetta var rödd lítillar stúlku.

Grace leit upp og þekkti stúlkuna. Hún var sú sem hafði staðið í miðri götunni hinn daginn. Grace hafði beint bílnum af til að forðast hana. Hún sat örugg í hreiðri greina þar sem Grace hafði hafið þessa ferð, og snérist rauða borðanum sem var um hvíta náttkjólinn hennar sífellt milli fingranna.

Grace blikkaði svo litla stelpan hyrfi aftur, en að þessu sinni var hún áfram.

"Hjálpaðu mér, Grace," sagði hún.

"Hver ert þú? Hvern heitir þú?"

Hún hló. "Þú þekkir mig, Grace. Manstu það ekki?"

Grace hristði höfuðið. Reyndi að finna minningu.

Þá talaði litla stelpan mjög hljótt. "Ég er tónstigið."

Grace fann strax eftirsjá, sorg og ást til barnsins á einhvern hátt.

Litla stelpan stóð á brún greinarinnar eins og marionetta og söng,

"Ég er konan sem dregur,
ég er öskrin;
ég er leyniröddin,
ég er andvarpið;
ég er það sem heyrist
lágt í skuggsýni;Fuglar með tóni svara,
Blómin í moskí;
Ég er sú sársaukafulla planta,
Mælt þar sem kallar
Einmana fugl á flakki
Við dimmar fossar;
Ég er konan sem dregur,
Látið mig ekki framhjá ykkur fara;
Ég er leyniröddin,
Heyrið öskur mitt;
Ég er mátturinn sem nóttin
Tapar um ókunnar slóðir;
Ég er rót lífsins;
Ég er hljómurinn." *

Grace, heilluð af sætleika röddar litlu stúlkunnar og fegurð tóns hennar, rétti til hennar hönd.

Litla stúlkan kláraði lagið. "Mundu, Grace, sumt er gefið, en sumt er tekið. Mundu það." Litla stúlkan stökk af enda trjágreinarinnar.

Öskrin frá Grace var eina hljóðið sem heyrðist.

Fyrir utan flögun fuglablaka þegar litla stúlkan breyttist í kráku og flaug burt.

KAFLI 25

Ófær um að greina staðreyndir frá skáldskap fann Grace huggun í svefni. Þangað til hún vaknaði, þá flæddi allt aftur til hennar.

Hún hélt varla í tréð í andlegu ástandi sínu.

Til hægri dinglaði og sveiflaðist eitthvað lítið og grænt. Það var ólíva nánast innan seilingar.

Allt sem hún þurfti að gera var að færa þyngdina yfir á hitt fótlegginn og hreyfa sig örlítið til hliðar, og svo rétta úr sér eins og gúmmíkona sirkussins myndi gera. Magi hennar knirkti. Hún var örmagna eftir næringu.

Þegar hún hallaði sér að því stöðvaðist hún um augnablik. Eitthvað djúpt inni í maganum fann hún að eitthvað var undarlegt við það. Hófst það skyndilega fram eða hafði hún einfaldlega ekki tekið eftir því áður? Hversu fáránlegt! Það var of mikið til að melta. Aftur velti Grace fyrir sér hvort hún væri að missa vitið.

"Mitt," hugsaði hún.

Hún ýtti sér áfram að því, rétti út hendurnar sífellt lengra án þess að ógna öryggi sínu, þar til ólífan var innan seilingar.

Hún dró það.

Það gaf sig næstum, og þá fór tréð að skjálfa, nánast eins og það væri að fá krampa. Hún leit beint undir sig og tók eftir brotnu grein sem beindist beint að henni. Ef hún færi niður núna, myndi hún stinga sig á greininni eins og hinn fátæka varni hafði gert.

Grace barðist við að halda sér. Hún hélt sér í krumpandi tréð með allri þeirri krafti sem hún gat safnað í handleggi og fætur. Hún sat nú klofveikt á trénu.

Skyndilega breyttust krampaköstin í eitthvað annað. Tréð var að fást við krampa. Það var í miðjum gífurlegum reiðikasti. Eða var það í sársauka? Grace þekkti sársauka. Hún mundi hvernig hann lét hana missa stjórn á öllu, jafnvel mannlegu eðli sínu.

Tréð kyrrðist um stund og hóf síðan aftur krampaköst, enn ofsafengnari.

Grace hugsaði um fimm skilningarvitin. Hún velti fyrir sér, þar sem þetta tré hafði munn til að éta og tungu til að smakka, hvaða aðrar mannlegar einkenni það hefði. Hefði það bankandi hjarta? Fann það?

Hún hallaði höfðinu fram og tók djúpt andann, sem hún síðan blés út um bol trésins. Það virtist hjálpa, þó aðeins um stund.Hún reyndi eitthvað annað. Hún strauk greininni sem var næst henni. Greininni sem bar ólífu. Á meðan hún strauk greininni hugsaði hún hversu þakklát hún var að vera á lífi.

Og Grace vissi þá að tréð hafði beint athygli hennar frá því að tína ávöxt þess, barnið þess. Það var eina ástæðan fyrir því að það lifði.Það var jú ekki konungstré. Konungurinn hafði sent riddarana sína til að bjarga þessu tré, drottningunni. Hún var vonin. Hún var framtíðin.

Og nú var hún líka að deyja.

Grace fór varlega niður, ekki lengur með áhuga á ólífunni. "Mér þykir svo leitt," sagði Grace hljóðlega. "Svo leitt."

Þegar tárin runnu niður kinnar hennar, niður af andliti hennar, féllu þau á biðandi greinar niðri. Og fljótlega sneri greinin niður, ekki lengur ógn við hana. Þá var allt kyrrt. Allt var friðsælt. Og Grace vissi með vissu að hún myndi vera aftur með Vincente, mjög fljótlega.

Grace sneri aftur að stofni trésins og hvíldi sig. Hún var örmagna og óþægilega til og hungraðri en nokkru sinni fyrr, en hún hafði engar eftirsjár.

Tréð byrjaði að hósta. Síðan byrjaði tréð að spú. Grace byrjaði að detta niður. Það var eins og fingur hennar hefðu verið dýfðir í smjör. Hún gat ekki haldið sér.

Hún leit upp í stjörnurnar á himninum, í tunglbleika andlit Einsteins, og henni var sama hvað myndi gerast. Hún hafði sætt sig við það, því hún hafði gert allt sem hún gat til að tryggja eigin afkomu.

Hún renndi sér aðeins nær jörðinni.

Hún tók eftir að greinarnar í kringum hana voru að snúast. Snúast. Greinar sem áður höfðu snúið að himni voru nú að beygja sig niður, bendandi í hennar átt.

Hún féll enn neðar, fullvel meðvituð um að tréð væri líka að deyja.

Þegar það krumpaðist í tilviljunarkenndum krömpum, renndi Grace sér og renndi sér og renndi sér, á meðan hún horfði á hinn endalausa himin og sveiflandi skýin fyrir ofan, sem héldu áfram án þess að hafa áhyggjur af neinu.

Nervagrönnu greinarnar nötraðu og þráðu endalok.

Brátt fór sólin að rísa á sjóndeildarhringnum og breiddi geislum sínum út til hins krumpandi trés, fyllti það viðkvæmu, samhljómi ljósi þar til greinarnar hlýnuðu og urðu kyrrar.

Þegar sólarljósið kysti tréð, mögulega í síðasta sinn, beygðust greinar þess, luku sig og mynduðu stiga. Stigi sem myndi leiða Grace aftur niður til jarðar.

Hún tók blautar hendur sínar af bolnum og sté varlega á fyrsta þrepið. Það bar þyngd hennar með auðveldum hætti. Hún gekk hratt eftir þeim, öðru á fætur öðru, og studdist við bolinn eftir þörfum.

Neðan við sig sá hún grasið. Hún var nánast komin þangað. Þetta var kapphlaup við sólargeislana: myndi Grace komast þangað áður en þeir snertu jörðina? Hver myndi lenda fyrstur?

Þegar Grace steig niður snertu bæði hún og sólarljósið jörðina samtímis. Hún hló þegar grasið kítlaði fætur hennar og hún naut jarðbundins, moskítrósandi ilmsins.

Hún stóð undir risavaxna trénu og benti til himins.

Í fyrstu hafði hún verið óæskilegur gestur þess trés, en nú var eins og hún væri að skilja við löngu týndan vin. Greinar þess voru beygðar og snúnar, og hryggurinn benti til þess að það myndi ekki standa uppi lengi.

Það heyrðist hátt gnissur, og svo jörðskjálfandi brak þegar stiginn fór að hrapa niður. Þær skelltu á jörðina, skoppuðu eins og barn á hoppukasti, á eftir komu viðarhríð, og flísar sprettust um alla vegu eins og skrapnel.

Grace stóð kyrr, of hrædd til að hreyfa sig, á meðan drottningin féll til hinstu hvílu sinnar við fætur hennar.

Eitt lítið fyrirbæri var enn í hreyfingu. Að síga niður.

Hún greip ólífuna í höndina á sér, stakk henni í vasann og fór að leita að Vincente.

***

Á leiðinni heim fann hún sig ringluða og þreytta en samt heppna að vera á lífi.

Það leið ekki á löngu þar til hún áttaði sig á því að hún var alls ekki langt frá húsinu. Um leið og hún sá heimilið sitt brast hún í grát. Hún gat ekki hætt að gráta þegar hún opnaði útidyrnar og hélt upp stigann, klifraði yfir það sem eftir var af hinum brotna stiga. Efst á stiganum lyktar hún af sér og áttaði sig á að hún lyktar illa. Hún sturtadi sig fljótt, skipti um föt og hreinsaði sárin sín.

Síðan kastaði hún op inniskurðinum (hann var ekki lengur læstur) og sá Vincente enn bundinn við rúmið. Hann var í nákvæmlega sömu stöðu og hún hafði skilið hann eftir í. Í fyrstu óttaðist hún að hann væri dáinn.

Þegar hún lagði höfuðið að brjósti hans fann hún andardrátt hans á hálsinum. Hún heyrði hjarta hans slá.

Hún kysti augun hans, kinnarnar hans, ennið hans og munninn hans. Hún var að vekja fallega prinsinn sinn. Að færa hann aftur til vakandi heimsins. Tár runnu niður kinnarnar hennar.

Vincente opnaði augun. "Er ég að dreyma?"

Grace svaraði ekki. Hún kysti hann bara á sætu varirnar hans aftur og aftur. Síðan klifraði hún upp í rúmið með honum, lagði handleggina utan um hálsinn á honum og sofnaði.

KAFLI 26

Grace vaknaði, enn fast að halda í bol trésins af öllu afli. Það var enn sem áður myrkur úti. Óttandi við að hreyfa sig hélt hún ennþá fastar. Þá fann hún heitt andvarp á enni sér. Hún skellti höndinni fram. Sló.

Bolurinn hreyfðist.

Hún heyrði hjartsláttinn hans.

"Ég gæti vanist þessu."

Grace öskraði.

"Ertu í lagi, Grace? Vaknaðu!" sagði Vincente.

Hún dró sig aftur og horfði beint í skeggjaða andlit hans. Þrátt fyrir myrkrið sá hún að hún var með Vincente. Hún var komin heim og þau voru saman aftur.

Hún hafði draum innan draums – en þetta var veruleikinn. Hún faðmaði hann fast.

"Ég hlýt að líta ansi illa út," sagði Vincente.

"Þú ert fallegur í mínum augum."

"Ah, þú segir það sennilega við alla strákana sem þú finnur bundna við rúm. "

"Já, ég segi þeim alltaf að þær séu mjög fallegar, svo þær láta mig hafa það sem ég vil." Hún hló.

"Við þurfum að tala, um það sem gerðist hér og um það sem gerðist þegar þú varst... í burtu."

"Ég vil ekki tala um það núna, Vincente. Kannski mun ég aldrei vilja tala um það."

"Það er undir þér komið, Grace, en ég vona að þú getir sagt mér frá einhvern daginn."

"Það var hræðilegt og stórfenglegt á sama tíma."

"Ef þú leysir mig, get ég kannski sturtuð mig og klætt mig. Þá getum við spjallað."

Hún fann skæri í eldhúsinu og leysti Vincente. Þar sem reipin höfðu bundið hann var þurrt blóð, en sárin virtust vera að gróa.

Hún hjálpaði honum á fætur þegar hann var laus, en fætur hans gáfu sig undan undir honum.

"Ég finn það," sagði Vincente og gekk hægt út úr herberginu. Hún fylgdi honum, opnaði baðherbergishurðina fyrir hann og hóf síðan að klifra í gegnum rústirnar til að komast aftur niður á jarðhæð.

"Mamma geymdi öll föt bróður míns. Skoðaðu hvort þú finnir eitthvað sem passar þér." Vincente kinkaði kolli og lokaði síðan baðherbergishurðinni á eftir sér. Hún heyrði sturtuna byrja og var tilbúin að útbúa morgunmat.

Í eldhúsinu ákvað Grace að útbúa nesti. Hún valdi svæði í garðinum. Síðan gerði hún pott af kaffi og tók nokkra bolla og sykur. Hún setti brauð úr frystinum í toasterinn og tók marmelöðu, vegemite, jarðarberjasultu og smjör úr ísskápnum. Síðan steikti hún nokkur egg og bar allt út.

Þetta var nesti, en servíettur og borðdúkur vantaði. Hún leitaði í skúffunum og fann bæði. Hún raðaði öllu upp svo það liti fallega út og setti jafnvel vasa með þurrkuðum blómum í miðju borðsins.

Þegar hún sá hreyfingu í eldhúsinu kallaði hún til Vincentes: "Ég er úti hérna!" Og þegar hann gekk út hrópaði hún: "Óvæntarund!"

Í fyrstu borðuðu þau þögul saman.

Vincente kastaði fljótlegu auga til Grace og í fyrsta sinn sá hann hana í alveg nýju ljósi. Fram að þessu hafði hann séð hana úr fjarlægð, þótt hún hefði verið beint við hlið hans. Kannski vegna þess að hann hafði áður verið blindur fyrir henni. Síðan hafði hún sýnt styrk og hugrekki og ástríðu fyrir lífinu sem hann hafði aldrei kynnst áður. Hún kysti djúpt, eins og hún kyssti með hjarta sínu, og hann vissi – hafði alltaf vitað – að hún elskaði hann. Hann hafði þó ekki haldið að hann fyndi fyrir sömu tilfinningum. Þangað til núna.

"Ég vissi aldrei að kaffi gæti bragðast svona vel," sagði Vincente og reyndi að breyta hugsunum sínum. En djúpu tilfinningar hans gáfu sig fljótt, og hann beygði sér yfir teppið og kyssti Grace varlega á varirnar.

Líkaminn hennar gaf sig honum, og saman kysstu þau djúpt og óstöðvandi. Vincente strauk hárið frá andliti Grace og hélt henni þétt að sér. Hann hlustaði á hjarta hennar slá í takt við sitt eigið, og hann var yfirbugaður af ást sem hann hafði aldrei fundið áður.

Vincente horfði í augu hennar á meðan hann talaði. "Þegar þú varst í burtu..."

Hún reyndi að stöðva hann, vildi segja eitthvað. Hann vissi hvað hún var að hugsa, að hún vildi ekki tala um það sem gerðist meðan þau voru aðskilin, en hann ætlaði ekki að fara þangað.

Hann lagði vísifingurinn á varir hennar og sagði: "Ssss." Hann þurfti að segja henni þetta núna, áður en hann missti kjarkinn. "Þegar þú varst í burtu áttaði ég mig á nokkrum hlutum, en sá mikilvægasti er sá að ég er ástfanginn af þér."

Hún tók harkalega að anda. Hún gat ekki stjórnað því.

Hann hvíslaði að henni að þegja aftur.

"Fyrir stuttu sló ég þig í höfuðið með krikketbolta, og þú misst meðvitund. Ég var áhyggjufull um þig, en hugsaði í eina sekúndu: 'Hver ætlar að hjálpa mér með stærðfræðiverkefnið mitt núna?' Ég var eigingjörn, ég veit það. Alveg."

Aftur vildi hún rjúka í málið. "Þá horfði ég á þig, þessa heimsku litlu stelpu sem horfði alltaf á mig á undarlega hátt, sem fylgdi mér stundum með augunum. Sem var augljóslega ástfangin af mér—"

Hún dró andann við þessi ummæli og fannst hún vandræðaleg. Hún velti fyrir sér hvers vegna hann hefði ekki bara hætt við, 'Ég er ástfanginn af þér.' Það hefði verið svo fullkomið.

Hann hélt áfram, "Þú hjálpaðir mér með stærðfræðina mína.

Þú varst lykillinn að því að ég héldi áfram í liðinu, en ég var þér ekki þakklátur. Ekki alveg. Mér fannst þú eiga mér eitthvað. Mér fannst allir eiga mér eitthvað. Ég var annar þá. En ég hef breyst. Þú breyttir mér. Nú, þegar ég lít í spegilinn, sé ég mann sem myndi gera hvað sem er fyrir þig. Mann sem vill vera með þér, og ég meina ekki bara í dag eða á morgun, heldur alltaf og að eilífu. Og þú gætir verið að hugsa að ég sé ekki þinn smekkur, og þú gætir verið að hugsa að þú sért ekki nógu góð fyrir mig, en satt að segja er ég ekki nógu góður fyrir þig! Áður fyrr hef ég bara fylgt því sem búist var við af mér, án þess að efast um það. Ég stefndi á stelpuna sem búist var við að ég myndi stefna á. Ég hef verið hinn klassíski íþróttamaður, og ég er ekki stoltur af því að segja það.

Þú, Grace, færð mig til að hugsa um morgundagið, okkar morgundag, okkar framtíð, og ég get varla beðið eftir að deila öllu með þér."

Grace fann tárin renna niður kinnarnar. Hún hafði beðið árum saman eftir að Vincente segði henni þessi orð, og nú þegar hún heyrði þau efaðist hún um hann og sagði: "En Vincente, kannski finnur þú bara svona, vegna þess að við erum einu tveir sem eftir eru? Þú veist, eins og við séum fastar á eyðieyju, og jafnvel sú einfaldasta stelpa lítur vel út eftir smá stund."

Svar hennar við ástjátningu hans var eins og högg í andlitið. Hún langaði til að taka orðin til baka, en það var of seint. Skemmdin var þegar orðin.

"Sjáðu til Grace, ég veit að þú ert hrædd, og nú ert þú að ýta mér frá þér. Jæja, ég er líka hrædd, svo ekki reyna að ýta mér frá þér með þessu 'venjulegasta stelpan'-bullinu. Það vanmetur algjörlega allt sem ég hef rétt verið að segja við þig, og sama hvað þú segir og sama hvað þú gerir, mun ég alltaf elska þig. Ég elska þig, Grace."

"Ég elska þig líka, Vincente."

Þau féllu í faðma hvoru öðru, og að þessu sinni voru kossarnir logandi. Þau drógu hvor í annað, eins og tveir áfengissjúklingar sem höfðu ekki drukkið í marga mánuði. Ástríða þeirra fyllti loftið.

Vincente dró sig fyrstur til baka. Hann hafði engan annan kost, hann þurfti að draga sig til baka, annars myndu þau fara of langt, of hratt.

"Hvar lærðirðu að kyssast svona?" spurði hann og strauk baki hennar og fann bruna heita húðar hennar á fingrunum.

Grace lyfti öxlunum. Hún var einungis að svara eldi hans. Þau reyndu að snúa sér aftur að matnum, en bragðið á vörum þeirra, bragð hvors annars, gerði allt annað daufara í samanburði.

Þegar nóttin kom, lágu þau á teppinu og horfðu á stjörnurnar glitra fyrir ofan sig, héldu í hendur og kysstust. Þetta var fullkomin heimur; heimur gerður fyrir þau tvö.

***

Grace horfði á Vincente sem svaf þar við hlið hennar. Fætur þeirra voru flæktir saman og hún gat ekki losað sig án þess að vekja hann. Hún vissi að hún hlýti að vera með vondan andardrátt, en gat ekkert gert í því, svo hún horfði bara á hann sofa. Brjóstkassi hans hreyfðist upp og niður og hann var rólegur. Hann leit út fyrir að vera ánægður.

Hún fann fyrir ofsalegri hamingju. Aldrei í sínum villtustu draumum hefði hún ímyndað sér að hlutirnir myndu ganga upp eins og gert hafði. Vincente Marino var ástfanginn af henni, og hún var ástfangin af honum.

Vincente vaknaði og yaug. Andardráttur hans snerti Grace. Hann var sætur, og hún vonaðist til að sinn væri líka sæt, því hún vissi að hún smakkaði af honum.

"Hversu lengi hefurðu verið vakandi?" spurði Vincente.

"Ekki lengi. Þetta var yndisleg nótt, og nú erum við með dásamlegan dag framundan. Hvað eigum við að gera?"

"Fyrst ætla ég að við þurfum að tala um okkur," hóf Vincente. "Um hvert við viljum fara og hversu hratt. Í gærkvöldi langaði mig óskaplega í þig, en ég vissi ekki hversu hratt þú vildir fara. Ég hugsaði mikið um okkur meðan þú varst í burtu. Ég hef þráð að faðma þig. Það var það sem hélt mér gangandi, heiðarlega sagt. Dreymt um okkur, um tengsl okkar."

"Ég held að við ættum að taka það rólega."

"Ég er til í það, svo fremi sem þú lofar að segja mér þegar þú ert tilbúin."

"Þegar ég er tilbúin, munt þú vita það fyrstur!" sagði Grace með brosi, og þau faðmast og kysstust sætt.

Þau tóku saman nestið og fóru innandyra.

"Mér finnst við eigi að halda áfram héðan í dag," sagði Vincente. "Já, mér finnst við þurfa nýja byrjun. En hvert?"

"Eitthvað sérstakt, og ég held að ég viti nákvæmlega hvar."

"Hvar? Segðu mér!"

"Nei, þú verður að bíða þangað til við komum þangað. Á meðan ætla ég að pakka nokkrum hlutum. Nema þú viljir, veistu..." Hann brosti og litið augun upp stigann.

Hún gekk að honum, lagði hendur á axlir hans og horfði beint í augu hans. "Látum eitt vera alveg ljóst, Vincente Marino, ég er tilbúin, fús og fær. En ég vil ekki að það sé hér eða núna. Ekki á þessum stað. En einhvern daginn, fljótlega."

Hann kyssti hana og hóf göngu sína um rústirnar upp á efri hæð hússins. Hann sneri sér að henni og sagði: "Þegar þú ert að pakka, sjáðu hvort þú finnur stóra öx, til öryggis ef við rekumst á fleiri brjálaða tré."

"Verður gert."

KAFLI 27

"Hvenær vissirðu fyrst að þú elskuðir mig?" spurði Vincente á meðan þau gengu eftir Parramatta Road í átt að miðbæ Sydney.

"Ég elskaði þig frá fyrsta augnabliki sem ég sá þig," játaði hún.

"En það var ekki sönn ást, var það? Það var bara aðdáun. Ástfangning. Ég meina, hvenær vissirðu að þú elskuðir mig í alvöru, sem manneskju? Sem raunverulega manneskju?"

Hann gat sér ekki ímyndað að ást við fyrstu sýn væri raunveruleg. Hann hafði aldrei fundið fyrir slíku. Hann þekkti engan utan kvikmynda eða leikrits sem hefði lýst því að ást gæti kviknað samstundis.

Hún lagði höndina á hans, sem hvíldi á gírkassanum.

Hann horfði undarlega á hana. Hún virtist óþægileg, en hún hafði fallega hvítan, næstum fílabeinslitaðan háls.

"Það er enginn annar fyrir mig, Vincente. Það hefur aldrei verið. Hjarta mitt er svo fullt af þér; þar gæti aldrei verið pláss fyrir neinn annan. Ég dýrka þig."

Hann stöðvaði bílinn og hreyfði sig að berum, hvítum hálsi hennar. Tannholdið var kalt þegar það snerti hann, en svo byrjaði það að brenna. Hjarta hennar sló svo hratt að henni fannst það ætla að stökkva úr brjósti, og hún fann fyrir hita um allan líkamann á meðan henni langaði til að gleypa hann.

Eftir nokkrar stundir náðu þau aftur tökum á sér og héldu af stað. Göturnar voru troðfullar af brenndum bílum, með einni undantekningu: einum Land Rover. Vincente stoppaði við hlið hans og þau skoðuðu hann nánar. Hann var nánast eins og nýr, með hvítum leðursætum og nægu plássi aftan í fyrir vopnin og birgðirnar þeirra.

Vincente snéri lykli í kveikjunni og vélin fór strax að ganga. "Ég held að þetta sé betra en bíllinn okkar, mun rýmra og áreiðanlegra, og við ættum að... Taka hann."

Grace líkaði ekki hugmyndin um að stela bíl, en það virtist skynsamlegt fyrir þau að eignast eitthvað stærra og sem hentaði betur þörfum þeirra. "Ég velti því fyrir mér af hverju þessi brann ekki upp eins og hinir?" spurði hún. Vincente hnippti öxlum og þau tóku að flytja dótið sitt úr hinum bílnum og setja það í Land Roverinn.

Það var eitthvað bensín eftir, en ekki mikið. Vincente lagði sérstaka áherslu á að stoppa á næstu bensínstöð og fylla á.

Grace fór inn með Vincente og þau tóku til sín kassa af vatni og nokkra aðra smáhluti.

"Hvert erum við að fara?" spurði Grace aftur þegar þau óku yfir Sydney Harbour-brúna.

Vincente brosti breitt. Hann var svo ánægður með sjálfan sig yfir einhverju. Grace var mjög forvitin og spennt.

Vincente breytti um umræðuefni. "Okkur gekk vel að finna þennan bíl. Hann er í mjög góðu standi og ætti að koma okkur hvert sem við þurfum að fara."

"Við erum enn heppnari að þú eigir ökuskírteinið þitt."

"Jæja, tæknilega séð á ég það ekki," sagði Vincente og horfði á Grace. "En hver ætlar að stöðva mig?"

Grace hugsaði um stöðu þeirra. Henni fannst erfitt að trúa því að engir aðrir væru einhvers staðar úti, um allt landið eða á öðrum hluta heimsins. Hún gat ekki trúað því að þau væru í raun einu fólkinu sem eftir var á jörðinni.

"Helduðu ekki að það verði að vera aðrir einhvers staðar úti?" spurði Grace.

"Ég held að það séum bara við," sagði Vincente.

"En hvað ef það eru aðrir?"

"Þá finnum við þá, eða þeir finna okkur. Á meðan skulum við ekki hafa áhyggjur af þessu, hvað finnst þér? Við erum nánast komin," sagði hann þegar þau beygðu utan í horn og óku inn á veg sem lá samhliða strandlengjunni. Útsýnið var stórfenglegt. Grace langaði til að komast út úr bílnum og hlaupa yfir hvítan sandinn berfætt.

Vincente stoppaði rétt fyrir utan Manly-hótelið við sjávarbakkan. Líkt og lítil börn gátu þau varla beðið eftir að taka af sér skóna og hlaupa um hinn heita hvítu sand. Sandurinn kossaði fætur þeirra og hrærðist eins og sykur á botni kaffibolla, og þegar fætur þeirra snertu kalda vatnið nötraðu þau og hlógu.

"Helduðu að það sé öruggt?" spurði Grace.

"Öruggt? Frá hvað?"

"Þú veist, eins og hákarlar og steingerlar."

"Við höfum ekki séð neitt líf í daga, hvorki maura né könguló, engar mýflugur, ekki einn einasti fugl... Og þú ert að hafa áhyggjur af hákörlum og medúsum?"

"Já, jæja, trén voru svöng, svo hver veit um..."

Vincente kossaði áhyggjur hennar burt. Saman léku þau sér í vatninu eins og tvö börn, sprettandi og eltandi hvort annað þar til þau sofnuðu, hlið við hlið, í sandinum.

***

Um morguninn vaknuðu Grace og Vincente, þakin sandi og mjög, mjög svöng.

"Ég er tilbúin," sagði hún og rétti sig í átt að honum, kyssti hann af krafti á varirnar og ýtti honum aftur inn í fótsporið sem þau höfðu gert í sandinum.

"Ég... held að þetta sé of snemmt," sagði hann og ýtti henni varlega til hliðar, stóð upp og hristi sandinn úr fötunum sínum.

Hún réðst aftur á hann. "Ég hélt að þú hefðir sagt að ég ætti að segja þér til um þegar ég væri tilbúin. Ég er tilbúin, svo tilbúin," sagði hún og fiktaði í hnöppunum á skyrtunni hans.

Hann tók skref afturábak. Hann brosti til hennar. Grace réðst aftur á hann. Hann hreyfði sig til hliðar.

"Þú ert svo kankvís," hrópaði hún í örvæntingu þegar hann sneri sér við og hljóp í gagnstæða átt. "Kúga!" hrópaði hún og elti hann. Hún var að anda harkalega. Hjartað barðist. Hún vildi ekkert annað en rífa af sér fötin hans, ráða ríkjum yfir honum, finna líkamann hans við sinn. Að verða eitt með honum.

"Þegar tíminn er réttur munum við báðir vita það," sagði Vincente þegar hann opnaði farangursrými bílsins og tók út flöskurnar af vatni. Hann gekk inn í móttöku hótelsins og Grace fylgdi á eftir. Hún hafði engan annan kost en að fylgja honum, inn í lyftuna, eftir ganginum og inn í risastóran penthouse-íbúð.

Þegar inn var komið, dregði Vincente fyrir gluggatjöldin alveg. Frá sínum sjónarhóli gat hann hugsað til alls þess sem hafði breyst síðan hann síðast heimsótti Manly með mömmu sinni og pabba sínum. Svo margt hafði breyst.

Áður höfðu verið mannfjöldi á svæðinu, gengandi eftir gönguleiðinni við sjávarbakkan, hlæjandi og skemmta sér. Það höfðu verið bátar, með segli sem blésu í blíðri andvari, eins og blettir á sjóndeildarhringnum. Það hafði verið hlátrar og drykkja. Börn syntu, léku sér og byggðu sandkastala. Það höfðu verið brimbrettasurfarar, margir hverjir, að ná stóru öldunum.

Það höfðu verið höfrungar og fuglar, aðallega máffar sem svifu um, sökktu sér í vatnið, fæddu sig og kveinuðu.

Ekki að tala um grillveislu, kaffihús og veitingastaði fulla af fólki sem borðaði, drakk, dansaði, talaði og rómantískaði. Þetta hafði allt verið svo öðruvísi þá, svo líflegt og svo ótrúlega annríkt. Vincente mundi eftir löngum biðtíma til að komast inn í nokkra bestu veitingastaði Manly. Núna höfðu hann og Grace allan staðinn fyrir sig.

Hann sagði Grace frá Manly, um hvernig fjölskylda hans hafði leigt hús við ströndina. Þau höfðu upplifað hvalaskoðun úr fyrstu röð. Hvernig hvalið sveifluðu með hala sínum. Slík dýrð. Slík mátt.

Hann sagði henni líka frá því að þau hefðu stundum gist á hóteli við sjóinn áður en þau keyptu sér hús. Það var eins og lítil sumarferð. Þau pakkuðu og tóku ferjuna. Hversu spenntur hann varð og hvernig þau borðuðu alltaf úti, syntu í sundlauginni á þakinu og fóru svo á ströndina, fengu sér fisk og franskar, settust í sandinn og töluðu saman um langan tíma.

"Þú saknar þeirra virkilega, foreldra þinna, ekki satt?" sagði Grace og tók hönd hans í sína. Hún elskaði hann enn meira, ef það var nokkur kostur, þegar hann talaði um fjölskyldu sína og minningar sínar. Þegar hann deildi minningum sínum og reynslu með henni fannst henni eins og þær væru hennar líka.

"Núna," sagði hann, "erum við hér alveg ein í þessum stað, Grace. Við getum dvalið hér, búið hér, gert hvað sem okkur lystir hér."

"Já," sagði Grace og var sammála, "mér myndi líka það."

Eftir að hafa kólnað aðeins ákváðu þau að fara í göngutúr eftir gönguleiðinni við sjávarbakkan. Engin merki um skaða af jarðskjálftunum sástu hér. Þau gengu hlið við hlið, hönd í hönd, og spjölluðu. Urðu nánari með hverri stund.

Minningarnar höfðu skapað dálítinn þoku. Saman fundu þau sig mjög ein.

"Skulum fara í sund," stakk Vincente upp á og hljóp að vatninu, kastaði sandi út um allt á meðan hann tók af sér skyrtuna, stuttbuxurnar, nærbuxurnar, skóna og sokkana.

Grace sá hann, berrassaðan, hlaupa út í vatnið eins og einhver sem hafði aldrei komið á ströndina áður. Hún fór að taka af sér fötin líka, og þegar hún var búin að fara úr öllu, fór hún að vada út í vatnið.Þau hittust og tóku í hendur þegar þau voru komin í mitti í hinum köldu sjó. Bylgjurnar skölluðu yfir þau, ýttu þeim saman og í sundur, saman og í sundur. Þau kysstust og héldu fast um hvort annað á meðan sjáfroðinn skírði þau sem opinberlega ástfangin.

Ef einhver fiskur var enn á lífi til að heyra þau kalla, var hann of kurteis til að láta á sér kræla.

KAFLI 28

Nú lágu þau hlið við hlið í penthouse-íbúðinni á hótelinu eftir svefn sem aðeins ástfangnir þekkja. Grace hafði höfuðið hvílandi í brjósti Vincente.

Hann horfði niður á hana á meðan hún svaf. Hann hugsaði til þess hve falleg hún virtist honum í dag, enn fallegri en hún hafði verið daginn áður. Hann færði hárið frá andliti hennar og stakk því bak við eyrað. Hún hreyfði sig.

"Góðan morgun, syfjuhetja," sagði hann. Hann kysti hana á ennið.

"Góðan morgun," endurgjörpti Grace, teygði úr sér og yaugði, og hylgði sér með höndinni fyrir munninn á meðan hún velti fyrir sér hvort hún hefði morgunanda – versta andardrátt dagsins. Hún velti fyrir sér hvernig þau hefðu komist á hótelið.

Hún hugsaði um stund, reyndi að muna hvernig hún hefði komist þangað en gat ekki einu sinni munað eftir því að hafa gengið inn í hótelið. Það var eins og hún hefði verið á ofsatrallinu og hefði nú algjörlega glatað minningunni um það atvik, auk allra hinna atvikanna sem hún hafði gleymt úr fortíðinni. Henni fannst það pirrandi því hún vildi muna hvern einasta augnablik með Vincente.

"Ef þú ert að velta því fyrir þér hvernig þú komst hingað," sagði Vincente. "Þú varst fast sofandi á ströndinni og flóðið var að koma, svo ég tók þig upp og bar þig hingað og lagði þig svo til svefns."

"Takk," sagði hún og nuddaðist að honum. Síðan bað hún leyfi og sturtadi. Utan við baðherbergishurðina heyrðist bank. Hún tók á sig baðrokk hótelsins og spurði: "Hver er þarna?"

"Það er ég, vitlaust!" svaraði Vincente, þegar Grace opnaði hurðina og sá hann klæddan í matreiðslumannsbúning - hattinn innifalinn - og ýta veislu á vagn.

"Þú hefur verið upptekinn," tók Grace eftir, á meðan hún tók bit af marmeladabrauði og dýfði stykki af stökkum beikoni í mjúksoðið eggið.

Þau borðuðu og borðuðu þar til þau gátu ekki haft neitt meira niður, og þá stóð Vincente upp og rétti Grace kassa.

"Gjöf? Fyrir mig?"

"Hvern annan? Ég vona að þér líki hún," sagði Vincente og horfði á Grace rífa af böndin og ýta pappírnum til hliðar til að afhjúpa gjöfina.

Grace hélt upp fallegustu axlabandslausu sumarkjól sem hún hafði nokkru sinni séð og þrýsti honum að líkama sínum. Það var úr silki, grænt og mjög kynþokkafullt. Hún flýtti sér að Vincente og kysti hann á varirnar, tók síðan af sér baðrokkinn og setti nýja kjólinn á sig. Hann passaði fullkomlega.

"Takk," sagði hún.

"Nú skulum við sjá hvernig þú lítur út án hans!" hrópaði Vincente áður en hann ýtti henni niður í rúmið, og þau gerðu ástina enn einu sinni.

Þegar þau vaknuðu, svöng aftur, setti Vincente fram súkkulaðifondú sem hann hafði fundið fyrr, og þau dýfðu afþíðaðum jarðarberjum í það. Þau voru dásamlega sæt og þau gáfu hvoru öðru að borða. Þegar þau voru södd og höfðu safnað nægri orku, gerðu þau ástina aftur.

***

Síðar sama dag gengu þau hönd í hönd eftir gönguleiðinni við sjávarbakkan, á meðan öldurnar brotnuðu upp á ströndina við hlið þeirra. Flóðið hafði komið inn og máttur þess var að vaxa umhverfis þau.

"Við gætum verið mjög hamingjusöm hér, veistu," sagði Vincente. "Við eigum nóg af mat í hótelinu til að duga okkur í marga mánuði. Í sameiningu við hin hótelin og veitingastaðina eigum við sennilega nóg af mat hér til að duga okkur í mörg ár. Og við gætum lifað í lúxus, hreyft okkur um hótelið, án þess að þurfa nokkurn tíma að þrífa! Við getum bara flutt í annað herbergi þegar okkar verður óhreint!"

Grace var að hugsa um allt sem Manly hafði upp á að bjóða. Hún fann líka að staðurinn gæti orðið gott heimili. Þær höfðu allan tímann í heiminum og ekkert að tapa. Hvers vegna ekki að prófa?

"Ég held að þú hafir rétt fyrir þér, við ættum að vera hér, gera þetta að heimili okkar. Sjáum hvað gerist. En—" Hún þagði, horfði upp í himininn. Síðan sneri hún sér að honum og horfði beint í augu. "En hvað ef við erum ekki einir? Hvað ef það eru aðrir þarna úti, um allt land? Um allan heim? Eigum við að vera svona ánægðir bara að hugsa um okkur sjálf, þegar aðrir gætu þurft hjálp? Þegar við gætum verið að leita að þeim?"

Vincente svaraði henni ekki strax. Hann leit líka upp í himininn. Hann saknaði hljóðs kúkabúra og svana. Hann saknaði jafnvel hávaðans frá flugvélum sem flugu og bílum sem lúðu í lúðuvélarnar. "Ég skil hvað þú ert að segja, elskan. En ábyrgð okkar er gagnvart okkur sjálfum. Sérstaklega þegar við vitum ekki hversu lengi við höfum hér."

"Helldurðu að tíminn okkar sé takmarkaður?"

"Hver veit? Er hann ekki alltaf það? Ég vil eyða hverjum einasta augnabliki með þér, gera þig hamingjusama. Elska þig. Að elska þig er mitt forgangsatriði núna."

Hún lagði handlegginn utan um mitti hans og þau héldu áfram að ganga, beygðu síðan við hornið, krupu undir brúna og hlupu eins og tvö börn. Þegar þau komu að leynilegum leikvelli klifraði Grace upp á rennibrautina, renndi sér niður og stökk síðan á sveiflu. Vincente settist á sveiflu við hlið hennar og þau sveifluðust æ hærra og hærra, á meðan samtalið hélt áfram.

"Þú ert líka forgangur minn. Að elska þig, að vera með þér. En kannski, ef við reyndum að finna aðra, værum við hamingjusamari. Ég meina, að vita að við hefðum að minnsta kosti reynt það," sagði Grace.

"Þú gafst mér bara hugmynd, Grace. Kannski ættum við að reyna að hringja erlendis, í langlínusímann. Sjá hvort við náum sambandi þannig. Við gætum reynt að hringja um landið, og svo gætum við reynt Nýja-Sjáland, kannski Evrópu, England, svo Kanada og Bandaríkin. Við getum eytt tíma hér, notið daganna og leitað þannig fyrst. Ertu sátt við það?"

"Mér finnst þetta góð byrjun. En í bili skulum við fara að synda," sagði Grace og stökk af sveiflugólinu og hóf að hlaupa. Vincente flaug af stað á eftir henni, fylgdi fataslóðinni sem hún skildi eftir sig. Hann safnaði saman öllu og horfði á þegar Grace stígði út í vatnið. Hún flaut upp og niður og sökk svo undir. Hún kom aftur upp með allt hárið blautt, eins og hún væri að undirbúa sig fyrir myndatöku í tímariti.

Vincente rifaði í eigin föt á meðan hann gekk að henni.

Þau sökktu saman undir á meðan öldurnar brotnuðu yfir líkama þeirra.

***

"Helldurðu að okkur muni nokkurn tíma sakna þess?" spurði Grace og yawnaði hátt áður en hún settist upp með handleggina lagða yfir hnén. Hún var nú aftur fullklædd og þau höfðu starað á stjörnurnar í nokkurn tíma, hvílandi sig í eftirglóðinni.

"Sakna hvað?" spurði Vincente og settist upp með krosslagða fætur við hlið hennar.

"Að læra, íþróttir, allt sem fylgdi því að vera í skóla. Helldurðu að okkur muni nokkurn tíma sakna þess?"

"Ég, fyrir mitt leyti, sakna þess ekki að falla í stærðfræði, og það er einmitt það sem ég var að gera áður en þjálfarinn Anderson lagði til að ég fengi aðstoð hjá þér. Ég var heppin, held ég, en ég sakna ekki námsins. Ég sakna hins vegar að spila, fólksins sem hrópaði húrra þegar ég kastaði fullkomna kúlunni."

"Saknarðu tækifærisins til að verða atvinnumaður?"

"Svona eins. Eini vegurinn til að komast inn í háskóla var með námsstyrk. Mamma og pabbi höfðu ekki efni á að senda mig. Ekki að við værum fátæk eða neitt—við höfðum peninga—en það hefði valdið erfiðleikum, veistu? Ég vildi ná þessu sjálf, komast inn á eigin forsendum."

"Já, ég skil það, að þú vildir verðskulda það. Þú hefur áður sagt að ég ætlaði að verða stærðfræðingur. Kannski finn ég fyrir því aftur þegar minningarnar koma aftur."

"Himinninn var þér engin takmörk." Hann stoppaði í augnablik, sá ský myrkva andlitsdrætti hennar þegar hún heyrði orðið "var," og hélt svo áfram: "Það er það enn!"

"Ég man ekkert af þessu núna. Þegar ég var uppi í trénu, fannst mér oft eins og—" hún hikstaði, óttandi við að viðurkenna það. "Nei, þú munt hlæja."

"Jæja, hvað ef ég hlæ? Segðu mér, komdu nú! Þú verður að segja mér það!" Hann hallaði sér yfir hana og byrjaði að kítla hana og kítla hana. "Ætlarðu að segja mér það núna?" spurði hann og kítlaði hana aftur þar til hún samþykkti að segja honum það.

"Albert Einstein," sagði hún, "ég hélt að ég gæti séð andlit hans í tunglinu."

Hann hló ekki. Hann leit upp á tunglsandlitið. Hann gat greint yfirvaraskegg, nú þegar hún nefndi það, og augu. Hann hugsaði til Mark Twain, eða, já, það gæti verið Albert Einstein. "Ég sé það," staðfesti hann. "Þetta gæti verið annaðhvort Albert Einstein eða Mark Twain þarna uppi."

"Sérðu það þá, yfirvaraskeggið?"

"Alveg viss, en ég hef aldrei tekið svona skýrt andlit eftir áður. Ég hef heyrt um manninn á tunglinu, en hvers vegna sé ég hann bara núna?"

"Ég veit það ekki með vissu," sagði Grace. Þau horfðu þögul saman á tunglið þar til Grace sagði: "Allt sem ég veit er að þegar ég var uppi í þeim tréi, og þegar ég þurfti von, fann ég hana í andliti Alberts Einsteins. Það gerði mig sterkari. Það gaf mér von. Það lét mig finna vissu, án efa, að ég myndi komast niður þaðan og að ég myndi sjá þig aftur. Reyndar vissi ég að þér liði vel og að ég myndi bjarga þér."

"Allt vegna tengsla við Albert Einstein, eh? Talaði hann... talaði hann við þig? Þaðan upp úr, meina ég?"

"Ekki svo mikið með orðum," sagði Grace, "en það var örugglega tenging. Eins og hann væri hinum megin við alheiminn og rétti til mín. Gaf mér styrk. Ég veit að þetta hljómar heimskulega núna, en á þeim tíma, uppi svona hátt í trénu, virtist það alveg eðlilegt að Albert Einstein væri að passa upp á mig."

"Jæja, takk fyrir, Albert Einstein!" tilkynnti Vincente og hrópaði til tunglsins, "takk fyrir að koma stelpunni minni öruggri aftur niður á jörðina og aftur til mín!"

"Já, takk fyrir, Albert Einstein!" bætti Grace við.

"Þú þekkir hann sennilega núna á fornafni, er það ekki?" sagði Vincente og hljóp síðan niður að ströndinni. Grace hljóp á eftir honum og þau hlógu og splæstu í vatninu.

Enginn tók eftir augnráði prófessor Einstein.

***

Parið sneri aftur á hótelið, staðráðið í að hringja nokkur símtöl. "Ég er viss um að ef einhver í Ástralíu á að svara, þá muni þetta ná til þeirra," sagði Vincente.

Þau sátu saman í skrifstofunni og létu símann hringja og hringja og hringja. Enginn svaraði.

"Reynum eitthvað annað," benti Vincente á. Vincente fann handbók á skrifborðinu, fletti í gegnum hana og fann kóðann til að hringja til Nýja-Sjálands. Sama saga: enginn svaraði.

"Hvert skulum við reyna næst?" spurði hann.

"Reynum..." Hún stóð með heimskort fyrir framan sig, lokaði augunum, beindi sjónum sínum að Frakklandi og Vincente sló inn kóðann. Þau létu símann hringja og hringja, en aftur svaraði enginn.

"Hvert áfram núna?" spurði Vincente."Suður-Ameríka!" hrópaði Grace og Vincente sló inn tölurnar. Þetta var það skemmtilegasta sem þeim hafði boðið í langan tíma, og vonin endurvöknaði með hverju landi sem þau reyndu: Kína, Rússlandi, Noregi, Írlandi og Englandi. Vonir þeirra dofnuðu hins vegar eftir að þau reyndu Kanada og Bandaríkin.

"Við erum ein," voru þau sammála um og sneru aftur í herbergið sitt, þreytt. Hvorki var önnur hungruð né þyrst.

Í fyrsta sinn langaði þau ekki til að stunda kynlíf, og þau vildu ekki tala. Þau sátu saman ein og drógu vín. Þetta var þeirra heimur núna. Aldur skipti engu máli. Þau gátu átt eða gert hvað sem þau vildu. Þetta var draumur sem rætist.

***

Vincente vaknaði og hrekk við þegar hann heyrði Grace tala í svefni:

"E jafngildir MC í öðru veldi, tvö sinnum tvö er fjögur, fjögur árstíðir, jafnvægi, þrisvar sinnum tvö er sex, sem er kvennúmer, þrír eru karlnúmer, því jafngildir sex hjónabandi Sex, tíu, fimmtán eru þríhyrningslegar tölur, fjögur, níu, sextán eru ferningslegar tölur, sálræna rúmtalið er sex í rúmi eða sex sinnum sex sinnum sex sem jafngildir tvö hundruð sextán, Pýþagóras trúði því að við séum öll endurfædd á tveggja hundruð sextán ára fresti, því hringrás. Afturkoma."

Hún hætti, hrjósaði aðeins og Vincente kúraði að henni. Hann hugsaði um þessa gjöf hennar, sem nú var að vinna galdur sinn í undirmeðvitund hennar. Snilld hennar var að síast inn í kvöldhugsanir hennar, streyma aftur til hennar á hvíldartímum. Þetta var í fyrsta sinn sem hann vaknaði við slíkar vangaveltur.

Það var eins og Grace væri að tala öðru tungumáli. Hann velti fyrir sér hvort hann ætti að nefna það við hana. En ef hann gerði það, myndi þá kraftur hugmyndarinnar, fremur en hennar eigin sjálfsáttar, seinka lækningaferlinu?

Þegar morguninn rann upp fyrir þá var Vincente enn vakandi, hlustaði á þögnina í kringum sig.

Grace hafði ekki talað aftur, en hún varð óróleg nokkrum sinnum og hann þurfti að færa sig frá henni. Hún sparkaði og barðist í svefninum, en þegar hún hafði verið að tala um stærðfræði var hún mjög kyrr og einbeitt. Rödd hennar var full af slíkri ástríðu. Hún var nánast drullandi af von og stórkostlegum undrun þótt hann skildi ekki eitt einasta orð sem hún sagði. Hann fékk hugmynd um hvað hann myndi gera þegar hún vaknaði. Hann ætlaði ekki að segja henni frá því að hún hefði talað í svefni. Ekki í dag, allavega. En hann hafði áætlun og vonaðist til að hún myndi gagnast henni. Á sama tíma fékk hann hugmynd um hvernig hann gæti komið henni á óvart. Hann var bjartsýnn á að í dag myndi verða þeirra besta dagur nokkru sinni.

KAFLI 29

"Ég var að hugsa, Grace, að það væri gott að fara til Sydney í dag. Við gætum heimsótt almenningsbókasafnið. Við þurfum ekki að hætta að læra. Við höfum allt bókasafnið og þúsundir bóka alveg fyrir okkur sjálfar. Við getum eytt mestum hluta dagsins þar!"

"Já, mér líkar hvernig þú hugsar. Frábært!" Grace stoppaði um stund, glápaði á sjálfa sig í speglinum. "Mig langar líka að kaupa nokkra hluti, jafnvel nýja föt. Kannski ætti ég að lita hárið mitt? Séstu fyrir mér sem ljóshærðri?"

"Alveg ekki með þessa ljóshærðu hugmynd, en mig vantar líka eitthvað nýtt. Við gætum farið í verslunaræði! Og hitt sem ég var að hugsa að gæti verið gagnlegt er ef við gætum fundið CB-útvarp. Það er frumstæðari samskiptamáti, en—"

"Svo, þú heldur ennþá að það gætu verið aðrir þarna úti líka?"

"Ég held að við séum bara tvö, elskan. En ef við eigum CB-útvarp og getum notað það virkt, og ef það er einhver von, jafnvel lítil von, um að aðrir geti haft samband við okkur þannig, þá verður sú leið opin fyrir okkur. Fyrir þá."

"Ég elska þig, Vincente," sagði hún og lagði hendur sínar um hann, kyssti hann djúpt. Síðan gekk hún að hurðinni. "Enginn tími er betri en núinn. Við eigum bara að komast út þangað!"

"Ég er alveg til í það!" hrópaði Vincente. Hann lagði handlegginn utan um mitti hennar og saman gengu þau út úr byggingunni og að bílnum sínum. Þau höfðu lagt bílinn varanlega fyrir framan hótelið, þar sem venjulega máttu einungis leigubílar og lúxusbílar taka upp farþega. Það voru nokkrir kostir við að lifa í heimi án reglna.

"Vincente," byrjaði Grace, "ég hef verið að hugsa. Þó að hótelið sé fínt og allt, gæti það aldrei orðið heimili fyrir mig. Veistu hvað ég á við?"

"Já, ég veit hvað þú átt við. Þú finnur þörfina á að festa, að hreiðra um sig. Og hótel hentar ekki sálfræðilega séð."

"Það dugar í bili, en ekki, þú veist, til lengri tíma litið fyrir okkur." Vincente stöðvaði bílinn og kastaði hurðinni upp. Hún horfði á hann hlaupa að glugga Salvos-verslunar. Hún steig út úr bílnum til að sjá hvað hafði vakið athygli hans, og hún sá að það var CB-útvarp!

Vincente gekk inn í búðina og skoðaði útvarpið gaumgæfilega. Síðan fann hann rafmagnsinnstungu og tengdi það. Hann skannaði loftbylgjurnar. Saman hlustuðu þau ákaflega, en þar var aðeins rafmagnstruflun og endurómur. Vincente tók það upp og setti það í farangursrými bílsins, og þau óku burt. Útvarpið var langsótt tilraun, þau vissu það bæði, en þau ræddu það ekki.

Þau óku um götur Manly, nú alveg vön því að vera einu tveir menn í sínum heimi. Þau höfðu allt sem þau vildu eða þurftu innan seilingar: alla ferðamannastaðina, auk náttúrulegra tækifæra og fegurðar Sydney. Borgin var þeirra litla paradís og það að hafa Manly alveg fyrir sig var eins konar bónus.

Þegar Land Roverinn ók yfir Sydney Harbour Bridge virtist Óperuhúsið viðurkenna nærveru þeirra, og Grace nýtti tækifærið til að taka upp fyrri samtalið þeirra. "Það væri yndislegt að velja heimilið sem við viljum. Að búa til okkar eigið heimili," sagði hún bjartsýn.

"Ég er algjörlega sammála, og við gætum valið hvaða hús sem er, hvaða herragarð sem er sem okkur langar í. En um þessar mundir held ég að við þurfum að tala um eitthvað ennþá, já, persónuglegra. Eitthvað sem við höfum ekki raunverulega rætt áður."

Svipbrigði Vincente höfðu breyst. Hann varð djúpt alvarlegur, alvarlegri en Grace hafði nokkru sinni séð hann áður, og hún varð áhyggjufull. Hún beið eftir að hann héldi áfram, ekki viljandi trufla hugsunarferli hans. Hún áttaði sig á því að hann væri að reyna að finna réttu orðin. Þegar hann þagði í nokkrar mínútur fór Grace að hafa enn meiri áhyggjur. Þegar hann keyrði bílinn til hliðar á George-götu og leit í augu hennar, en þagði enn, varð hún mjög áhyggjufull.

"Segðu mér, Vincente! Þú ert að hræða mig!"

"Við höfum ekki notað getnaðarvarnir, og þú gætir verið ólétt akkúrat núna. Ég gæti séð fyrir mér að þú værir nýbökuð móðir, og ég gæti verið pabbi. Og ég var bara að hugsa um hvers konar líf það myndi vera fyrir barn sem fæðist okkur? Já, við myndum elska það og hugsa vel um það, en hvað með framtíð þess? Framtíð hennar?"

"Hvað áttu nákvæmlega við? Við myndum dýrka barnið okkar!"

"Já, en hverjum myndi barnið okkar dýrka? Hvern myndi það nokkurn tíma elska fyrir utan okkur?"

"Ó, þú meinar einhvern sem þau gætu gifst. Til að eyða framtíð sinni með, eftir að við erum farnir?" Hún dró hann inn í sterkt faðmlag og klappaði á topp höfuðs hans eins og hann væri barn. "Elsku, þú hefur verið að hugsa mjög djúpan hug. Þú hefðir átt að deila þessu með mér. Þú ættir ekki að þurfa að hafa áhyggjur af neinu svona stóru einn og sér. Hvað sem kemur til okkar, munum við takast á við það, saman."

"En smábarnið, án framtíðar annars en að vera með okkur? Það væri grimmd. Það væri ekki rétt!"

"Kannski ættum við bara að hætta að stunda ástina, þá? Já, við skulum lifa í kynlífsleysi!" hrópaði hún, á meðan hún strauk höfði hans og kossaði hann eins og hann væri lítill drengur. "Ef það á að gerast, þá mun það gerast. Við getum ekki verið að hafa áhyggjur af einhverju sem gæti aldrei gerst. Við elskum hvort annað. Ég myndi gefa hvað sem er fyrir þig. Ég myndi gefa líf mitt fyrir þig, Vincente, og ég gæti ekki verið í kynlífsfríi, ekki nema við skiljum. Nema við værum aðskilin. Þá, kannski."

"Það mun aldrei gerast! Ég mun aldrei yfirgefa þig! Ekki viljandi," sór Vincente."Þá er þetta komið. Og ef við eignumst börn, munum við gera það sem er best fyrir þau. Hvað sem það kostar. En nú förum við að versla, og svo förum við á bókasafnið. Og svo seinna förum við að fá okkur eitthvað girnilegt að borða! Ekkert slæmt getur nokkurn tíma komið úr ást okkar," sagði Grace.

"Ég dái þig, Grace."

Þau gengu hlið við hlið inn í verslunarmiðstöðina David Jones, þar sem þau versluðu allan morguninn.

Síðan borðuðu þau hádegismat á ítalskri veitingastað og elduðu spagettí bolognese saman.

Eftir hádegismatinn kannuðu þau bókasafnið og tóku nokkrar skáldsögur út. Grace fór hvergi nálægt stærðfræðideildinni, og Vincente þrýsti henni ekki til þess.

Eftir það settust þau í bílinn og óku eftir George Gata. Óvænt stoppaði Vincente, tók hönd Grace í sína og sagði henni að hann vildi sýna henni eitthvað. Eitthvað mikilvægt.

Grace leit á skiltinu fyrir ofan dyrnar: Antík-gullsmiður - Hér keypt og selt - Fínustu gæðavörur.

Forvitin fylgdi Grace Vincente inn.

***

Þegar hún gekk inn í búðina var eins og hún hefði gengið inn í glitrandi ljóskrónu. Allt í kringum hana var lifandi af ljósi. Allar gerðir skartgripa sem hægt var að ímynda sér, frá tíarur til armbanda og úr, jafnvel skjalataska innhúðuð demöntum, voru til sýnis í búðinni. Hún var svo yfirbuguð að hún gat ekki hreyft sig um stund. Peningar skipttu engu máli fyrir þau núna. Áður hefði þetta skartgripaverslun verið þeim alltof dýr.

"Jæja," sagði Vincente, "hafðu það gott, skoðaðu þig um! Sástu eitthvað sem þér líkar?"

Grace gekk áfram, beygði sig niður og leit inn í þykku glerbúðirnar. Hún var ekki með neina skartgripi á sér núna. Reyndar vissi hún ekki einu sinni hvaða tegund skartgripa hún líkaði við.

Hún gekk fram og til baka milli röðanna af glerbúðum, stoppaði við nokkur atriði en missti svo athyglina og hélt áfram. Það voru of margir fallegir hlutir til að taka til sín í einu. Þegar hún kom að enda verslunarinnar og sneri við, eins og hún ætlaði að ganga út um dyrnar, stöðvaði Vincente hana.

"Það hlýtur að vera eitthvað sem þér líkar hérna inni!"

"Þetta er bara dálítið yfirþyrmandi fyrir mig. Ég veit lítið um skartgripi. Kannski gætirðu talað aðeins við mig um það fyrst. Segðu mér frá hringnum þínum. Hvar fékkstu hann?" spurði Grace.

"Allt í lagi, já, ég sé að þú ert yfirþyrmdur, en þú verður að vita hvað þér líkar. Svo getum við skoðað saman. Á meðan á því stendur, var hringurinn minn gefinn niður í margar kynslóðir í fjölskyldu minni. Hann er fjölskylduarf. Hann hefur alltaf verið gefinn fyrsta syni fyrsta sonar. Ég áttaði mig ekki á því að þú hefðir einu sinni tekið eftir honum."

"Auðvitað, liturinn breytist í sólskini, alveg eins og augun þín gera stundum. Heyrðu, mér líkar þessi. Hann er algjörlega stórkostlegur!" Grace tók upp hring og þegar hún var að setja hann á fingurinn rétti Vincente úr sér til að stöðva hana. Hann tók hringinn í höndina á sér og settist síðan á eitt hné.

"Grace Greenway, ég elska þig meira en allt annað í heiminum. Viltu giftast mér?"

Hún öskraði eins og lítil stelpa og hljóp að honum, kastaði honum aftur á gólfið. Hún svaraði já, og hann setti hringinn á fingurinn á henni. Hann passaði fullkomlega, eins og hann hefði verið gerður fyrir hana. Stóri demanturinn var í laginu eins og hjarta, með smáum demöntum allar kringum brúnina. Hann glitraði þegar hann náði í ljósið.

"Nú erum við opinber!" tilkynnti Vincente. "Ég meina, formlega trúlofuð."

"Takk, mér finnst hún yndisleg!"

Þau snúðust um herbergið og faðmast allan tímann. Þá varð Grace svimandi, og hún stamaði fram að glerkassanum rétt vinstra megin við dyrnar. Litli kassi hafði áður verið hulinn af opnu dyrunum. Augun dróust strax að gullhring með hjarta og litlum demöntum alls staðar í kringum hann. Demantar sem voru festir eins og litlar stjörnur. Þetta var stórkostlegur hringur, og Grace vissi samstundis að hann væri ætlaður henni.

Vincente var sammála, og áður en hún gat sett hann á fingurinn, tók hann hann úr hendi hennar og setti varlega í kassa. Hann stakk kassanum í vasann á stuttbuxunum sínum og klappaði varlega á hann. "Til öryggis," sagði hann, "þangað til við giftum okkur einn daginn."

"Má ég ekki bara vera með það?" spurði hún og rétti höndina í vasa hans. "Ég meina, hver myndi vita það? Að auki er enginn hér til að gifta okkur!"

"Það er ekki það sem skiptir máli núna, er það? Það bíður þangað til við giftum okkur einhvern daginn."

"Gleðigjari."

***

"Hvað með þig?" spurði Grace og skoðaði skápana í leit að brúðarmálbandi fyrir Vincente. Hún velti fyrir sér hvort karlar bæru trúlofunarhringi, eða hvort það væri bara eitthvað fyrir konur, kvenlegt tákn um að hún væri trúlofuð. "Ég vil kaupa þér trúlofunarhring!" sagði Grace spennt, en Vincente virtist nokkuð tregur.

"Allt í lagi, þá brúðargreiða, að minnsta kosti," sagði hún. Hún rak hann burt svo hún gæti skoðað betur.

"Hmhm, get ég aðstoðað yður, frú?" spurði Vincente og hermdi eftir hrokafullum fornmunajuweli.

"Nei, takk, góði herra," sagði Grace. "Ég hef þegar stolið hringnum sem ég vildi!" Hún hafði rétt stungið hringnum í kassa og í vasann.

"Takk fyrir að stela af okkur. Vinsamlegast komdu aftur," hringdi Vincente úr hlátri þegar þau gengu út úr búðinni.

Um leið og þau komu út byrjaði Vincente að ganga, stíga sífellt stærri skref. Grace náði varla að halda í við hann. Hún hljóp á eftir honum, úr öndinni.

Þá sneri hann skyndilega við og tók hana í faðm sinn. Síðan sleppti hann henni, úr öndinni og spenntur.

"Ég hef fengið þá æðislegu hugmynd," sagði hann."Segðu mér frá því!"

"Þú þarft brúðarkjól og allt það, og ég líka. Jæja, ekki brúðarkjól fyrir mig, en þú veist, ég þarf líka brúðarföt. Við höfum bestu búðirnar hér til umráða, svo skulum við kaupa allt sem við þurfum strax!"

"En búðirnar munu ekki hverfa, er það ekki? Af hverju bíðum við ekki bara?"

"Nei, ég segi alltaf: enginn tími er betri en núið, og mér finnst við eigi að fá þau hér í dag," sagði Vincente.

Í rauninni fann Grace fyrir sömu tilfinningu, en sterkari löngun var að yfirstíga hana. Löngun sem var sterkari en löngunin eftir brúðkaupinu. Hún vildi rífa af Vincente fötin og svo elska hann ástríðufullt.

Hún dró hann nær sér í þröngt faðmlag. Hún kyssti hann og gaf honum allt sem hún mátti, en hugur hans var greinilega annars staðar.

"Þú skoðar hérna og ég skoða þarna, og við hittumst aftur hér eftir, segjum, klukkutíma, í lagi? Hér á þessum sama stað." Hann þagði, blés kossi til hennar og sagði: "Vertu sæl."

"Ertu viss um að við getum ekki gert þessa brúðarfatainnkaup saman?" kallaði hún á eftir honum.

Hann stöðvaðist, hristði höfuðið og sneri aftur til hennar. "Alls ekki! Það er talið óheppilegt fyrir brúðguminn að sjá brúðarkjólinn fyrir brúðkaupið. Þú ert ein í þessu, elskan."

"En þú munt vissulega þurfa hjálp?" bætti Grace við, í þeirri von að hann myndi breyta um skoðun. Hann brosti bara, gekk inn í jakkafataútileguna og lokaði hurðinni á eftir sér. Hún faðmaði sig. Henni saknaði hans nú þegar.

KAFLI 30

Það var skrítið að vera fjarri Vincente. Í fyrstu líkaði henni það ekki að vera aðskilin. Síðan komst hún í rétta stemningu og byrjaði að prófa brúðarkjóla annan á fætur öðrum. Margir þeirra voru of blúnduðir og of pompóser. Sumir voru saumaðir í stærð núll og klæddust ekki vel utan um stærri líkama hennar. Aðrir voru einfaldlega of flóknir til að hún gæti klætt sig í þá ein.

Þegar hún fann fornlegt hvítt kjól með óvenju löngum slætti á fatageymslunni vissi hún ekki hvort hann myndi passa, hvað þá henta henni. Hann var með háan blúndukrag og fylgdi með passandi tíaru. Hnapparnir á kjólnum voru perlur, með blúndubrún saumaðri yfir þá. Verðmiðinn sýndi $10.000,00, og Grace var ótrúlega varkár þegar hún renndi varlega líkama sínum inn í hann.

Hún hélt andanum og gekk síðan út úr prófunarklefanum til að skoða sig í fullu fataskápargleri. Tár fylltu augun á henni og runnu niður kinnarnar. Hún gat ekki trúað því að hún gæti eða myndi nokkurn tíma litið svona falleg út. Hún leit út eins og prinsessa, bara að bíða eftir að prinsinn hennar kæmi og giftist henni.

Hún hugsaði til Vincente og hvernig honum myndi líða þegar hann sæi hana í þessum stórkostlega kjól. Hún brosti breitt. Hún leit á klukkuna og áttaði sig á að hún þyrfti enn að finna aukahluti, eins og skó, hárnæla, smá farða og par af perlumóum.

Verkefni lokið! Hún hafði hugsað um allt sem hún gæti þurft, og enn var smá tími til stefnu. Grace tók sér tíma til að ganga aftur á þann stað þar sem þau áttu að hittast.Vincente hafði ekki enn komið. Undarlega nóg var bíllinn þeirra horfinn.

Hún settist á kantinn, töskurnar flæddu út á malbikið í kringum hana. Síðan stóð hún upp og tók flösku af vatni úr ísskáp í næstu horni-verslun. Að lokum settist hún aftur niður, dreymdi um brúðkaupsdaginn þeirra og beið.

***

Þegar nóttin féll var Grace ekki lengur að bíða þolinmóður. Hún var þreytt og saknaði Vincente ógurlega.

Vindurinn hafði aukist og kuldi rann um líkama Grace.

Hún fór inn í næstu búð og prófaði svartan hettupeysu.

Hún rennilærði hann, setti hettuna yfir höfuðið, settist aftur niður og beið eftir Vincente.

Og hún beið. Og beið.

Og enn beið hún, hugsaði um hvað hefði orðið um hann.

KAFLI 31

Hún beið enn eftir Vincente þegar stjörnurnar komu fram. Á meðan mynd Alberts Einsteins horfði niður á hana. Hún óskaði þess að hún hefði tekið eina af skáldsögunum úr bókasafninu til að lesa, en aftur á móti var ljósið ekki nægilega gott til lestrar á þessum stað.

Hún horfði niður götuna, svo margar verslanir en hún var einfaldlega ekki í skapi. Vissulega gæti hún fundið eitthvað til að afvegaleiða sig, en það myndi ekki lina vaxandi áhyggjur hennar af fjarveru Vincente.

Hafði eitt af þessum trjám gert hann að Vincente-kebab? Og af hverju hafði hann tekið bílinn? Samkomulagið hafði verið að sækja dótið okkar og hittast eftir klukkutíma. Hvað hafði gerst? Hvar í ósköpunum var Vincente Marino?

Klukkustundir liðu.

Grace fór að efast um ást Vincente til sín.

Hún fór að velta fyrir sér hvort hann hefði breytt um skoðun á sambandinu þeirra.

Þessi hugsun gerði hana reiða í fyrstu, en svo sneri hún sífellt dýpra inn í undirmeðvitund hennar.

Einhvers staðar uppgötvaði hún hluta af sjálfri sér sem hafði búist við því að hann myndi yfirgefa hana, breyta um skoðun. Hluta af sér sem virtist búast við því að hann myndi særa hana, rífa hana í sundur innan frá.

Hún ákvað, þar sem hann hefði engu að síður ætlað að fara, að hún gæti alveg eins haldið áfram frá þeim stað þar sem þeir höfðu ákveðið að hittast. Hún myndi fara hvert sem hjarta hennar girntist, og á þessu augnabliki girntist hjarta hennar að vera við Óperuhúsið í Sydney.

Í augnabliki hugsaði hún um að skilja töskurnar eftir þar við vegarbrúnina. En hún hafði fundið fallegasta brúðarkjól í heimi, og hún ætlaði að taka hann með sér. Hún ætlaði að geyma hana.

Í eina stund hugsaði hún um að klæða kjólinn aftur, en slímið myndi bara hægja á henni.

Þegar hún kom að Óperuhúsinu tóku hreinleiki þess og hvítleiki á móti henni með glampa frá tunglljósinu.

Hún uppgötvaði stiga sem hún hafði aldrei tekið eftir áður við hlið þess og klifraði upp, hærra og hærra, þar til hún sat á toppi Sydney-óperuhússins.

Þótt hún væri ekki mjúk undir henni fannst henni eins og hún væri að sitja á risastórri marengs.

***

Á meðan hún snéri trúlofunarhringnum sínum um fingurinn hugleiddi Grace hvernig líf hennar myndi verða án Vincente. Grace vildi alls ekki lifa án hans.

Hún tók eftir einu ljósi efst á Sydney Harbour Bridge. Það virtist blikka til hennar aftur og aftur.

Það var merki fyrir hana. Merki sem sagði að ef Vincente kæmi ekki aftur til hennar, vildi hún ekki lifa lengur.

Hún vildi ekki vera eini eftirlifandinn.

Hún myndi frekar klifra upp á toppinn á Sydney-höfnabrúnni og falla fram í sjóinn. Ef það myndi gerast, myndi hún klæða brúðarkjólinn aftur...

Þá myndi hún finna Vincente á öðrum stað og tíma.

Rétt þegar sólin var að rísa heyrði hún nafn sitt sungið á vindi, "Grace! Grace!"

***

Þegar Vincente fann loksins Grace neitaði hún í fyrstu að koma niður úr Óperuhúsinu. Hann klifraði upp stigann, brennandi til að útskýra fyrir henni. Hún vildi ekki fá neina útskýringu.

Hún vildi ekki heyra hann. Hún klifraði niður og hafnaði boði hans um aðstoð með töskurnar.

Hún missti jafnvægið á gangstéttina. Hún gekk í burtu frá honum.

Allt þennan tíma reyndi hann að útskýra. Reyndi að segja henni af hverju hann hefði verið svo seinn.

Hún steig inn í bílinn. Skellti hurðinni á eftir sér.

Hann settist í ökumannssætið.

Hún sagði honum að tala við höndina.

Hann ók af stað frá kantsteininum. Hann var svo reiður að hann hefði getað spútt.

Hún var reið, glöð, dapurleg og létt.

Hún var í ansi miklu uppnámi.

***

"Hefurðu hugmynd um hversu lengi þú ætlar að vera reið mér?" spurði Vincente.

"Ég er ekki reið þér!" hrópaði hún. Hún elskaði hann svo mikið, svo mikið að allt sem hún vildi var að hann tæki hana í faðm sinn og héldi henni. Að hann segði henni hversu mikið hann elskaði hana. Að hann myndi aldrei láta hana fara.

En hluti af henni vildi vera reiður honum.

Að særa hann. Að láta hann borga fyrir.

Sársaukinn sem hún fann yfirbugaði hjarta hennar á þessu augnabliki, og hún grét hljóðlega fyrir sig.

Vincente bölvaði sjálfum sér.

Allt sem hann hafði viljað gera var að koma henni á óvart!

KAFLI 32

Þegar þau komu aftur að hótelinu steig Vincente út úr bílnum og hljóp til hliðar Grace. Hann þurfti að halda Grace í bílnum. Þau þurftu að tala.

"Þú ætlar að hlusta á mig, og þú ætlar að hlusta á mig núna."

"Ég-ég get það ekki—"

"Þú átt mér skuld. Þú munt hlusta."

Hún horfði á hann með svo mikilli vantrú í augunum; með svo miklum sársauka og kvalarverk að hann mátti ekki lengur þola það.

"Sjáðu til, ef þú getur, trúðu mér bara. Trúðu mér og farðu upp núna. Taktu sturtu. Kólnaðu niður. Eyddu nokkrum mínútum í að hugsa um okkur, um hversu mikið ég elska þig. Og þegar þú ert tilbúin, klæðstu í brúðarfötin sem þú keyptir og komdu aftur niður; en ekki strax. Komdu niður hérna nákvæmlega klukkan sex."

"Þannig að þú ætlar að skilja mig eftir eina allan daginn aftur," sagði Grace og þrýsti varirnar saman.

"Mér finnst gott fyrir okkur bæði að fá smá tíma ein. Það gefur okkur svolítið svigrúm. Tíma til að meta hvort annað. Tíma til að hugsa. Og nákvæmlega klukkan sex, komdu niður og finndu mig, og þá tölum við saman." Hann kysti hana varlega á kinnina og tók hönd hennar í sína. Hann leit djúpt í augu hennar og sagði: "Treystu mér."

Hún samþykkti nokkuð treglega og gekk inn í lyftuna, þar sem hún hengdi upp brúðarkjólinn sinn og raðaði svo öllu hinu út á rúmið.

Hún skoðaði sig í speglinum. Hún leit út eins og hræðsla. Hún hafði verið vakandi alla nóttina og hafði verið svo áhyggjufull út af Vincente. Þetta hafði verið hræðileg nótt full af mjög dökkum hugsunum. Henni var skammarlegt fyrir sjálfri sér og hún var svo gersamlega búin á því.

Hún lagðist aftur á mjúka rúmið og horfði á klukkuna. Það var ekki nema hádegi, og hún þurfti brýnlega á blundi að halda. Hún stillti vekjaraklukkuna á klukkan fjögur og byrjaði svo að gráta út allan sársaukann og kvalirnar frá deginum áður. Þegar engar tár voru eftir grét Grace ekki lengur og sofnaði.

KAFLI 33

Vöknunarhrórið fór af stað og háværi hljóðið skelfdi Grace. Hún stökk upp og gleymdi í fyrstu hvar hún var. Hún hljóp um herbergið, svipuð gæs sem væri að reyna að læra að fljúga.

Þegar hún róaðist og ýtti á afslöppunarhnappinn, flugu minningar hennar til baka yfir síðustu 24 klukkustundirnar, hvað hafði gerst, hvernig henni hafði verið gleymt, yfirgefin.

Hvernig hún hafði aldrei áður fundið sig eins einmana og hvernig Vincente hafði snúið aftur til hennar, biðjandi um fyrirgefningu.

Hann var svo sannfærður um að hún myndi skilja. Svo sjálfsöruggur og svo viss um sig.

Hún leit yfir herbergið og sá fallega brúðarkjólinn sinn bíða hennar. Hún þreifaði yfir efnið og það var jafn fallegt að þrefa og það leit út.

Stuttu síðar var hún komin inn og út úr sturtunni, þurrkuð sig og var að safna saman hári sínu og festa það upp. Hún var að undirbúa sig fyrir að draga brúðarkirtilinn yfir höfuðið. Hún vonaði bara að hún hefði nóg af hárnálum til að halda hárinu á sínum stað þar til tíaran yrði sett á – lokaáferðin.

Eftir að hún hafði gert upp farðann sinn og allt við hana benti til þess að hún væri brúður, kannaði hún útlit sitt og sagði sjálfri sér það sem hún vildi heyra: að hún væri fallegasta kona í heiminum. Henni fannst þessi titill í lagi, því svo langt sem hún vissi var hún eina konan í heiminum, svo þar var engin samkeppni, og það virtist ekki hrokafullt að hugsa um sig á þennan hátt.

Hún hugsaði til Vincente sem myndi sjá hana svona og velti fyrir sér hvort það sem hann hafði sagt um óheppnina sem fylgdi því að brúðguminn sæi brúðarkjólinn fyrir brúðkaupið væri satt.

Þegar hún leit aftur á sjálfa sig í fullu fataspeglinum, togaði hún kjólinn sinn fram og hóf að ganga út úr herberginu og niður langa ganginn. Hún elskaði hvíslandi hljóðið af kjólnum sínum þegar hann flaug á eftir henni um gólfið. Hún ímyndaði sér að ein af bestu vinkonum hennar væri þarna aftan við hana og héldi í hann. En þá beindi hún hugsunum sínum í annað. Þetta var jú ekki alvöru brúðkaup; þetta var bara eins konar tískusýning fyrir Vincente.

Þegar lyftuhrósið hringdi og tilkynnti komu hennar á jarðhæð, sveiflaði Grace sér yfir anddyrisgólfið, framhjá tómum skrifborðum og yfirgefnum tölvutermínölum, framhjá tómum veitingastað og mannlausum bar. Þegar hún stýrði kjólnum inn og út úr snúningshurðinni—sem var ekki auðvelt verkefni—datt hún út í hálfhringlaga leigubílastæðið og sá bill-inn þar á sínum vanalega stað.

Hún leit um eftir Vincente, en hann var hvergi að sjá. Aftur. Þetta var farið að verða að vana.

Sólin var rétt að kveðja daginn og ganga niður fyrir sjóndeildarhringinn. Himinninn var litaður í þeim appelsínugulu og rauðbrúnu tóni. Þetta var sá litur sem Grace hélt að lofaði tyrkneskri sælu næsta dag. Eða var það Veiðimanns unaður? Hún hafði enga hugmynd um hvað orðasambandið þýddi þegar það poppaði upp í huga hennar. Hún fór yfir götuna og kom að steinveggnum, enn á leit að Vincente.

Þá dregust augun hennar að sandinum. Þar lá ein þurrkuð rauð rós. Hún tók hana upp og bar með sér á leið sinni að tröppunum. Þá tók hún eftir þurrkuðum rósablöðum. Strjáluð í slóð. Sem vísaði henni leiðina. Önnur þurrkuð rós lá á vegi hennar, að þessu sinni gul. Hún tók hana upp og hélt áfram niður stigann, út á sandinn.Kerti voru skilin eftir eftir stígnum, ilmandi af rósum og lavender. Eyrun greindu mjúka tónlist sem ómaði í fjarlægðinni.

Hún sneri höfði til að finna upptök hljóðsins, og það sem hún sá var yfirþyrmandi. Hún stóð þar, límd við staðinn, meðan vindurinn blés brúðarkjólnum hennar og slóðinni út og inn, út og inn. Sýnin var eins og samfellu-brúðarkjóll, og þaðan sem Vincente stóð—hafði hann aldrei séð jafn fallegt sjónarspil.

KAFLI 34

Eftir að hún hafði jafnað sig hélt Grace áfram að honum. Fyrir framan hana lágu nokkur þrep og hún steig varlega hvert þeirra, studdist við nýju hælana á gömlu hvítu skónum sínum og gekk varlega. Hann horfði á hana. Bíddi hennar þar.

Hún fann sig fallega, á þann hátt sem hún hafði aldrei áður fundið sig, þegar hann beindi björtum brosa til hennar. Andlit hans sagði: Sjáðu! Og þegar sólin dró sig alveg úr deginum skildi hún eftir manninn á tunglinu—Albert Einstein, að því er virtist—sem vitni að því sem var að fara að gerast.

Þegar hún kom niður á neðsta þrepið og sá sandinn um sig, velti hún því fyrir sér hversu erfitt það yrði að ganga yfir sandinn í háum hælum, en hún vildi þó ekki brjóta upp augnablikið, svo hún hikstaði stuttlega áður en hún stígaði niður í hann.

Hún stöðvaðist um stund og virtist úr fjarlægð vera að rétta við tíaruna sína, en þau vissu bæði að hún var að njóta augnabliksins til fulls. Hjarta hennar var svo fullt að hún hélt að það myndi flæða yfir af allri ástinni og fegurðinni í kringum hana.

Engin furða að hann hafi verið svo seinn, hugsaði hún.

Hún sá Vincente hreyfa sig um stund. Hann hækkaði tónlistina. Hann beindi enn einu brosinu til hennar.

Hún steig niður í sandinn til að mæta brúðgummanum sínum.

KAFLI 35

Vincente hafði búið til gönguleið fyrir hana með því að raða upp ljósaþráðum og kertum, sem var síðan vafið utan um þurrkaða rósarunna. Það var stórfenglega fallegt. Hún dró allt inn í sig, gekk að honum og stytti bilið á milli þeirra.

Vincente var klæddur hvítum tuxójakka án skyrtu undir, og í svörtum Levi's gallabuxum. Hann kreppti kvítt í höndurnar á sér og strauk fingrunum í gegnum hárið, á meðan hann geislaði brosum til hennar.

Hann var svo dásamlegur að hún vildi gleypa hann.

En hún var föst í augnablikinu, vildi njóta og dást að myndinni þegar álfadýrlin, kertin og stjörnurnar á himninum glitrðu í takt: náttúran tók þátt í hátíðinni í heiður ástar þeirra.

Grace stígaði varlega, reyndi að viðhalda flæðandi ásýnd fegurðar, fágunar og virðingar sem vænst var af brúði á hennar stóra degi. En að lokum gat hún ekki beðið lengur eftir að komast til Vincente, svo hún sparkaði af sér báðum skóm, tók í kjólinn sinn og hljóp til hans. Frá fjarlægð leit hún út eins og hún væri að fljúga, en í raun lyftist hún ekki af jörðinni.

Augun þeirra lokuðust um hvort annað þegar bilið á milli þeirra minnkaði sífellt, og fljótlega stóðu þau hlið við hlið, héldu í hendur, glötuð í hvoru öðru. Glötuð í augnablikinu. Glötuð í ást sinni.

Vincente talaði fyrstur: "Nú er kominn tími til að ég giftist fallegustu konu í heimi."

"Takk," sagði Grace, "þetta er meira en ég hef nokkurn tíma getað ímyndað mér! Þetta er fullkomið!"

"Ó, en eitt fleira áður en við byrjum. Æ, vinsamlegast dragðu kjólinn þinn upp," sagði Vincente feimnislega.

"Afsakið?"

"Ég meina, ég á eitthvað handa þér," útskýrði Vincente. Þegar Grace lyfti kjólnum sagði Vincente: "Hærra, hærra," þar til læri hennar var fullkomlega ber, og sennilega var jafnvel Albert Einstein orðinn roðinn í andliti.

Þá dró Vincente bláan garterstrump úr vasa gallabuxna sinna og renndi honum alla leið upp fótlegg Grace þar til hann náði lærinu. Snerting hans sendi hroll upp fótlegginn á henni, og þegar hann kyssti innra lær hennar sendi hann hroll um allan líkamann.

Hann tók eitt skref aftur og lag hófst. Lag sem Grace þekkti ótrúlega vel.Það var það ástar lag, og það heyrðist úr skartgrippakassanum hennar.

Hann hafði farið aftur í húsið til að sækja það. Þess vegna...

Brúðin og brúðguminn voru sokknir í hvort annað.

Þau tóku í hendur.

KAFLI 36

"Þú mundir eftir því!" hrópaði Grace.

"Auðvitað mundi ég það."

Lagið endurtók orðin úr kórnum um að ástin myndi vara að eilífu.

Þegar allt var kyrrt, eða aðeins náttúrulegt hljóð brimins sem barst að landi heyrðist, horfði Vincente djúpt í augu Grace.

"Grace, þú ert fallegasta kona sem ég hef nokkru sinni hitt. Þú ert falleg bæði að innan og utan, en í dag ert þú fallegri en nokkru sinni fyrr fyrir mér. Ég hef elskað þig meira og meira með hverjum degi, og ég vil að við lifum restinni af ævi okkar saman. Ég vil gera þig hamingjusama. Ég vil að ást okkar vari að eilífu."

Tár runnu niður kinnar Grace þegar hún sagði: "Vincente, ég hef elskað þig frá fyrsta augnabliki sem ég sá þig, en þá var það aðeins úr fjarlægð. Þú varst nógur til að tala við, en of fjarlægur til að ná til. Fjarlægðin á milli okkar var of mikil. En eitthvað leiddi þig til mín, eitthvað sem er meira en ég hef nokkru sinni getað dreymt um, og fyrir það er ég eilíflega þakklát. Ég heiti að elska þig til síðasta andardráttar, og jafnvel þá mun minning mín elska þig enn meira."

Vincente færði sig nær og setti hringinn á fingur Grace. Hann kysti fingurinn hennar varlega þegar hann renndi honum niður, sem lét Grace skjálfa aftur, en augu þeirra misstu aldrei sjónar á hvort öðru í ástarlegri fanga.

Grace þrýsti hinum hringnum á fingur Vincente og fylgdi fordæmi hans, kysti fingurinn hans varlega. Hann rétti henni aðra fingur og hún kossaði þá varlega líka, á meðan hún horfði á hárið á höndum hans og örmum standa stíft út.

Fangnir í augnablikinu færðust þeir eins nær hvor öðrum og hægt var, og þeir kyssust djúpum og ástríðufullum kossi: hjónakossi, sem innsiglaði málið.

"Segðu ost!" sagði Vincente. Hann hafði sett myndavél á þrífót og hann og Grace brostu. Hann færði hana til, svo þau fengju mynd með ströndinni í bakgrunni. Síðan tók hann eina mynd af Grace einni, með rósirnar hennar í höndunum, og hún tók einnig eina mynd af honum.

Næst gekk Vincente að stereoapparatinum og hann byrjaði að spila nýtt lag. Það var mjög rómantískt lag. Saman byrjuðu þau að sveiflast. Þetta var fyrsta dans þeirra sem hjóna. Þetta var fyrsti dans þeirra saman og fyrsti dans hennar nokkurn tíma. Sameinaðir hreyfðust þeir sem einn, héldu hvorn annan eins fast og tveir aðilar geta gert.

Vincente rétti úr sér og tók af Grace krónudjásnið, og þau byrjuðu að klæða hvort annað úr, bút fyrir bút. Þegar þau voru bæði alveg laus úr fötum, og eina sem þau voru með var nýja hjónabandshringurinn, kysstu þau þar til þau lágu á sandinum og skildu eftir sig hjónamerki.Á meðan öldurnar héldu áfram að berja á ströndina gerðu þau ástir sínar í fyrsta sinn sem hjón og síðan, þreytt, féllu í djúpan, djúpan svefn.

Grace dreymdi að hún væri að velta sér úr skýjunum, en hún var ekki að falla. Hún svif á lofti með örmum breiddum vítt.

KAFLI 37

"Grace! GRACE! GRACE!" hrópaði Vincente.

Þegar hún vaknaði var helmingur líkamans sokkinn í vatni. Allt frá brúðkaupinu þeirra var horfið.

"GRACE!" öskraði Vincente aftur, á meðan öldurnar ýttu og hröktu hann eins og hann væri léttur eins og bói.

Grace fór líka út í vatnið þegar hún áttaði sig á því að Vincente var að reyna að bjarga eigum þeirra. Hún sá hann sökkva og hrópaði nafn hans og beið þess að hann kæmi aftur upp.

"Gleymdu dótinu!" hrópaði Grace. "Komdu bara aftur; allt er hægt að koma sér upp á nýtt!"

Hann heyrði hana ekki, eða hann var ekki að hlusta, svo hún hóf að reyna að komast til hans. Á meðan hún barðist við öldurnar dró undulandi kraftur straumsins hana undir og brátt flæddi brennandi tilfinning sjávarvatns inn í lungun hennar.

Hugur Grace flakkaði aftur til brúðkaupsdagsins, dásamlegasta dags lífs hennar. Aftur til eiðanna sem hún og Vincente höfðu skipt sér á meðan hún barðist af öllu afli til að lifa af.

"Grace, þú ert fallegasta kona sem ég hef nokkurn tíma hitt. Þú ert falleg bæði að innan og utan, en í dag ert þú fallegri en nokkru sinni fyrr. Ég hef elskað þig meira og meira með hverjum degi og ég vil að við lifum restinni af ævi okkar saman. Ég vil gera þig hamingjusama. Ég vil að ást okkar vari að eilífu," sagði hann.

Tár runnu niður kinnar Grace þegar hún sagði: "Vincente, ég hef elskað þig frá fyrsta augnabliki sem ég sá þig, en þá var það aðeins úr fjarlægð. Þú varst nógur til að tala við, en of fjarlægur til að ná til. Fjarlægðin á milli okkar var of mikil. En eitthvað leiddi þig til mín, eitthvað sem er meira en ég hef nokkurn tíma getað dreymt um, og fyrir það er ég eilíflega þakklát. Ég heiti að elska þig til síðasta andardráttar, og jafnvel þá mun minning mín elska þig enn meira."

Vincente færði sig nær og setti hringinn á fingur Grace. Hann kysti fingurinn varlega þegar hann renndi honum niður, sem fékk Grace til að skjálfa aftur, en augu þeirra misstu aldrei sjónar á hvoru öðru í ástarlegri fanga.

KAFLI 38

Grace gekk að vatninu. Hún leit ekki til baka. Þegar hún kom að vatnsbrúnni tók hún af sér hjónabands- og trúlofunarhringina og stígði út í vatnið. Þegar vatnið náði henni í mitti kysti hún hringina kveðjuhátt og undirbjó sig til að kasta þeim í gleymsku.

Vincente horfði á og beið, óviss að baki henni. Þegar hann áttaði sig á hvað hún ætlaði að gera skaut hann upp eins og eldflaug og hrópaði: "Grace, NEI!"

Hún stöðvaðist, bölvaði hikinu og hélt ennþá fast um hringina í hnefanum.

"Komdu til baka," sagði hann. "Gerðu það ekki!"

Hún vildi vera ber, laus við allt, eins og Vincente var. Hún þurfti ekki hringina sína ef hann átti ekki sína.

"Við förum aftur í antíkverslunina; ég kaupi annan hring!" hrópaði hann. "Nú, vinsamlegast, komdu aftur!"

Hún hugsaði enn um að skiljast við hringina, en þá náðu skærir geislar sólarinnar til þeirra. Það var eins og merki frá móður náttúrunni, og hún lokaði hendi sinni utan um þá til verndar.

Grace dró sig úr vatninu, dálítið reið með Vincente fyrir að hafa tekið hringina af sér í fyrsta lagi. Hún hafði aldrei séð hann taka fjölskylduarfinn af sér áður, svo af hverju hafði hann gert það núna?

Þegar hún kom að Vincente setti hann hringina aftur á fingur hennar og kysti hann. "Jæja, þetta er einstakur upphaf á brúðkaupsferðinni okkar!"

"Já, eitthvað sem verður að muna—ég meina eitthvað sem við getum sagt börnunum okkar og barnabörnunum!"

Þau brostu að hvoru öðru, lögðu handleggina utan um mitti hvors annars og héldu til baka á hótelið.

Og á leiðinni þangað ákváðu þau að nú væri kominn tími til að halda áfram.

KAFLI 39

"Fyrst förum við í bæinn og kaupum þér nýjan hring. Og svo..."

"Við skulum bíða, elskan, ef það er í lagi hjá þér, og kíkja okkur aðeins betur um. Ég vil ekki kaupa minn annan hring í sömu búð — mér myndi finnast það skrítið og jafnvel óheppilegt. Við skulum leita að einhverju alveg öðruvísi. En hvað varðar fjölskylduhringinn minn, þá er það mál lokið."

Saman pakkuðu þau fáu munum sínum á hótelherberginu.

"Jæja, frú Marino," sagði Vincente og brosti til Grace, "nú er kominn tími til að við komum þessari brúðkaupsferð af stað!"

"Segðu það aftur," sagði hún.

"Frú Marino, frú Vincente Marino, herra og frú Vincente Marino, Grace og Vincente Marino," söng hann. Hún svimaði eins og titlarnir væru tónlist sem hljómaði og þau tóku töskurnar sínar og fóru út. Þau lokuðu hurðinni vel á eftir sér og fóru niður lyftuna og út í móttökusalinn, síðan út um snúningshurðirnar og inn í bílinn sinn sem beið þeirra.

Skyndilega spurði Grace: "Hvað þýðir eftirnafn fjölskyldu þinnar?"

"Æh, ef þér líkar það ekki, ætlarðu þá að krefjast þess að fá Greenway til baka?" spurði hann með kankvíska brosi á vör.

"Aldrei! Greenway er leiðinlegt. Það þýðir 'grænn vegur' – mikil óvænting. En Marino hljómar framandi, ekta – áhugavert."

"Af hverju takk fyrir, frú Marino," sagði Vincente. "Það þýðir 'við sjóinn'. Ég held að það sé ástæðan fyrir því að mér hefur alltaf líkað að koma hingað. Hafið hljómar eins og tónlist í eyrum mér. Það er í blóði mér."

"Eftir það sem gerðist núna, þá er mér alveg sama þó ég sé fjarri öllu vatni um tíma," játaði Grace.

"Ekki að tala um!" sagði Vincente, "En við komum aftur."

KAFLI 40

Þegar þau óku eftir strandlengjunni og keyrðu framhjá bílastæðum nýrra og notaðra bíla hugleiddi Vincente: "Vissirðu hvað, ég hef alltaf dreymt um tveggja sæta Ferrari í gúmmíeplarauðum lit."

Þegar hún sá nákvæmlega sama bíl og Vincente hafði lýst á einum bílastæðinu sagði hún: "Brúðargjöf? Mér finnst það frábært, nema að þessi bíll hefur meira geymslupláss fyrir nauðsynjar eins og byssur, hnífa og svoleiðis dót."

"Já, þú hefur rétt fyrir þér," sagði Vincente; hann gat þó ekki látið tækifærið framhjá sér fara og ók því inn á Ferrari-bílasalinn. "Þetta er eins og ég hafi dáið og farið í Ferrari-paradís!"

"Varlega, herra Marino," varaði Grace við og þóttist halda honum aftur.

"Þennan," sagði hann og strauk honum, "þetta er barnið sem ég vil!"

Grace horfði á hann renna fingrunum eftir bogadregnum stuðurunum, snerta og horfa ástúðlega á mjúka, hvítu leðursætin, strjúka stýrið með hlýhug, opna vélarhúsið og næstum fara inn þar og eiga við hann ást.

"Ætti ég að vera öfundsjúk?" spurði hún með kankvíslandi brosi.

Hann hló en hélt áfram að strjúka aðalljósunum.

"En alvarlega talað," sagði Grace, "ættum við ekki frekar að fara og leita að almennilegum bíl, þú veist, með nægu plássi til að flytja eignir okkar?"

"Næi," hvæsdi hann. "Lífið er of stutt. Jæja, hoppaðu inn!"Eftir að þau höfðu þrumað upp og niður Princess Höfuðvegur nokkrum sinnum sneri Grace aftur að bill-inum. Hún brosti þegar hún horfði á Vincente kveðja rauða Ferrari-inn.

Eftir nokkrar stundir sneri hann aftur til Grace og krafðist þess að hún "Opna gluggann."

"Af hverju?" spurði hún.

"Gerðu það bara!"

"Nei, þú sest inn."

"Opnaðu hann, Grace."

"Segðu mér af hverju!"

"Komdu!"

Hún lét gluggann niður og Vincente stóð hausnum inn í opna rýmið, greip um andlit hennar með báðum höndum og kyssti hana harkalega, lét tunguna leika um varir hennar og snúa í munni hennar þar til hún gleymdi alveg að anda.

"Svona færðu fyrir að halda að ég ætlaði að kyssa Ferrari-inn!" sagði Vincente, þegar hann stökk inn í billinn og lét dekkjunum skræla.

Grace sat þögul, enn að reyna að ná andanum, á meðan hinn rauði Ferrari varð sífellt minni í hliðarspeglinum hennar, og hún mundi alltaf eftir munni Vincentes á sínum.

***

"Manstu þegar ég sagði þér að mamma mín væri listakona?" Grace kinkaði kolli og Vincente hélt áfram. "Mamma mín var málari, og nokkuð góður líka.

Pabbi vann hjá fjarskiptafyrirtæki og þeir sendu hann um allt land til að vinna. Þess vegna fluttum við mikið þegar ég var krakki. Mamma elskaði að við fluttum, því það var gott fyrir hana—listrænt séð, meina ég. Hún fékk alltaf ný landslag, ferskar senur, ný tré—"

Hann stöðvaði bílinn skyndilega og bránaði á bremsurnar. Síðan gerði hann vídan U-beygju.

"Hvað er að? Mér finnst svo gaman að heyra um fjölskylduna þína. Segðu mér meira."

"Ég ætla ekki bara að segja þér frá þessu," sagði Vincente dálítið andvarpandi. "Ég ætla að sýna þér! Ég meina, ég hafði alveg gleymt þessu, þangað til rétt í þessu. Ég held að ég hafi jafnvel þrýst þessu niður í minningunni."

"Segðu mér," rak Grace orðið inn í, en Vincente hélt bara áfram að tala.

"Eftir það sem gerðist hjá ömmu og afa og svo hjá foreldrum þínum, jæja, þetta er of mikil tilviljun."

"Hvað er? Hvað er tilviljun?"

"Það er bara of skrítið til að útskýra, en ég ætla að sýna þér það fljótlega," hann skjálfaði og þrýsti betur á stýrið. "Haltu þig fast, í lagi? Þegar þú sérð þetta, munt þú vita af hverju."

"Allt í lagi," sagði Grace og krullaði sér aftur í sætið. Hún vildi spyrja fleiri spurninga, en hún vissi að Vincente myndi ekki svara þeim núna. Hún breytti um umræðuefni. "Áttirðu í vandræðum með að flytja þig svona mikið þegar þú varst barn?"

"Ég átti engan vanda," sagði Vincente, "sennilega vegna þess að ég var nokkuð góður í íþróttum. Ég prófaði mig í lið, komst inn og voila – strax vinir."

"Ég veðja að stelpur hafi alltaf verið að falla yfir þig!"

"Ó, sjáðu hver hljómar dálítið öfundsjúk? Ertu öfundsjúk, frú Marino?"

Eina svarið sem Grace gaf var þögul smábrosið.

KAFLI 41

"Það eru bara nokkrar mínútur í viðbót," sagði Vincente.

"Það lítur út fyrir að það muni rigna í dag," sagði Grace og sjáanlegur skjálfati gekk um allan líkamann á henni.

"Ég myndi þakka fyrir hljóð raunverulegrar þrumu," sagði Vincente. "Mér saknar að heyra alla fuglana, sérstaklega kúkaborana."

Grace starði út um hliðargluggann og horfði svo aftur yfir framrúðuna.

Vincente kveikti á rúðuþurrkunum þegar nokkrar dropur féllu úr skýjunum. Þeir voru venjulegir dropar að þessu sinni, ekki svartir eins og áður.

"Ég man að í skólanum sögðu þeir alltaf að eftir kjarnorkustyrjöld myndu sum dýr lifa af, eins og vargar, ykjur og hákarlar," sagði Vincente.

"Engin þeirra er þörf í okkar heimi."

"Nei, en ef þetta—tók þau líka, hvað þýðir það fyrir okkur? Úlfarnir og hákarlarnir nærast á mannslíkum eða öðrum líkum. Þannig að þar sem engin lík eru, hefðu þau einnig dáið úr hungri. Ósjýlukar éta allt—dýr, grænmeti, pappír—hvað sem er. Af þessum þremur, og þar sem þau fljúga hér um góða gamla OZ, hefðum við átt að sjá að minnsta kosti eitt þeirra nú þegar."

Grace skjálfði aftur. "Af hverju éta ósýlukar pappír?"

"Það er ekki endilega pappírinn sem þau eru að eltast við. Það er límið, sem er búið til úr dýraafurðum."

"Ég get sagt þér eitt: það er eitt sem ég sakna ekki, og það eru skordýr," sagði Grace og allt líkamlegt hennar nötraði aftur. Að þessu sinni tók jafnvel Vincente eftir því.

"Viltu kaupa hettupeysu í næsta verslunarmiðstöð sem við sjáum, eða á ég að hækka hitann? Þú virðist nötra mikið upp á síðkastið. Ég vona að þú sért ekki að veikjast."

"Mér er eiginlega ekki kalt. Mér er bara dálítið skrýtið. Ég get ekki útskýrt það," sagði Grace.

"Segðu mér hvernig þér líður," spurði Vincente. "Er það eins og einhver sé að fylgjast með þér? Eða eins og eitthvað slæmt sé að fara að gerast?"

"Kannski bæði; kannski bara annað. Ég veit það virkilega ekki. Þess vegna er þetta erfitt að útskýra," sagði Grace og hárhúðin reis á framhandleggjunum á henni.

"Við erum næstum komin," sagði hann. "Bíddu og kannski hjálpar heitur sturt."

"Já, eða gott, langt bað," sagði Grace. "Þú getur gefið mér nudd."

"Ég nudda þig ef þú nuddaðir mig," sagði Vincente með drengjalegu brosi.

Grace skjálfaði aftur óviljandi þegar bíllinn beygði um hornið. Vincente stoppaði fyrir framan tvílyft hús, ók síðan inn í innkeyrsluna og lagði bílnum.

"Velkomin í fátæka heimkynni mín," sagði Vincente, sveiflaði handleggnum með látum og beygði sig niður eins og herramann.

Grace glotti og skoðaði garðinn. Allt í garðinum var dautt, en sum blómin héldu enn lit sínum. Vincente opnaði hurðina fyrir hana og hún gekk að honum.

"Þessi garður var stoltur og gleði mömmu minnar," sagði hann, "sjáið hann núna."

"Ég veðja að hann hafi verið stórfenglegur þá," sagði Grace. "Ég meina, jafnvel núna, eins og hann er, sé ég enn að hann var elskaður og hugsað um hann ekki svo löngu síðan."

"Þegar ég byrjaði í skóla," sagði Vincente, "byrjaði mamma að gróðursetja.

Hún var áhyggjufull um hvernig hún myndi fylla dagana sína án mín. Málaralist er ástríða hennar, en stundum þurfti hún smá afvegaleiðingu til innblásturs. Þá uppgötvaði hún hæfileika til að láta hluti vaxa, og það varð henni mjög meðferðlegt. Mamma var listakona á marga vegu," sagði hann, tók í hönd Grace og leiddi hana út á svalirnar. Hún fylgdi honum þar til þau stóðu við fótstykki snúið málunarspjald.

"Þegar ég fór út í skólann á þeim síðasta degi, var mamma hér úti að mála. Núna..." hann þagði og lagði höndina fyrir munninn.

"Hvað er að?"

"Málverkið hennar," hvæskti hann. "Það er ennþá hér! Og sjáðu, hún skildi lokin af málningunum sínum og pensillinn hennar er alveg þurr." Hann gat ekki stillt sig og féll niður í stólinn með dynki. "Mamma hefði ekki skilið þessi verk eftir hér úti svona. Ég veit það með vissu núna, og ég verð að horfast í augu við það að mamma mín sé dáin."

Grace tók hönd hans í sína og settist við hlið hans þar sem hún gat líka séð málverkið. "Mamma þín var virkilega einstök."

"Var. Hún var virkilega einstök."

Grace skoðaði málverkið, hallaði sér yfir öxl Vincente og sagði: "Stórkostlegt."

"En hún hafði aldrei tíma til að klára þetta!" Vincente beygði sig niður. Hann setti lokin varlega aftur á opnu málningarbúrana. Síðan hellti hann smá terpentínu úr flöskunni og setti málningarpensilinn í hana til að hreinsa hann. Hann tók ókláraða málverkið upp af gólfinu, rétti flöskurnar til Grace og hún fylgdi honum inn í húsið.

Fyrsta sem Grace tók eftir úti voru leifar garðsins. Inni tók hún fyrst eftir blómunum – alls konar blómum raðað í vösum. Blá. Rauð. Ljósbleik, hvað sem var. Blóm sátu í kaffikönnum og tómum krukkum. Blóm, alls staðar. Þau voru öll þurrkuð núna, eins og þau fyrir utan, en mörg þeirra höfðu aftur á móti haldið litum sínum og ilm.

Móðir Vincentes hafði fyllt húsið sitt af náttúru og ást. Í hverju horni sem hún gat fundið vissi Grace þetta fyrir víst.

Nú þegar hún hugsaði um það óskaði hún enn sterkari en áður að hún hefði kynnst henni. Hún harmaði að hún myndi ekki geta kynnst henni núna. Tára rann niður kinnina á henni þegar hún tók upp pör af vatnsbláum garðhanskum af hliðaborðinu. Grace hélt þeim í höndunum, nánast eins og hún væri að halda í hönd móður Vincentes, og hún bar þá með sér þegar hún fylgdi í fótspor Vincentes.

"Bíddu hér, Grace," sagði hann. "Ég fer og sæki það. Það, það sem ég vil að þú sjáir."

Hún settist í stólinn og dáðist á sama tíma að stórri málverki sem var til sýnis fyrir ofan arininn. Það var eitthvað við það sem virtist óskaplega kunnuglegt, nánast hughreystandi. Hún stóð upp og gekk nær því.

***

"Ég get ekki trúað þessu! Það er horfið!" hrópaði Vincente þegar hann nálgaðist Grace, sem tók ekki eftir honum. Reyndar hreyfði hún sig ekki neitt – það var eins og hún hefði ekki heyrt hann.

Grace viðurkenndi ekki nærveru hans né hreyfðist. Það var eins og hann væri ekki einu sinni til staðar. Hann horfði á eiginkonu sína, sem stóð þar og hélt í par af hansara móður í skjálfandi hendi, og fylgdi síðan sjónlínu hennar.

Þegar hann áttaði sig á því hvað hún var að horfa á, lagði hann höndina fyrir munninn. Þar fyrir ofan arininn var málverkið sem hann hafði verið að leita að. Nákvæmlega það málverk sem hann hafði fært Grace heim til að sýna.

"Þetta er það!" hrópaði hann og snerti hana á handleggnum.

Grace skellti upp við snöggu snertinguna, en hún gat ekki tekið augun af málverkinu. Hún virtist stjarruð af því.

Í huga sínum dáðist Grace að raunsæisatriðum málverksins. Hún gat lykt af grasinu og heyrt kýrna muða. Hún fann sig verða hluta af því. Á einhvern hátt.

Vincente reyndi að snúa Grace að sér, en hún mótstóð því. Hann stóð fyrir framan hana og hún ýtti honum frá sér.

"Sjáðu til mín!" hrópaði hann.

"Ég get það ekki. Það er bara of fallegt! Mér finnst eins og ég hafi verið þarna."

"Sjáðu til mín!" skipaði hann.

Grace horfði á mann sinn, sem stóð þar við hlið hennar, vreiðandi hendurnar, með svita rennandi niður andlitið.

"Hvað er það, Vincente?" spurði Grace og reyndi að horfa ekki á málverkið.

"Þetta málverk," sagði hann og snéri henni við, þannig að hún sá það ekki lengur, "er hið rétta. Það sem ég kom þér hingað til að sjá."

"Ok," sagði Grace, "og ég skil alveg af hverju. Þetta er ótrúlegasta málverk sem ég hef nokkurn tíma séð."

"Nei, Grace," sagði Vincente, "sjáðu tréð. Sjáðu tréð, Grace!" Hann skjálfði og stakk skjálfandi hnefum sínum í vasana og dró þá aftur út. Hann gekk með fingrunum í gegnum hárið sitt og gat ekki kyrrsett sig.

Hún horfði aftur á myndina og fylltist óútskýranlegri innri friðsæld. Hún brosti.

"Sérðu það ekki, Grace? Sérðu það ekki?"

"Auðvitað sé ég það. Þarna er fegurð, friður og kyrrð. Ég sé hjarta móður þinnar í þessari mynd. Það er eins og... ég hafi hitt hana áður. Eins og ég hafi þekkt hana."

"Allt í lagi, kannski sérðu það ekki. Kannski þarf ég að benda þér á það. Sjáðu þarna," hann gekk að málverkinu, og hún líka kom nær. "Sjáðu þarna, á trénu? Akkurat þarna."

"Segðu mér hvað þú sérð, Vincente," spurði Grace.

"Þetta er andlit."

Hún kom enn nær, en hún sá ekki það sem hann sá.

"Allt sem ég sé er akur fullur af sólblómum og venjulegt tré með kú að beita sig undir því," sagði Grace.

"Nei!" hrópaði hann og varð æstari. "Skoðaðu nánar. Skoðaðu tréð!" Hann sneri sér að henni, bænandi í augunum svo hún sæi það sem hann sá, en hún sá það ekki.

Hún sneri sér að honum. "Það er ekkert andlit, Vincente. Elsku, þú sérð eitthvað sem er ekki þar."

Vincente rétti upp hendurnar í pirringi, sneri sér við og hljóp burt.

Í fyrstu vildi Grace elta hann, en aftur var hún dregin að málverkinu. Hún gekk nær, brosti; týndist í því.

Bíddu nú við, hugsaði Grace, Vincente var steinfastur, og hann skelfist ekki auðveldlega.

Hún lokaði augunum og opnaði þau aftur. Enn sem komið var sá hún ekki andlit. Raunar virtust sólargeislarnir nú teygja sig til hennar. Draga hana að sér. Gera það næstum því ómögulegt fyrir hana að horfa annað.

Herbergið varð einhvern veginn hlýrra þegar hún horfði á myndina. Henni fannst eins og listamaðurinn hefði fangað hluta af sólinni og væri nú að bjóða hann henni. Hún vildi ganga inn í myndina og verða hluti af henni—faðma ljósið. Og þegar hún gekk fram á við virtist hún geta andað að sér fersku heylyktinni á akrunum og heyrt kúna muða. Hjartsláttur hennar hraðaðist; öndunin varð grunn.

Hún lét það yfirbuga sig um stund, gleymdi að anda. Brátt var hún að gaptra eftir andardrætti og var meira en dálítið hrædd.

Grace tók fljótlegt skref afturábak. Hún hljóp og kallaði á Vincente.

KAFLI 42

Grace fann Vincente í herberginu hans á rúminu. Þó nokkrar mínútur væru liðnar var hann enn að skjálfa með hendur faldar fyrir framan andlitið. Hún ímyndaði sér hvernig hann hlýtur að hafa litið út þegar hann var lítill drengur.

"Segðu mér frá því. Málverkinu," spurði hún og gekk fram og til baka, á sama tíma og hún reyndi að hrekja frá sér þær tilfinningar og orku sem höfðu um stund tekið völdin af henni. Hún vildi ekki nefna hvað hún hafði fundið, eða að minnsta kosti ekki fyrr en Vincente sagði henni hvað hafði hrætt hann.

"Sástu það loksins? Ég meina, andlitið?" spurði hann, og í þeim augnabliki, með miklar væntingar, hætti hann að skjálfa.

Grace var ekki að reyna að ljúga þegar hún hristði höfuðið neitandi. Hún var einfaldlega að reyna að meta stöðuna.

Strax skalf líkami Vincente.

"Segðu mér, Vincente. Það skiptir ekki máli hvað ég sé, en ég sé að þú ert hræddur, elskan. Segðu mér allt um þetta, vinsamlegast. Þú veist að þú getur sagt mér allt, ekki satt?"

Tennurnar skulfuðu á meðan hann hikstaði í augnablik, en svo tók hann djúpt andvarp og hóf að segja söguna.

"Þegar ég var krakki málaði mamma þetta landslag og afhjúpaði það fyrir mér af mikilli stolti. Hún dregði gardínuna til hliðar og bjóst við að mér myndi líka, en í staðinn varð ég alveg skelfingu lostinn og sem krakki hafði ég ekki orð til að lýsa því. Mamma skildi það ekki, pabbi heldur ekki. Við reyndum aftur, og fyrir mig var það alltaf það sama. Eftir aðeins eitt augnablik á það varð ég að vakna öskrandi um nóttina. Martröðin talaði fyrir mig. Svo foreldrar mínir geymdu það og ég sá það aldrei aftur. Reyndar hafði ég alveg gleymt því – þangað til í morgun. Eins og ég sagði, held ég að ég hafi bara lokað því inni."

"Svo af hverju komstu með mig, komstu með okkur hingað aftur, þá? Vildir þú sanna eitthvað fyrir mér, eða fyrir sjálfum þér? Vildir þú horfast í augu við óttann þinn?" spurði Grace.

"Ég hélt að kannski geymdi það vísbendingu fyrir mig – fyrir okkur. En þú sást hvernig ég breyttist þegar þú gast ekki séð það líka. Ég varð aftur barn og þurfti að hlaupa út úr herberginu! Hvað finnst þér nú um sterka eiginmanninn þinn?" hann hrykktist við því sem hann taldi vera kvenlega og klaufalega sýningu á karlmennsku.

"Ég elska hann jafnmikið—nei—enn meira!" sagði Grace og kúraði sig að honum.

Eftir nokkur augnablik án orða sagði Grace: "Ég sá ekki andlitið, en ég fann eitthvað í málverkinu, Vincente. Eitthvað yfirnáttúrulegt og óútskýranlegt."

Vincente settist upp, tók hendur sínar frá andliti sínu og sagði: "Þegar ég var krakki, þegar ég horfði djúpt inn í hana, fannst mér ég vilja ganga inn í myndina.

Eins og ég vildi flýja þetta líf. Ég gat lykt af heyinu og heyrt kýrnar. Það var eins og ljós væri að draga mig inn, vöggla mig. Ég vissi að ef ég leyfði mér að láta það ganga yfir mig, að ganga inn í málverkið, þá myndi það andlit á trénu, myndi, myndi, meiða mig—ég þurfti að komast í burtu, ég þurfti að flýja það!"

"Ég fann líka eitthvað skrítið sem dró mig inn í það, Vincente, en ég sá ekki andlitið. Það var ekkert eins og það sem við sáum, veistu. Það sem át varfálkann."

Þau kúruðu sig saman í rúminu, hugguðust og hugsuðu um myndina, á sama tíma og þau reyndu örvæntingarfull að hugsa ekki um hana.

Eftir smá stund gerðu þau sér til hæfis.

Þegar Grace vaknaði fyrst síðar velti hún fyrir sér hvernig henni leið gagnvart myndinni. Þetta var stórkostlegt landslag—þar var enginn vafi á. Hins vegar var ljósið og togið í hana eitthvað einstakt og kannski jafnvel, þorði hún að segja það, illt. Já, það var það. Það var andstæða kyrrðarinnar og friðsældarinnar við bragð af einhverju svörtu, óþekktu, jafnvel hættulegu.

Hún kastaði augunum til Vincente, sem svaf enn friðsæll. Hann hreyfði sig öðru hvoru og muldraði. Hún velti fyrir sér hvort hann væri að dreyma um tréð, tréð með andlitið, sem hann hafði ímyndað sér að væri hluti af nákvæmlega sama landslaginu. Grace steig hljóðlega úr rúminu, og Vincente færði sig yfir, fyllti tómið sem hún hafði skilið eftir sig, enn heitt.

Hann svaf enn djúðum sveini og var í friði.

Hún leit um herbergið hans og dáðist að ótrúlegum afrekum hans sem hann hafði bikara til að sýna fyrir: Besti íþróttamaðurinn, Besti kúrekinn og Leikmaður ársins—hann hafði unnið þann flokk mörg ár í röð.

Þá festist auga hennar á nokkrum hillum sem voru fullar af tréskurðum. Forvitin færðist hún nær þeim og dáðist að flóknum smáatriðum. Hver og einn hafði sína eigin sérstöku persónuleika. Þar var ballerína sem snérist með fágun og tækni, krikketspilari við batinn, kúreki með byssabelti um mittið og rétt að draga byssuna, fjallgöngumaður sem, að dæma af svipbrigðum hans, hafði rétt náð áfangastað sínum, auk fjölda annarra.

Grace lét augun renna yfir alla safnið og stöðvaðist við útskurð af frumbyggja. Hann staraði fram með tómum augum. Hún tók hann upp og hélt honum í hendi sér. Þegar húð hennar snerti tréstyttuna fór hún að slá, afar hægt. Eða hafði hún ímyndað sér það?

Hún tók eitt skref aftur og sneri augunum til vinstri. Hún stóð í beinni línu við spegil með viðarrammann og endurspeglun hennar skelfdi hana svo að tréstyttan í hendi hennar féll á gólfið og skoppaði á teppinu. Hún beygði sig niður, tók hana upp og skoðaði hana nánar, akkúrat nógu lengi til að sjá tár detta úr augum tréstyttunnar. Hún þurrkaði hana af með fingurgóti og smakkaði hana. Hún var sölt, alveg eins og mannleg tár. Hún stóð þar og starði í augu þess. Hún fann fyrir ótta og var meira en forvitin. Hún velti fyrir sér hvort þessi umræða um málverkið hefði haft of mikil áhrif á hana.

"Hvað finnst þér um þau?" spurði Vincente og yaug, teygði sig og fór svo yfir gólfið til hennar.

Grace hneykslaðist og stökk aðeins til í fyrstu. Hún faðmaði frumbyggjann að brjósti sér. "Ég varð að skoða þau betur því andlitsdrættirnir eru svo líflegir! Hvar fannstu þau?"

"Ég gerði þau," játaði hann feimnislega. "Hvert og eitt þeirra er höggvið, frá toppi til táar, með þessum tveimur höndum."

"Þú ert alvöru listamaður, Vincente! Hvers vegna sagðirðu mér það ekki?"

"Ég hef ekki sagt neinum frá þessum, nema mömmu, pabba og ömmu og afa. Líkar þér þau virkilega?"

"Mér finnst þau ótrúleg!"

"Mig langar að höggva eitt af þér, Grace."

"Það væri dásamlegt, Vincente," hvíslaði hún og snéri sér um eins og ballettdanskona. "Ég tók eftir því að hvert þeirra er ólíkt hinu, ekki bara persónurnar heldur líka tegund viðarins. Hvernig velur þú?"

"Hver skurður krefst ákveðins tegundar viðar til að allt falli að. Ég geng á meðal trjánna, ákveð hvað ég á að búa til og bíð og sé hvaða tegund tré talar til mín, andlega. Síðan bý ég til skurðinn með það fyrir augum að gera hann eins líflegann og mögulegt er og, sem skiptir mestu, sannleikans."

"Hversu langan tíma tekur hver og einn?"

"Þegar ég finn viðinn – sem tekur langan tíma – get ég höggvið verkið á tveimur eða þremur dögum. Andlitið tekur alltaf lengstan tíma, og það geri ég síðast. Ef andlitið er ekki rétt, hendi ég öllu út og byrja aftur. Stundum er það vegna þess að viðurinn finnst ekki réttur, þá fer ég aftur út í skóginn og leita aftur að rétta trénu. Flestallan tímann er viðurinn réttur; ég hef bara ekki náð kjarna viðfangsefnisins ennþá."

"Áttu sérstakt verkfærasett til að gera þetta? Því ef svo er, ættirðu að taka það með okkur. Og ég held að þú ættir líka að taka málverk móður þinnar með okkur. Jafnvel þó við þurfum að hylja það."

"Ah, málverkið aftur. Ég vil fara aftur niður og líta betur á það. Ég vil horfast í augu við óttann minn. Viltu koma með mér?"

"Auðvitað, það geri ég, Vincente." Hún fylgdi honum á eftir, rétti úr höndunum til að setja Aborígínumanninn aftur á hilluna, en hann púlsandi aftur. Hún setti hann í vasann og sagði svo: "En ég verð að minna þig á að mér fannst málaraninn draga mig inn – og togið var ótrúlega sterkt. Á óhugnanlegan hátt."

"Við munum halda í hendur og takast á við þetta saman."

"Allt í lagi, förum."

"Getum við fengið okkur kaffibolla fyrst, Vincente?"

"Samþykkt."

KAFLI 43

Eftir að hafa lokið við tebolla sína og komið aftur inn í stofuna, héldu Grace og Vincente í hendur og gengu að málverkinu.

Vincente sannfærði sjálfan sig um að hann sæi í raun enga andlitsdrætti á bolnum á trénu og Grace sannfærði sjálfa sig um að hún fyndi ekki kraft málverksins draga sig áfram.

Fætur þeirra stóðu fastir á sama stað á meðan þeir þéttu greipina utan um hönd hvors annars.

Grace stakk hinni hendinni í vasann, þar sem hún hélt í útskurð Vincentes af frumbyggjanum. Þegar hann byrjaði aftur að slá, tók hún hann út og hélt honum uppi, svo augun horfðu einnig á málverkið.

Frumbyggjamaðurinn fór að krampa í lófanum á henni. Síðan velti hann sér fram og til baka. Hún horfði niður og munnur hans krumpaðist í öskur, og hann var lyftur úr hendi hennar og inn í málverkið.

Stöðug í sama staðnum, enn haldandi í hendur, sá Grace nú höggmyndina af frumbyggjanum sitjandi uppi í trénu. Yfir honum sat kráka á grein.

Vincente hélt áfram að stara á málverkið, en hann var ekki að skjálfa eins og áður. Hann kreisti hönd Grace til að fá staðfestingu.

"Takaðu eftir einhverju öðruvísi?" spurði Grace.

"Öðruvísi? Hvernig?"

"Eitthvað nýtt eða úr stað?"

"Nei, allt lítur eins út, en munnurinn hræðir mig ekki eins mikið í dag. Kannski er það vegna þess að við erum að halda í hendur."

Saman færðust þau frá málverkinu og lokuðu hurðinni á eftir sér.

Strax fór Aborígínumaðurinn að púlsa. Hann hafði snúið aftur í vasa Grace. Hún opnaði munninn til að segja Vincente hvað hafði gerst, en hann virtist vera minna hræddur og hún fann ekki orð til að útskýra það. "Ég ætla að pakka nokkrum hlutum," sagði Vincente.

"Ég held að ég verði hér, ef það er í lagi hjá þér?" spurði Grace. Hún horfði á Vincente hverfa bak við hornið og rétti síðan úr sér og tók málverkið af veggnum. Hún vafði það inn í teppi og geymdi það í farangursrými bílsins. Síðan sneri hún aftur inn í húsið, sótti nokkur teppi og kodda og lagði þau örugganlega ofan á málverkið. Allan tímann sem hún var að pakka, hélt útskurðurinn áfram að láta á sér kræla með því að púlsa í vasanum hennar. Nú hélt hún upp að herbergi Vincente. Frumbyggja maðurinn kyrrðist.

Vincente pakkaði útskurðunum sínum í stóra tösku. Hann setti verkfærin sín líka inn. Þegar þeir voru búnir að pakka, fóru þeir aftur niður stigann saman. Vincente vafði síðan listamannatösku móður sinnar, þar á meðal málunarstokk og striga, og þeir settu allt inn í bílinn.

"Allt í lagi, förum við," sagði hann.

"Ertu viss um að þú hafir allt?" spurði Grace.

"Ég, ég vil ekki taka þessa græju með mér. Ég er sáttur við hana núna og allt sem ég vil er að komast héðan. Ég held að ég muni aldrei vilja koma hingað aftur."

Þau gengu að útidyrunum, og Vincente opnaði þær og benti Grace að fara út fyrst. Hann lokaði svo hurðinni vel á eftir sér og læsti henni.

Þegar þau voru aftur komin í billinn og á ný á veginn, rofnaði þögnin. "Við ættum virkilega að tala um þetta."

"Ég sagði," hrópaði hann, og lækkaði svo röddina, "ég sagði að ég vildi ekki tala um þetta. Ekki núna, aldrei. Ef ég tala um þetta, mun ég neyðast til að hugsa um hvernig mamma mín, mín eigin mamma, gæti hafa búið til svona málverk. Mamma var yndislegasta, góðlyndasta kona sem gekk á þessari jörð, og hún hefði aldrei búið til neitt jafn skelfilegt og þetta."

Grace horfði þögul á heiminn líða hjá sér. Stormur var að koma. Hún fann það. Allt í kringum hana skjálfaði, púlsandi og sló, þar á meðal frumbyggja-maðurinn í vasanum hennar. Hún vafði örmum sínum utan um sig og ákvað að láta umræðuna ekki ganga lengra með Vincente að svo stöddu. Hann myndi tala við hana þegar hann væri tilbúinn. Á meðan var myndin örugg og vel varðveitt, og hún gat ekki skaðað þá.

Þau héldu áfram í þögn.

KAFLI 44

Vincente staraði fram veginn og beindi orku sinni að veginum. Hann reyndi að gleyma málverkinu og móður sinni, en sama hvað hann gerði gat hann ekki aðskilið þessi tvö atriði í huga sínum.

Hann horfði yfir bílinn á yndislegu eiginkonu sinni. Hún sat þögul, sokkin í hugsanir, með handleggina utan um sig. Hún virtist ekki taka eftir því að hann væri að horfa á hana. Hann sneri athygli sinni aftur að veginum.

Grace var líka að hugsa um hina frú Marino og málverkið. Það þótti undarlegt að Vincente gæti verið svo niðurbrotinn yfir einhverju sem mamma hans hafði skapað. Henni datt í hug hugmynd; þau gætu brennt það. Gert það að lækningaathöfn.

Hún lét hugsanir sínar reika á meðan hún leitaði í eigin huga að einhverju merki um upprunalega minningu, en ekkert kom upp á yfirborðið. Hún trúði, eins og Vincente, að hún geymdi enn allt einhvers staðar inni í heilanum og að einn daginn myndi allt fljóta aftur upp á yfirborðið og hún myndi hlæja að þessu tímabilsgjá. Að brenna myndina myndi búa til gjá í minningum Vincentes. Var betra að hafa engar minningar en að hafa slæmar minningar?

Á sama tíma var Vincente að hugsa um hversu heppin þau Grace voru að geta flúið fortíðina og lifað eingöngu í núinu. Að skilja allt eftir sig og byrja upp á nýtt. Að búa til nýjar minningar - saman. Að skapa einhvers konar ferska innprentun úr öllu sem þau sáu. Hver ný staður sem þau heimsóttu myndi verða hluti af þeim. Lífið yrði ætíð fyllt af slíkri nýjung.

Eftir nokkra íhugun um að brenna málverkið ákvað Grace að eyðilegging minninga Vincentes væri það versta sem hún gæti gert honum. Hún vildi að hann hefði það sem hún hafði ekki lengur.

Þessar hugsanir og minningar voru of dýrmætar til að glata - ekki að Vincente myndi glata þeim með því að eyðileggja hlutinn sem hann óttaðist, heldur að hann myndi gleyma þeim með tímanum. Hún vildi að hann hefði sem bestu möguleika á að halda fortíð sinni hjá sér að eilífu. Það góða, það slæma og það ljóta.Grace rofnaði loks þögnina og sagði: "Ég held að við ættum að fara aftur til Manly." Hún vissi að Vincente átti þar margar minningar, bæði gamlar og nýjar. Í Manly gætu þau byrjað upp á nýtt, ferskir en með tengsl við fortíðina.

"Verði svo," sagði Vincente og snéri bílnum við, "við getum valið hvaða hús sem er og gert það að okkar."

"Við viljum ekki hús," sagði Grace, "við viljum heimili."

Nýgiftu hjónin brostu, glöð með ákvörðun sína og fyrir framtíð sína saman.

BÓK Tvær:

LOKASAMRUNI

Inngangur

Púsluspilið var ófullkomið í huga Grace. Það var eins og gífurlegur vindhviða hefði blásið beint í gegnum hana, snúið öllu á hvolf og út og inn.

Hún gat ekki einbeitt sér að neinu einu: ekkert var hægt að einbeita sér að.Litir snérust saman: rauðir, svartir og bláir runnu saman, snerust og hraktust, barðir sólblómalötu, snérust og spúðust út í djúpt grænt grasið.

Þá gerðu allir litirnir magasnúning upp í loftið á henni og sneru honum aftur niður á sama stað, á meðan hún þurrhóstaði í átt að ótta sem lamaði hana og gerði hana ófæra um að hreyfa sig. Allt gerðist í höfði hennar en stundum hrökk líkaminn hennar með í flæðinu.

Hún greip um miðju sína og reyndi að safna sér saman, að stöðva suðið og snúningshreyfingarnar. En eldingarnar púlsuðu inni í höfði hennar, rífandi hana í fjólubláa, fjólur og blávingla.

Appelsínugult sprettist á strigann í huga hennar.

Grace missti allt.

***

"Við verðum að koma henni í aðgerð, núna!" hrópaði hávaxinn maður klæddur hvítum doktorskáp. Hann stóð meðal annarra í hvítum kápum sem dreifðu sér eftir sjúkrahussalnum.

Allir hlupu eins og eldur væri um sinni. Nokkrir þeirra hreinsuðu brautina. Sumir ýttu. Sumir héldu í æðalegginn. Sumir héldu í hin tækin. Nokkrir stóðu með munninn á gapi, hendur tómar og hnefa krepptan. Aðrir báðu, á meðan Grace Greenway hraðaði för sinni á sjúkrabörum.

Hún var meðvitundarlaus.

Óvíg fyrir heiminum.

En ekki alveg dauð.

A.m.k. ekki ennþá.

***

Aftur í sjúkrahersherbergi Grace sat kona og kveinaði og vreið sér um hendurnar. Þetta var Helen Greenway, móðir Grace. Hún gat ekki trúað því sem gerðist.

Dóttir hennar hafði verið að jafna sig svo vel. Hún hafði verið að batna í nokkrar vikur. Þá fór Grace að skjálfa, titra og krampa þar til hún missti meðvitund.

Læknateymið hafði bjargað lífi hennar. Þegar hún sneri aftur var hún ekki lengur Grace Greenway. Í staðinn var hún að seilast og tala í tungum. Hún var að rífa sjálfa sig í sundur að utan.

Það virtist sem enginn vissi hvað ætti að gera, hvernig ætti að stöðva þetta. Jafnvel nálirnar í handleggnum róuðu hana ekki. Ekkert virkaði. Þeir bundu hana niður.

Helen sleppti úr sér kveipi þegar hún mundi allt. Sérstaklega hversu hjálparvana hún hafði verið þá og enn meira núna. Hún kastaði sér á tóma rúm dóttur sinnar.

Örvæntingarsöngvur Helenar heyrðust enduróma í ganginum.

***

Þegar hjúkrunarfræðingur Burns kom aftur inn á herbergi Grace fann hún Helen kurrandi í fósturstellingu í rúminu.

Hún leit út fyrir að sofa friðsælan svefn. Hjúkrunarfræðingurinn taldi best að trufla hana ekki. Auk þess var engar fréttir að segja, og ef einhver þurfti hvíld, þá var það móðir Grace Greenway. hjúkrunarfræðingur Burns hreinsaði náttborðið hjá Grace og raðaði námsbækurnar hennar aftur á sinn stað. Þegar hún skoðaði þær fannst henni óskaplega leitt. Grace Greenway hafði ekki einu sinni fundið sinn fótfestu enn. Hún var aðeins sextán ára gömul.

Hjúkrunarfræðingur Burns horfði á móður Grace sem lá sofandi.

Hún lagði teppi yfir Helen og slökkti svo á ljósinu.

***

Nokkrum klukkutímum síðar var hjúkrunarfræðingur Burns að undirbúa sig til að ljúka vaktinni sinni fyrir daginn. Hún leit í gegnum hringlaga gluggann í hurlinni og tók eftir að Helen var ekki lengur í rúminu. Hún ýtti á hurina, en ekkert gerðist. Hún ýtti aftur fastar, sem olli því að Helen Greenway féll fram á við.

Helen hikstaði og fór að kreista hendurnar. Hún hulkaði hljóðlega fyrir sjálfa sig.

Fjölsystir Burns kom að henni og talaði með ótrúlega mjúkum og blíðum röddu og spurði hvort hún vildi sér te.

"Dóttir mín!" hrópaði Helen. "Eru einhverjar fréttir? Ég þarf að vita hvernig henni líður! Enginn hefur sagt mér neitt!"

"Þú varst sofandi," sagði hjúkrunarfræðingur Burns og klappaði Helen á höndina. "Ef þú lofar að setjast niður, skal ég fara og sjá hvað ég get komist að fyrir þig."

Helen settist niður og beið eftir fréttunum.

KAFLI 1

Niðri í ganginum rak hjúkrunarfræðingur Burns augun í lækninn Christiansson sem var að taka af sér skurðgrímuna á meðan hann flýtti sér um skurðhúsdyrnar.

"Ég þarf að fá mér ferskt loft," sagði hann. Hann gekk út í enda gangans og opnaði hurðina út á þakið vítt.

Hjúkrunarfræðingur Burns fylgdi honum.

Hann kveikti sér í sígarettu og bauð henni eina. Hún þakkaði nei fyrir.Eftir einn drag sagði hann: "Grace, stúlkan frá Greenway, hafði gengið svo vel. En nú þegar blóðtöpparnir hafa sprungið er staðan óviss inni þar."

"Ég er viss um að henni sé best mögulega sinnt."

"Það er það núna!" sagði Christiansson. "Nú þegar sérfræðingateymið er komið og hefur tekið stjórnina! Ég hef verið þar inni síðan þetta gerðist. Það hefur verið óstöðvandi kvöld. Við héldum, ég meina, við misstum nánast af henni þar aftan í."

Hjúkrunarfræðingur Burns hnerraði. "Ég tek eina af þessum," sagði hún. Hún ákvað að taka við sígarettunni eftir allt saman. Hún kveikti á henni, tók langan drag og hóstaði svo.

"En við höfum ekki gefist upp ennþá. Hún missti meðvitund aftur. Það er sennilega gott. Við þurfum að stöðva blæðinguna. Við vonumst til að halda vitund hennar óskaddaðri."

Fjölsystir Burns og læknir Christiansson hófu að ganga fram og til baka eftir þakbrúninni. Neðan frá heyrðust sirenur og ljós blikkaðu.

"Móðir hennar, Helen, er ekki að takast á við þetta vel."

"Allt sem ég get sagt þér er," hann stígur á öskuílátið og opnar hurðina. "Dóttir hennar er í bestu höndum."

"Ekkert meira?"

"Ekki að svo stöddu, hjúkrunarfræðingur Burns. Ég vil ekki að þú ýkir þetta."

"Það er þó ekki mikið til að segja henni. Það er eiginlega ekkert til að segja henni."

"Segðu henni að biðja til hvers sem hún trúir á, ef hún fylgir slíkri trúarbrögðum. Og ef ekki, þá segðu henni að senda út alla þá jákvæðu orku sem hún hefur í hjarta sínu. Að senda það út til alheimsins. Að hugsa jákvætt og án efa. Að trúa því að dóttir hennar muni komast í gegnum þetta," sagði Christiansson.

Þau gengu aftur niður stigann.

"Takk fyrir, læknir."

"Nú þarf ég að komast aftur þangað inn." Skurðstofuhurðirnar skelltust aftur fyrir aftan hann.

KAFLI 2

Hjúkrunarfræðingurinn Burns sneri aftur inn á herbergi Grace og fann Helen sitjandi á nákvæmlega sama stað og hún hafði skilið hana eftir. Hún fyllti glas hennar aftur af vatni og settist síðan á hné við hlið hennar.

"Ég var rétt í þessu að tala við lækninn Christiansson og hann sagði að Grace væri vel haldin. Hún er að halda velli þar inni."

"Dóttir mín, hún heldur velli?"

"Já."

"Sagði hann þér hvað gerðist?"

"Já, það var eins og þeir spáðu. Blóðtöpparnir sprungu."

Helen lagði höndina fyrir munninn. Hún hulkaði.

"Læknir Christiansson sagði að það besta sem þú getur gert fyrir dóttur þína sé að biðja, ef þú trúir á bænir. Einnig að hugsa vel um þig. Fá þér smá hvíld. Þetta hefur verið óskaplega löng nótt. Nú, af hverju klifrarðu ekki aftur upp hingað í rúm Grace og tekur þér smá blundi? Ég vek þig ef eitthvað breytist, lofa mér því."

"Ég er búin á því," játaði Helen.

Helen krullaði sig upp í rúmi dóttur sinnar. Hún ímyndaði sér að hún gæti enn fundið fyrir hinum hlýja svip dóttur sinnar sem hún hafði skilið eftir svo nýlega. Hún lagði handleggina utan um sig og hrópaði. Í fyrstu runnu tárin hægt, en svo fjölguðust þau. Hrotur og tár, hraðar og hraðar og hraðar—næstum eins og fæðingarhríðir.

Fyrir sextán árum síðan hafði dóttir Helen fæddst hér einmitt í þessu sjúkrahúsi. Grace var annað barn hennar, eina stelpan hennar. Grace var stoltið og gleðin hennar.

Fyrsta barnið hennar, Daryl, hafði haldið henni í fæðingu í fjörutíu og sex klukkustundir. Stundum hélt hún að hann myndi aldrei koma út. En ekki Grace. Hún kom fljótt út í heiminn í fyrsta sinn eins og hún vildi ekki missa af einum einasta augnabliki.

Helen mundi að Grace svaf ekki mikið, jafnvel sem smástirn. Dóttir hennar var hrædd um að missa af einhverju í lífinu. Frá fyrsta degi var hún í aðdáun yfir öllu, ljósinu og litunum. En Grace fann ekki sitt sanna hlutverk fyrr en hún byrjaði að læra tölurnar. Þegar hún uppgötvaði reglu í náttúrunni í kringum sig, þá kviknaði ástríða Grace alvöru.

Helen hugsaði til fjölskyldunnar sem hún hafði einu sinni átt. Ástúðlegur eiginmaður, Benjamin. Hreystilegur og hugrakkur sonur, Daryl. Mjög kærkomin dóttir, Grace. Hún mundi eftir góðu stundunum sem þær deildu þegar þær heimsóttu dýragarðinn Taronga. Þegar þær fóru í Powerhouse-safnið. Sáðu kvikmyndir með poppi. Borðuðu kvöldverð saman. Einfaldir en hamingjusamir dagar. Hversu mikið Helen saknaði þeirra.

Hún muldraði fyrir sjálfri sér og reyndi að sofna aftur, en minningarnar voru of ferskar, of lifandi og of sársaukafullar.

Hún settist upp og mundi eftir því fyrr um daginn þegar hún og dóttir hennar höfðu verið að hlæja og spjalla.

Það var eins og eitthvað hefði slokknað í huga Grace. Eins og tryllitinn hefði sprungið. Annað augnablik var hún lífleg, full af lífi, og svo var hún katatónísk og þá var eins og hún væri ekki lengur Grace. Allt hafði gerst svo hratt.

Lífið var svona þó, einu augnabliki áttirðu fjölskyldu. Svo komu tveir menn í bláum búningum. Þeir sögðu að ölvaður ökumaður hefði drepið manninn minn og son minn.

Á þeirri hræðilegu nótt mundi Helen eftir að hafa spurt mennina tvo hver brandarinn væri. Hún var viss um að einhver brandari þyrfti að vera. Þetta hlýtur að hafa verið grín. Þetta var ekkert grín. Þetta staðfesti sig þegar kisturnar tvær voru borið upp kirkjugönguna. Síðan grafnar í jörðina. Alls ekki grín.Þetta var þá en nú er núna. Núna var dóttir hennar niðri að berjast fyrir lífi sínu, og hún? Í rúminu að reyna að sofna!

Helen kastaði af sér sænginni og fór að ganga fram og til baka um herbergið. Hún hugsaði um hver bæri ábyrgðina: Vincente Marino.

Helen hugsaði um eigingirni hans, hroka hans. Þetta var hans að kenna og eingöngu hans, og ef dóttir hennar myndi deyja úr þessu, þá myndi hún einn daginn láta hann borga fyrir það.

***

Morguninn kom og hjúkrunarfræðingur Burns var aftur á vakt. Hún sinnti fyrst sjúklingunum sem þurftu tafarlausa aðstoð. Síðan fór hún inn á herbergi Grace Greenway til að athuga með móður hennar, Helen.

Herbergið var áfram mjög kyrrt, þótt gluggatjöldin hefðu verið dregin upp. Hún gekk varlega inn og tók eftir Helen á hnjánum á stól, horfa út um gluggann.

Þegar hún sneri sér að hjúkrunarfræðingnum rann svarti maskari hennar í rennur niður andlitið á henni. Hún leit út eins og Marilyn Manson.

Helen beindi strax athygli sinni aftur að því sem var að gerast fyrir utan gluggann. Hún staraði á tré í fjarlægð. Sérstaklega á svartan hrafn sem sat á grein og opnaði og lokaði goggnum eins og hann væri að tala við ímynduðan vin.

Helen fannst hún öfundsjúk á fuglinn. Fugl sem gat flogið burt, tekið á loft hvenær sem var, en kaus að dvelja. Hún öfundaði hann einnig af skorti hans á tilfinningalegum tengslum. Tengsl þýddu sársauka að lokum. Maður missti alltaf þá sem maður elskaði mest.

Hún sneri sér aftur að hjúkrunarfræðingnum Burns. Hún spurði með mjúkum, fjarlægum röddu: "Eru einhverjar fréttir?"

***

"Hefur Doktor Ackerman ekki komið til að skoða þig í morgun?" spurði hjúkrunarfræðingur Burns. Doktor Ackerman, sérfræðingurinn sem nýlega hafði tekið að sér mál Grace, hafði lofað að koma fyrst til að upplýsa Helen.

Tómur svipur Helen sagði allt sem segja þurfti.

"Ég er viss um að sérfræðingurinn Doktor Ackerman muni koma fljótlega. Á ég ekki að fara og athuga með hann?"

"Það væri mjög gott af þér," sagði Helen og lagði hendur um sig. Hún beindi athygli sinni aftur að krákanum. Hann stökk nokkrum greinum hærra upp í trénu.

Nursi Burns sneri sér við til að ganga burt. Hún stöðvaðist og spurði Helen hvort það væri einhver sem hún vildi að hún hringdi í—einhver sem gæti setið hjá henni. Kannski vinur eða kapellán eða prestur. Helen hristði höfuðið og hélt síðan áfram að horfa út um gluggann á hreyfingar krákans.

Þegar hurðin lokaðist á eftir henni heyrði hjúkrunarfræðingur Burns Helen Greenway gráta hljóðlega.

Helen var að hugsa um manninn og soninn sem hún hafði misst. Og líka um dótturina sem hún óttaðist að hún gæti misst. Hún hnerraði upp í grátinn og huldi andlitið með höndunum eins og barn myndi gera í leik af gerðinni "nú sérðu mig, nú sérðu mig ekki".

Aðeins varfærinn tók eftir að hún var að leika sér.

***

Þegar hjúkrunarfræðingur Burns kom að dyrum skurðstofunnar og reyndi að ganga inn, var veginn hennar lokaður. Skýr fyrirmæli frá yfirlæknum skurðdeildar, Dr. Ash og Dr. Ackerman, gáfu til kynna að ástand Grace gæti versnað.

Hún sneri aftur til Helen Greenway án sérstaks boðskorts. Hún reyndi að hugga hana og sannfæra hana um að allt myndi verða í lagi. Síðan breytti hún um umræðuefni.

"Viltu fá þér eitthvað að borða?" spurði hjúkrunarfræðingur Burns, á meðan hún hellti Helen upp heitum teskeið af nýkomnum fati. Teið hafði verið sent fyrir morgunmat Grace. Augljóslega höfðu læknarnir enn ekki uppfært sjúkraskrár hennar. Hjúkrunarfræðingur Burns myndi þurfa að kanna hver hefði gert þessa villu, til að halda utan um kostnaðinn, en í bili þjónaði það sem lítil hvatning til að fá Helen Greenway til að fá sér eitthvað að borða.

"Ég er hvorki svöng né þyrst," hélt hún fram. "Ég vil sjá dóttur mína. Ég vil sjá Grace." Hún sleppti frá sér öskrandi gráti.

Fjölsystur Burns var að gera herbergið fínt þegar læknir Smith, nýjasti skurðlæknir sjúkrahússins, kom inn með ringlaðan svip á andliti. Hann var hávaxinn, dökkur og myndarlegur, svo mjög að jafnvel ruglaður svipur gerði hann enn aðlaðandi fyrir flestar konur; en Helen Greenway tók það ekki eftir.

Helen var að minnast Grace. Hvernig hún sat einu sinni undir stórum regntjaldtré og las um sérkenningu Eisteins eða Liber Abaci eftir Fibonacci. Hún ímyndaði sér dóttur sína á mjúku rúmi úr þéttum grasi, í skugga og vernd í faðmi trés.Læknir Smith nálgaðist hana varlega, leit fyrst til hjúkrunarfræðingsins Burns og síðan aftur til Helen Greenway. Helen hreyfði sig ekki né veitti honum neina athygli.

"Má ég tala við þig úti í smástund?" spurði læknir Smith.

"Já, læknir," svaraði hún.

Þau gengu aftur út úr herberginu. Helen Greenway tók ekki einu sinni eftir því.

***

"Hvað er að henni?" spurði læknir Smith. Hjúkrunarfræðingur Burns útskýrði fyrir honum stöðuna.

"Hún þarf að róa sig niður," sagði hann, "því hún er að trufla hina sjúklingana. Ég var nýkominn á vakt og nokkrar kvartanir hafa borist. Þetta þarf að hætta. Annaðhvort fáum við einn af læknunum til að samþykkja róandi lyf eða við hvetjum hana til að dvelja utan deildarinnar um stund."

"Ég er að gera mitt besta," sagði hjúkrunarfræðingur Burns aðeins of varnarlega.

Læknir Smith tók í hönd hennar og leit í augu hennar. Hann hafði lært þessa hreyfingu af því að horfa á endursýndar þætti úr E.R. Hjörtu bæði starfsfólks og sjúklinga bráðnuðu alltaf í þáttunum, sem tryggði vinsældir George Clooney.

"Ég veit það," hann hvíslaði hughreystandi, "og ég þakka þér fyrir allt sem þú hefur gert. Allt sem þú ætlar að gera til aðstoðar bæði mér og hinum sjúklingunum á deildinni."

Hún brosti til baka en innst inni taldi hún hann jafn falskan og tveggja dollara seðil.

Hún sneri sér við og gekk aftur að herbergi Helen Greenway.

Því miður var Helen ekki lengur inni í því.

KAFLI 3

"Ég þarf að komast út úr þessu herbergi, út í ferska loftið," hvíslaði Helen að sjálfri sér á meðan hún smyglaðist framhjá læknum og hjúkrunarfræðingum. Hún gekk til lyftunnar, fullviss um að enginn myndi sakna hennar.

Þegar dyrnar þrýstust saman horfði Helen á borið sem var ýtt, dregið eða fylgt eftir um gangana. Hún huldi eyrun þegar hún heyrði hjól borðsins skríða og ná gripi. Hún skellti upp óvænta þegar einn þeirra fór úrskeiðis og skraufaði við vegginn. Spítalaliðið virtist ekki taka eftir amstrið.

Hún slakaði á þegar dyrnar lokuðust fastar að baki henni. Eina sem gat dregið athygli hennar var lyftutónlistin. Þekkt lag úr söngleik vakti upp minningar um tengslin milli hennar og Grace sem móður og dóttur. Frá fyrri tíma, áður en stærðfræðilegur ágreiningur og unglingaárin skildu þær að.

Þegar hún kom niður á jarðhæð steig Helen út með skýra tilfinningu fyrir tilgangi og örlögum. Hún vildi finna andvarið á andliti sínu. Hún vildi vera úti í kyrrlátri, ferskri lofti sem ilmaði af eukalyptus.

Enginn stöðvaði hana, spurði hana út í neitt né virtist einu sinni taka eftir henni. Hún gekk inn um snúningshurðirnar og lá með straumnum úti.

Á sama augnabliki ók sjúkrabíll með háværum öskrum og hrópum að henni og stöðvaðist við hlið hennar, með sirenum sem gelldu og ljósum sem blikka.

Hávaðinn var heyrnalaus, alls ekki sá friður og einsemd sem Helen hafði ímyndað sér. Hún vildi komast í burtu, flýja hann. En hljóðið virtist rífa í hana og svipta hana orku. Fætur hennar virtust vera fastir í steypunni.

Ófær um að hreyfa sig eða hlaupa, studdi hún sig aftur að veggnum og huldi eyrun. Allt í kringum hana ríkti ringulreið, með ýtningum, togstreitu og skrapandi hljóðum í stað friðar og kyrrðar sem hún þráði svo sárt.

Yfirbuguð missti Helen meðvitund og datt niður á gólfið.

KAFLI 4

"Vincente?" hvæskti Grace. "Vincente, ertu þarna?"

Augun á Grace voru víð opin og hún leitaði að honum um hið kalda, málmlega herbergi, en hann var hvergi að finna.

Karlarnir og konurnar með grímur gláptu niður á hana.

Bjarta ljósið fyrir ofan hana púlsandi af hita og orku, sem þrýsti augunum hennar aftur fyrir lok.

"Vincente?" hvíslaði hún aftur og aftur.

Einmana stjarna logaði skært. Hún dansaði fyrir augum hennar. Mýk og hlýlega volg í fyrstu, brenndi hún fljótlega í húð hennar.

Þá varð allt aftur svart.

KAFLI 5

"Við komum á sjúkrahúsið með einn sjúkling og fundum annan á gangstéttinni!" hrópaði sjúkrabílstjórinn á meðan teymið mat ástandið.

"Tveir í einu neyðartilfelli," sagði samstarfsmaður hans með kankvíska.

"Fyrstur til að bregðast við er maðurinn okkar í sjúkrabílnum," sagði fyrri maðurinn. Hann og samstarfsmaður hans drógu sjúkraböruna eftir gangstéttinni. "Hér inn," sögðu þeir og þröngvuðust inn um dyrnar."

Það er annar einn þarna úti," sagði annar maðurinn við móttökustelpuna.

Á þessum tíma hafði Helen þegar komið til sín og var að reyna að standa upp. Litlar hvítar stjörnur blikka og glitra um allan hausinn á henni. Það var eins og hún væri í einum af teiknimyndafilmum um Wile E. Coyote. Eftir að Roadrunner hafði hamrað stórhamar inn í höfuð loðna dýrsins. Hún reyndi að koma sér á jafnvægi, en fætur hennar urðu veikir og hún datt aftur til jarðar.

"Veit einhver hver hún er?" spurði kona. Gestir og sjúklingar sem nýlega höfðu komið til vaktar höfðu safnast utan um Helen. Einn starfsmaður talaði í útvarpið og bað um sjúkrabekk og slysaðgerðarlækni til að mæta strax á bráðamóttökuna.Helen opnaði augun og leit upp. Hópur ókunnugra staraði á hana. Hún reyndi að standa upp aftur, en ókunnugu fólkið hvatti hana til að liggja kyrra.

"Geturðu sagt okkur hver þú ert? Manstu nafnið þitt?" spurði konan sem hafði talað í útvarpið.

"Já, ég heiti Helen, Helen Greenway."

Konan talaði aftur í útvarpið. "Hér úti á gólfinu í innganginum er hvítkonan. Um sextug að aldri, að nafni Helen, Helen Greenway. Þekkir einhver hana? Er hún sjúklingur? Flúin úr geðdeildinni? Hún er í venjulegri borgaralegri fötum, ég endurtek, hún er í venjulegri borgaralegri fötum."

Ungur læknir kom inn með læknistösku sína. Hann hnippti sér niður við hlið Helenar og spurði hana hvort hún væri meidd. Þegar hún hristði höfuðið, kannaði hann lífsgæði hennar.

"Mér líður vel," sagði Helen. "Það er dóttir mín sem er veik!" Aftur reyndi hún að standa upp.

"Helen," sagði læknirinn, "þú þarft að liggja kyrr þar til ég er viss um að lífsgæði þín séu eðlileg."

Helen kinkaði þægilega kolli, eins og áreitt barn.

Eftir að lífsgildi Helenar reyndust í lagi var henni hvatt til að standa upp. Sætihjólstóll var færður að.

"Nú," sagði læknirinn, "setjastu niður og við skulum fara að finna dóttur þína."

"Ég get gengið," sagði hún hvasst.

"Ég skal ýta," sagði hann ákveðið.

***

Þegar þau komu inn á ganginn hjá Grace hljóp hjúkrunarfræðingur Burns að þeim. "Guð sé þakkað að þú sért í lagi, Helen!"

"Þú þekkir hana?" spurði læknirinn.

"Já, við erum svona gamlar vinkonur," brosti hjúkrunarfræðingur Burns.

"Jæja, hún missti meðvitund fyrir utan bygginguna, þess vegna er hún í hjólastól. Ég hef kannað lífsgildi hennar. Hún virðist vera í lagi, þó hún sé mögulega aðeins svefnrækin. Einnig svöng og þyrst."

"Já, hún hefur verið svo upptekin af heilsu dóttur sinnar að það hefur verið erfitt að koma neinu í hana."

"Talaðu þá við lækninn hennar. Kannski tengja hana við æðalegg, ef þörf krefur, en við getum ekki látið hana flakka um svona. Hún þarf mat og vatn, og hún þarf það strax. Hver er læknir dóttur hennar?"

"Dóttir hennar hefur teymi lækna – Christiansson, Ash og Ackerman."

Læknirinn hikstaði. Hann hafði heyrt af aðgerðinni sem var í gangi, um að skurðlæknar hefðu verið kallaðir inn í neyðartilvik. Einn þeirra hafði verið fluttur með flugi yfir nóttina. Þetta var sannarlega alvarleg staða. Hann samkenndi enn frekar konunni í hjólastólnum.

"Í því tilfelli, sjáðu hvað þú getur gert," sagði hann við hjúkrunarfræðinginn Burns. Síðan við Helen: "Þú þarft að borða, drekka og svo hvíla þig, fyrir þegar dóttir þín vaknar. Þú þarft að vera einstaklega sterk fyrir hana."

Orð hans náðu ekki til Helen, því hún var þegar sofandi í djúpum svefni í hjólastólnum.

KAFLI 6

Helen vaknaði fimmtán mínútum síðar, aftur í rúmi Grace. Hún mundi ekki hvernig hún hafði komist þangað. Hún ýtti á hnappinn á rúminu. Stuttu síðar kom hjúkrunarfræðingurinn Burns með bakka fulla af heitum mat og fersku kaffi.

"Ég held að ég geti ekki étið neitt," sagði Helen.

"Þetta er annaðhvort svona eða í æð. Þú ákveður, Helen. Ég fer af vaktinni fljótlega og lofaði slysa- og bráðalækninum að sjá til þess að þú borðir áður en ég fer. Ef þú neitar, mun hann sjá um að þú fáir æðalegg og verðir fóðruð og vatnsveitt þannig."

"Ég neita bæði. Reyndar er ég með fóbíu fyrir sjúkrahúsmatur. Ég vil komast héðan og fá mér eitthvað annað að borða. Fjarri þessu stað."

"Já, það er skiljanlegt. Ég held að við getum gert það," sagði hjúkrunarfræðingur Burns og sneri sér við og gekk út.

Eftir stund kom hún aftur með yfirhöfnina á sér og saman fóru hún og Helen út úr sjúkrahúsinu. Þær voru á leið í lítið kaffihús rétt neðar í götunni.

Þetta yrði vel þegin hvíld fyrir þær báðar.

KAFLI 7

"Blóðþrýstingurinn hennar er að falla. Hann er langt utan við eðlileg mörk! Ef við gerum ekki eitthvað núna, ef við náum ekki að stöðva blæðinguna, þá ætlum við að missa hana," sagði læknir Ash.

Allir sem voru í skurðstofunni flýttu sér og færðust nær.

"Þurrkið þetta, djöfulsins!" skipaði læknir Ackerman.

Það streymdi svo mikið blóð út. Þrátt fyrir að allir væru við störf gátu þeir ekki sinnt nægilega hratt. Hjartavélin fór á sléttum línum.

Hún öskraði.

"Við verðum að koma henni aftur til lífs! Við verðum bara að gera það!" hrópaði læknir Christiansson.

KAFLI 8

Á kaffihúsinu var Helen Greenway að stinga gaffalnum í hrúgu af kartöflumús. Hún sneipti sér af steik og þrýsti henni milli tanna. Hún tyggði og tyggði og reyndi að kyngja en maturinn vildi ekki fara niður.

"Það er rétt," sagði hjúkrunarfræðingur Burns, "þér mun líða betur á skömmum tíma."

Helen fann kulda ganga um líkamann, eins og einhver hefði opnað hurðina á kalda vetrardegi. Dyrnar héldu áfram að vera lokaðar, en hún fékk gæsahúð á handleggina. Hún krumpaði sig saman, reyndi að halda sér hlý. Einhvers staðar úr óþekktu átt heyrði hún Grace kalla nafn hennar. Sekúndum síðar hringdi í símann hjúkrunarfræðingsins.

"Hér er læknir Christiansson. Ég hringi vegna þess að ég hef heyrt að þið séuð þar með móður Grace Greenway, Helen. Er það rétt?"

Hjúkrunarfræðingur Burns kinkaði kolli en sagði ekkert á meðan hún hélt alvarlegu andliti.

"Púls Grace fór rétt í þessu á núll, aftur. Ég er ekki viss..." Hann þagði, og lét þetta skelfilega orðalag standa óklárað. Hann var búinn á því.

"Ég skil," sagði hún. "Við komum strax aftur."

Helen Greenway lét gaffalinn detta og tárin runnu niður kinnar hennar. Helen hljóp að sjúkrahúsinu með rödd dóttur sinnar sem ómaði í eyrum hennar.

KAFLI 9

"Grace, þú verður að halda þig!" sagði rödd.

Það var rödd sem Grace þekkti; rödd Vincente. Hann hafði farið. Hann hafði yfirgefið hana en nú var hann kominn aftur. Hann hafði snúið aftur.

"Hvar hefurðu verið?" spurði hún, á meðan hún leitaði að honum um herbergið. Leitaði að kóbaltbláu augunum hans.

"Ég er hér," sagði hann og tók utan um hönd hennar. "Ég hef alltaf verið hér."

"En af hverju get ég ekki séð þig? Ég var svo hrædd." Hún þagði, fann hönd hans lokast utan um sína. "Og svo slokknuðu ljósin." Hún þagði. "Ég held að ég geti ekki haldið í þig, Vincente. Ég held að ég muni ekki lifa þessu af."

"Já, það munt þú gera," sagði hann, og tárin runnu niður kinnarnar og á hendurnar sem þær höfðu vafið saman. "Ég hef rétt nýlega fundið þig! Við erum nýgift og þú lofaðir að elska mig að eilífu."

"Ég mun alltaf elska þig, Vincente. Að eilífu."

"Þá verðurðu að finna leið til að vera áfram," sagði hann. "Ég er ekkert, ekkert, án þín!" Hann féll á hnéin, eins og hann hefði verið sleginn í hjartað af eldingarglampa.

"Ég er að reyna, ástin mín," sagði hún. "En það er svo dimmt, svo dimmt hér inni. Ég þarf að sjá þig!"

"Ég er hér," sagði Vincente og kreisti hönd hennar fast.

"Ég heyri þig. Ég finn þig. En hvar ertu?"

Hann stígur inn í ljósið.

"Ég sé þig ekki! Af hverju sé ég þig ekki?"

"Það er nótt, ástin mín," sagði hann. "Og ljósin gætu sært augun þín. En trúðu mér, ég er hér. Ég hef alltaf verið hér. Ég lofaði að ég myndi aldrei yfirgefa þig og ég stand alltaf við loforðin mín."

"Syngðu mér eitthvað."

Hann söng lagið úr skartgripakassanum hennar, lagið sem varð þeirra lag.

Aðgerðarstofan var í upplausn af alls konar lækningatækjum og heilbrigðisstarfsfólki sem hljóp um og rekst saman. Þegar hljóðlát lína hvarf og eðlilegt hjartsláttarlát hennar kom aftur, heyrðist lítill fagnaðaróp í aðgerðarstofunni.

"Okkur tókst það!" hrópaði læknir Ash.

"Við eigum enn mikið verk óunnið," minnti læknir Ackerman hann á. "Grace hefur misst mikið blóð. Hún gæti þurft nokkrar blóðgjafir og við erum enn að keppa við tímann með blóðtöppunina."

"Ég mun tala við móður hennar," sagði læknir Christiansson. "Hún gæti gefið meira blóð. Það er alltaf betra þegar fjölskyldumeðlimur gefur."

Hann klappaði báðum aðal skurðlæknunum létt á bakið og horfði á Grace. Hann fylgdist með hjartamonitorinum í nokkrar sekúndur, tók allt til sín. Allt virtist eðlilegt, eða eins eðlilegt og það gat verið fyrir unga stúlku sem hafði rétt áðan misst hjartsláttinn tvisvar sinnum í minna en 24 klukkustundir.

***

"Þú ert að standa þig frábærlega," sagði Vincente og strauk enni hennar.

"Ég vil vera áfram, en ég er bara svooooo þreytt."

"Manstu brúðkaupsdaginn okkar? Manstu húsið okkar í Manly? Hvernig við skreyttum það saman? Manstu hvernig þú lofaðir mér eilífð, frú Marino?"

"Ég man það," sagði hún. Síðan leit hún upp, og ljósið sem áður hafði verið langt fyrir ofan hana virtist hafa færst nær henni. Það var eins og stjarna sem dró hana á meðan hún barðist fyrir eigin lífi. Grace var mjög þreytt og þráði hvíld, að vera í friði. Hún þráði að ganga inn í stjörnuljósið.

Það var kúla úr stjörnuljósi. Hún snéri sér og vafðist, þrýsti inn og út á sama tíma og hún kallaði á Grace að koma og ganga til liðs við hana. Það var Fibonacci-stjarna; hluti af Vetrarbrautinni og eina sem hélt henni frá því að ganga til liðs við hana, eins og hennar eigin Gullna hlutfall, Vincente.

"Grace," sagði Vincente.

Rödd hans virtist svo ótrúlega fjarlæg, og hún fann fyrir miklum kulda og mikilli einsemd. Brennandi hiti í kjarna stjörnunnar blés á hana og hitaði hana úr fjarlægð. Að sameinast henni væri aðeins andardráttur í burtu. Það væri svo auðvelt.

"Ó nei!" hrópaði læknir Ash. "Ekki aftur! Ekki svona fljótt! Við erum að missa hana!"

"Hún hefur misst of mikið blóð!" hrópaði læknir Ackerman. "Hvar er læknir Christiansson með fréttirnar af blóðgjafinni? Við verðum að gefa henni meira blóð strax! Við getum ekki beðið eftir móður hennar. Byrjið á blóðgjafinni núna."

Sekúndum síðar var framandi blóði dælt inn í slaka líkama Grace.

Í fyrstu virtist líkami hennar taka því fagnandi. Drekka það gáttalaust. En ekki leið langur tími þar til nýja blóðið hafnaði hinu gamla.

Þá hófst baráttan í alvöru.

"Vincente?"

"Já, ástin mín."

"Ég er hrædd við að deyja."

"Þetta er ekki tíminn þinn," sagði hann. "Það getur ekki verið tíminn þinn."

"Hvernig veist þú það?" spurði hún, á meðan hiti geisaði í líkama hennar. Hún brann upp og varð síðan ísköld. Á sama tíma kallaði stjörnuljósið til sín.

"Af því að ég lifi aðeins fyrir þig."

"En þetta er leiðinlegt, mjög leiðinlegt, Vincente."

"Hvernig er það, ástin? Segðu mér."

"Mér finnst eins og ég sé uppi yfir jörðinni og horfi niður á sjálfa mig á sjúkraborðinu á skurðstofunni. Ég sé þá stinga, þrepa og skunda um."

"Þau eru að hjálpa þér, ástin mín."

"Já, en mér er svo sárt."

"Geturðu dvalið? Þú verður að dvelja. Vinsamlegast. Gerðu það fyrir mig. Fyrir manninn þinn."

"Ég þoli ekki þessa verki. Ég vil—ég vil—"

"Ég veit hvað þú vilt, Grace," sagði hann. "Ég veðja að þú myndir elska að sjá mömmu þína."

"En Vincente, mamma mín er dáin."

"Nei, hún er á lífi og hún er á leiðinni núna. Haltu þig."

"Hvernig getur hún verið það þó? Annan hvern tíma vorum við í Manly, og enginn var til í heiminum, enginn nema þú og ég—og nú—þetta. Margir menn alls staðar. Og öfgakenndur sársauki, óbærilegur sársauki."

"Manstu blóðtöppana, Grace?"

"Blóðtappana, já."

"Það var meira en einn. Þeir sprungu. Við erum öll að berjast fyrir þér. Láttu ekki frá þér, Grace. Þú verður líka að berjast. Ég elska þig. Ég get ekki látið þig fara. Vinsamlegast láttu ekki frá þér!"

"Vincente, ég er svooooo þreytt! Kannski er kominn tími — fyrir þig að láta mig fara."

"Aldrei!" hrópaði hann. Hann horfði á augnlok hennar blikka og lokast. Að lokum hvíslaði hann í eyra hennar: "Hvíldu þig þá, ást mín. Já, lokaðu augunum og hvíldu þig. Ég mun syngja þér vögguvísu, en vinsamlegast láttu mig ekki eftir."

Hún hélt áfram að anda að sér og frá sér. Vincente söng meira af þeirra sérstaka lagi með tárin rennandi niður kinnarnar á honum.

KAFLI 10

Helen og hjúkrunarfræðingur Burns sneru aftur á spítalann þar sem læknir Christiansson beið. "Hvernig líður þér, Helen?" spurði hann og leiddi hana á sama tíma inn á skurðstofuna.

"Mér líður vel, en ég er áhyggjufull um dóttur mína!"

"Ég skil að þér hafi liðið illa fyrr í dag og þú misst meðvitund? Er það rétt?" Hann leit til hjúkrunarfræðingsins Burns og hún kinkaði kolli.

"Ég missti meðvitund, en hvað hefur það með þetta að gera? Hvað er að dóttur minni?"

"Mér er annt um að við þurfum að taka blóð frá þér, til blóðgjafar. Það er alltaf best þegar blóðið kemur frá einhverjum sem er í beinu skyni við sjúklinginn."

Helen kinkaði kolli, setti síðan hendur fyrir augu sér. Hún var ótrúlega þreytt en vildi geta hjálpað. Hún þurfti að geta hjálpað.

"Við förum með þig upp á blóðdeildina til eftirlits." Síðan til hjúkrunarfræðingsins Burns: "Hefur Helen borðað eitthvað nýlega?"

Hjúkrunarfræðingur Burns kinkaði kolli og sýndi honum hversu mikið. Það var ekki einu sinni nóg til að halda fugli á lífi.

"Þetta lagast," sagði hjúkrunarfræðingur Burns við Helen þegar þær gengu eftir ganginum.

Pagerinn hjá lækni Christiansson hringdi. "Einu augnabliki, vinsamlegast," sagði hann. Hann fjarlægðist þær. "Breyting á áætlun. Ég þarf að fara með þig til að hitta dóttur þína – núna. Komdu og láttu sótthreinsa þig."

Fjarskiptahjúkrunarfræðingur Burns var að fara að snúa aftur til stöðvar sinnar, en læknir Christiansson bað hana að vera áfram.

"Áður en við förum inn," varaði hann, "verð ég að segja þér, frú Greenway — Helen — að við misstum dóttur þína nokkrum sinnum á bakvið þar úti."

"Mistum hana?"

"Já. Það þýðir að hjartastopp kom hjá henni. Hjartað hætti að slá, en aðeins í nokkrar sekúndur."

Helen barðist við grát.

Þau gengu inn í skurðstofuna.

Grace lá meðvitundarlaus á skurðborðinu.

"Mamma!" hrópaði Grace.

Helen gekk til hliðar við hana og tók hönd hennar í sína. Hún horfði í augu dóttur sinnar.

"Þetta er móðir Grace, Helen," útskýrði læknir Ackerman fyrir hinum í læknisliðinu.

"Takk fyrir að koma, og svo fljótt," sagði læknir Ash. "Gott að kynnast þér. Grace er sannarlega mjög hugrökk stúlka."

"Hvernig hefur hún það, ég meina í alvörunni?" spurði Helen.

"Það var mjög naumt um sinn en lífsgæði hennar hafa náð stöðugleika. Við erum að fylgjast með henni og hún heldur velli."

"Takk," sagði Helen. "Takk ykkur öllum!" og hún fann stóran hnút í hálsinum.

"Upp á hvað, afsakið, Doktor Ash," sagði ein af hjúkrunarfræðingunum sem hafði fylgst með lífsmörkum Grace. "Mætti ég biðja ykkur að koma hingað í smástund, vinsamlegast?"

Hann gekk til hennar og augun festust strax á skjánum.

"Mamma! Þetta er ég, Grace, mamma!"

"Hún heyrir þig ekki," sagði Vincente.

"Hvað? Hvað áttu við með að hún heyri mig ekki? Hún er hérna! Auðvitað heyrir hún mig! Mamma, þetta er ég, Grace... Vincente og ég. Við erum gift núna og við elskum hvort annað, mamma. Mamma!"

"Ástin mín, hún heyrir þig ekki," endurtók Vincente og strauk hendinni hennar. Hann rétti úr sér og kysti hana á ennið.

"Hún heyrir mig ekki, en hún sér mig. Þarna—hún er að halda í höndina á mér. Bíddu nú við—hún sér þig ekki, er það ekki? Af hverju sér hún þig ekki eða heyrir þig, Vincente?"

"Ég veit það ekki."

"Vincente, ertu dáinn?"

Vincente hló og gekk með fingrunum í gegnum hárið sitt. "Auðvitað er ég ekki dáinn. Ég er hér rétt hjá þér, að halda í höndina á þér."

"En hin sjá þig ekki, hvorki læknarnir né mamma. Þau hreyfast um þig, í gegnum þig. Af hverju sjá þau þig ekki eða heyra þig? Af hverju er ég sú eina sem veit að þú ert hér? Er ég dáin? Erum við báðar dauðar?"

"Við erum alltaf saman því við elskum hvort annað. Ástin okkar er sterkari en allir og allt."

Andi Grace hafði áður flakkað um herbergið, en nú steig hún aftur inn í líkama sinn.

Þegar hún kom inn í hann reyndi hún fyrst að berjast gegn sársaukanum. Síðan reyndi hún að lifa með sársaukann, að láta hann hafa förunaut, en hann var of mikill fyrir hana til að ráða við. Hún gat ekki haldið velli. Hún brotnaði upp í mola.

"Lífsmerki hennar eru að hrynja! Við erum að missa hana aftur!" hrópaði læknir Ash. Allir færðust nær hjá Grace, og ýttu Helen til hliðar.

"Blæðingin hafði alveg stöðvast," staðfesti læknir Ackerman. "Hún var að ganga svo vel. Ég finn enga ástæðu fyrir þessari skyndilegu afturkomu nema..." Hann hikstaði og horfði til Helen Greenway sem stóð fjarri borðinu og kreisti hendurnar eins og Lady Macbeth.

"Fáðu hana út héðan!" hrópaði læknir Ash.

"Hvað eru þeir að segja núna, Vincente?" spurði Grace.

"Þeir kenna mömmu þinni um afturfallið. Þegar þú snerir aftur í líkama þinn og komst aftur út, gerðist eitthvað. Þeir halda að þú sért að deyja."

"En ég er ekki að deyja! Ég vil lifa!"

"Við erum að missa hana!" hrópaði læknirinn Ackerman. "Rýmið svæðið!" hrópaði hann og færði sig að henni og hóf hjartahnoð.

"Nei, ég læt hana ekki eftir!" hrópaði Helen þegar henni var ýtt í gegnum sveifluhurðirnar og út í ganginn.

"Mamma!" hrópaði Grace, "Mamma!"

"Hún er að blæða aftur," staðfesti læknir Ash. "Við höfum fleiri blóðtöpp hér. Ég get ekki talið hversu marga. Ég veit ekki hversu lengi hún getur haldið út!"

"Við erum að gera allt sem við getum fyrir hana."

Andi Grace flæddi aftur inn í líkama hennar. Hún reyndi að koma sér á fætur. Í huga hennar hófust litadiskóskóp sem byrjaði að snúast og snúast þar til hún sá og heyrði Vincente ekki lengur.

"Vincente, láttu mig ekki eftir!" hrópaði hún.

***

"Vincente?" spurði læknir Ash. "Hver er Vincente?"

"Hann er strákurinn sem lagði hana inn á sjúkrahús," svaraði læknir Christiansson.

"Kannski ættum við að hafa samband við hann og biðja hann um að koma á sjúkrahúsið?"

"Það er mitt í nóttinni? Það gæti verið erfitt að ná í hann."

"Gerðu það bara!" hrópaði læknir Ash. "Við þurfum alla þá hjálp sem við getum fengið!"

"Grace, hlustaðu á mig," sagði læknir Ash og hallaði sér nær henni. "Við erum að gera allt sem við getum fyrir þig. Ég vona að þú heyrir mig. Við heyrðum þig. Við erum að hringja í Vincente. Hann verður hér og við hlið þína fljótlega. Svo vinsamlegast haltu þig gangandi. Vertu sterk."

Grace gat ekki heyrt hann. Hún var einhvers staðar í myrkrinu, alveg ein.

KAFLI 11

Úti í móttökunni hvíslaði Helen Greenway í símann: "Halló, Vincente, mér þykir leitt að trufla þig svona seint."

"Hver er þetta?"

"Fyrirgefðu," hikstaði hún og hélt svo áfram eftir að hún hafði gefið upp hver hún var. "Þetta er Grace. Það er vegna Grace sem ég hringi svona seint. Hér talar móðir hennar, Helen Greenway."

"Er hún í lagi? Hún er ekki...?" hann stöðvaði sjálfan sig og röddin dofnaði. Hann var hræddur við að heyra hvað kæmi næst. Hefði hann drepið hana? Hann gæti ekki þolað það, ef svo væri, þótt hann vissi að það væri ekki hans að kenna. Hann hefði ekki getað vitað það. Hugur hans snérist aftur til núverandi stundar. Hann var nokkuð viss um að Helen Greenway hefði þegar svarað.

Á hinum enda línunnar var algjör þögn.

"Ertu þarna, Vincente?" spurði hún og beið eftir svari hans. Hún hafði útskýrt allt, sett málið fram. Hann þagði. Var hann tregur til að koma á sjúkrahúsið? Vissulega ekki. Nei, hann hafði líklega bara ekki alveg vaknað enn. Þegar engin svör bárust þrýsti hún á: "Grace, mín Grace, þarf á þér að halda, Vincente."

Höfuðið snérist aftur til eðlilegs ástands með létti þegar hann komst að því að hún væri enn á lífi og að anda, "Ég kem um leið og morguninn kemur."

"Nei, komdu strax. Grace þarf á þér að halda núna. Hún er að kalla á þig. Læknarnir segja að þú verðir að koma á spítalann núna, áður en það verður of seint."

Höfuð Vincente var að ringlast eftir að hafa verið vakið upp í miðri nótt og hugsaði um hvernig hann ætti að komast á sjúkrahúsið. Hann myndi þurfa að vekja mömmu sína og biðja hana um að keyra sig þangað, og þá myndi hún væntanlega spyrja alls konar spurninga. Að ekki sé minnst á hvernig hann ætlaði að komast heim?

"Segðu vinsamlegast já, og ég sendi leigubíl til þín. "Biðið smá," sagði Helen og hélt höndinni fyrir aftan símtækið. Hjúkrunarfræðingur staðfesti að bílur yrði sendur heim til Vincente til að sækja hann og koma honum heim. "Bíll verður sendur til að sækja þig, Vincente. Vinsamlegast staðfestu að þú komir á sjúkrahúsið til að hitta dóttur mína. Hún er að kalla eftir þér. Vinsamlegast."

"Allt í lagi, en gefðu mér nokkrar mínútur til að klæða mig og skilja eftir miða fyrir mömmu mína."

"Ég þarf að staðfesta heimilisfangið þitt," spurði móttökustúlkan í símanum hjá Helen eftir að hafa kannað sjúkraskrárnar.

"Já, það er rétt," sagði Vincente.

"Bíllinn er á leiðinni, vinsamlegast vertu tilbúinn."

"Það verð ég," sagði Vincente, lagði á og fór að klæða sig í svörtu gallabuxurnar og hvítu stuttermabolinn. Hann greiddi sér hárið og setti sér síðan rauðan hettupeysu yfir höfuðið, sem óskipulagði það aftur.

Næst tók hann tvö skref í einu niður stigann. Hann skrifaði stutta athugasemd til mömmu sinnar og límdi hana á ísskápinn. Sekúndum síðar kom bíllinn.

Hann var kominn í bílinn, beltisinn og á leiðinni á sjúkrahúsið. Hann lagði höfuðið að handleggnum og horfði á myrkrið fljúga hjá.

Stundum virtist andlitið á tunglinu kalla til sín. Maðurinn sem tunglið leit út fyrir að vera var undarlega kunnuglegur, einhvers konar blanda af Mark Twain og Albert Einstein.

Hann beindi huganum að tunglinu og stjörnunum, reyndi að halda sér vakandi.

Hann vildi vera alveg vakandi. Hann vildi...

***

Helen var stolt af sjálfri sér því hún hafði sannfært Vincente um að koma á sjúkrahúsið.

Þó var Helen dálítið ráðvillt um hvers vegna dóttir hennar hafði kallað á nafn hans. Hvaða töku hafði hann á hjarta hennar, svo hún kallaði á hann svona? Kannski hafði hún vanmetið hann. Eða kannski skipti hann meira máli fyrir dóttur hennar en Helen gerði sér grein fyrir? Hann var bara unglingur í menntaskóla, samnemandi, ástfanginn. En aftur á móti hafði hún sjálf ekki gifst sínum eigin menntaskólakærasta?

Helen gekk fram og til baka um ganginn. Þegar hjúkrunarfræðingur Burns kom út sagði hún: "Ég þoli þetta ekki! Að vita ekki hvað er að gerast þar inni með dóttur minni! Þetta er allt of mikið!"

Hjúkrunarfræðingur Burns skildi álagið sem Helen Greenway var undir, en ofviðbrögð hennar og almenn löngun til að panikka hafði keðjuverkandi áhrif á hina sjúklingana og á aðstandendur sem biðu eftir fréttum af sínum nánustu.

Hjúkrunarfræðingur Burns leiddi Helen með föstum handleggnum í bakið hennar í rólegan horn, þar sem hún hvíslaði að henni: "Dóttir þín er í bestu höndum.

Ég veit að þetta er erfitt, en þú verður að reyna að halda þér rólegri."

"Ef ég hefði aðeins getað verið hjá henni, til að veita henni stuðning," sagði Helen.

"Grace heldur velli þar inni, og læknarnir hugsa eingöngu um hana – og hvað hún vill og hvað hún þarfnast. Að bjarga dóttur þinni er æðsta forgangsatriði sjúkrahússins."

"Já, en ég er mamma hennar! Á ég ekki skilið neinar skýringar? Á ég engin réttindi hér?"

"Vissulega hefur þú réttindi, en þér hefur verið falið mikilvægt verkefni, að koma Vincente hingað. Ég skil að hann sé á leiðinni?"

"Já, það er hann. En ég hefði getað hjálpað dóttur minni ef þið hefðuð ekki ýtt mér út úr herberginu."

"Helen," sagði hjúkrunarfræðingur Burns nokkuð reið, "ástand dóttur þinnar breyttist þegar þú varst hjá henni. Þú virtist eingöngu valda henni áhyggjum á þeim stundum." Hún hikstaði. "Læknarnir tóku eftir þessari breytingu á stöðugleika dóttur þinnar. Þess vegna fjarlægðu þeir þig úr skurðstofunni. Það var fyrir hagsmuni Grace."

"En það er engin ástæða fyrir að Grace skuli versna—vegna mín. Ég elska hana. Hún er líf mitt."

"Jæja, sönnunin talaði sínu máli."

"Ef ég er ekki þörf hér," sagði hún með þveng í röddinni. "get ég alveg eins farið niður og beðið eftir drengnum Marino. Ég þarf að gera eitthvað."

"Þetta hljómar eins og mjög góð hugmynd," sagði hjúkrunarfræðingur Burns. Hún klappaði Helen á handbakið, en að þessu sinni dró Helen höndina í burtu. Hún stútaði báðum höndum í vasana og slentrði burt eftir ganginum. Hljómur skóhæla hennar endurómaði þegar hún gekk burt.

"Vinsamlegast biðjið móttökuna um að hleypa okkur inn hingað þegar hann kemur," hrópaði hjúkrunarfræðingur Burns þegar lyftudyrnar lokuðust.

"Gert," svaraði Helen.

***

Þegar lyftudyrnar opnuðust á jarðhæðinni stígaði Helen út í móttökusalinn. Hún tók strax eftir Vincente. Hann var að hreyfast innan um snúningsdyrnar; hendurnar stungnar í vasana á gallabuxunum og axlirnar krumpaðar.

Helen stóð kyrr um stund og skoðaði drenginn sem hafði komið dóttur hennar á sjúkrahús. Hann leit út fyrir að vera óreiðukenndur og utan síns þægindarammans. Hann var þó mjög myndarlegur í rauða hettupeysunni sinni, sem lét bláu augun hans virðast enn bláari. Hann leit út eins og blanda af James Dean og Robert Redford.

Hún gekk að honum. Hann hafði ekki tekið eftir henni enn.Þegar hann beindi augum að henni varð hún hissa. Í augnabliki gat hún ekki andað. Hann var ekki venjulegur strákur. Það var eitthvað, eitthvað allt annað við hann.

"Halló Vincente," sagði Helen og rétti fram höndina til að hitta hann í hendi. Hún var dálítið yfirbuguð og kynnti sér fyrir honum eins og þau hefðu ekki hist áður.

Vincente fannst kynningin dálítið skrýtið, þar sem þeir höfðu hist mjög nýlega. Hann lét það ógert þar sem hún var með stórar pokar undir augunum og leit út eins og hún hefði sofið í fötunum sínum.

Hann tók við boðinni hendi hennar og rétti hana fast. Hann leyfði henni að leggja handlegginn sinn undir sinn og leiða sig að móttökunni. Helen bað móttökumanninn um að staðfesta komu hans og láta vita á áttundu hæð.

Helen leiddi hann síðan að lyftunni. Þau stóðu hlið við hlið fyrir framan dyrnar, handleggirnir fléttast saman en samt sem áður eins og ókunnugir á leiðinni upp.

Eftir nokkrar hæðir fann Vincente að hann þurfti að spyrja um Grace, hvernig henni liði, og það gerði hann. Helen útskýrði að henni hefði ekki verið tilkynnt um ástand dóttur sinnar. Hún gat hins vegar staðfest að Grace hefði verið að spyrja um Vincente.

"Ég er fús til að hjálpa henni á hvaða hátt sem er," sagði Vincente. Það var satt — hann var fús til að hjálpa henni — en hann gat samt ekki skilið af hverju hún væri að kalla hann aftur á spítalann mitt í nóttinni. Hann fannst hann dálítið leiðinlegur yfir hennar höndum, ef hún átti svo dapurt og einmana líf að enginn annar væri sem hún gæti hringt til að fá hjálp.

Vincente horfði beint fram á endurspeglun sína í lyftuhurðunum. Hann gekk með fingrunum í upprekið hár sitt í þeirri von um að temja það, en tilraunin mistókst.

"Hefurðu nokkra hugmynd um, Vincente, af hverju dóttir mín væri að leita til þín svona?"

"Til að vera hreinskilinn, þá er þetta mér ráðgáta. Kannski er hún blekkt til að ..."

"Blekkt til hvað?"

"Ég veit ekki. Við þekkjumst varla. Að auki er hún alls ekki minn smekkur."

"Áttu við að dóttir mín sé ekki nógu vinsæl eða falleg fyrir þig?" spurði Helen með bitru undirtóni í röddinni, sem Vincente tók eftir.

Hann var fastur í lyftu með konu sem lagði handlegginn sinn utan um hann. Nöglar hennar gríptu nú um ermar hans eins og klær.

"Au. Nei, ég meinti það ekki," sagði Vincente, rétt þegar bjallan sem tilkynnti að þau væru komin á áttundu hæð hringdi. Hurðirnar hröpuðu upp. Vincente losaði sig frá Helen, steig út og gekk að móttökunni. Þar voru aðrir gestir, og ekki síst vitni—ef Helen Greenway myndi algjörlega missa sig.

Helen stóð kyrrstæð fyrir utan lyftuna, en hún hélt enn Vincente föstum augum á staðnum.

Vincente leit til Helenar og áttaði sig á því að hann hefði ekki náð að skapa sér góða ímynd. En aftur á móti var miðnætti, hann var enn hálfsofandi og hafði enga hugmynd um hvers vegna hann væri hér. Vissulega vissi hann að Grace Greenway hefði dálæti á honum, en það sama gilti um helminginn af stelpum í skólanum. Þegar þú varst talinn alhliða íþróttastjarna var það eðlilegt.

Stuttu síðar var Vincente leiddur niður ganginn af einum læknanna. Helen fylgdi á eftir, augun föst á hnakka Vincente.

Ackerman kynnti sig. Hann útskýrði málin fyrir Vincente, og svo þvoðu þeir sér um hendurnar og klæddust nauðsynlegum læknisgöllum.

"Ég skil að þú sért mjög góður vinur Grace?"

"Jæja, svona eins konar."

Læknirinn Ackerman hunsaði þessa tregðu í svari. "Grace hefur verið að spyrja eftir þér í nokkurn tíma.

Hún mun verða ótrúlega ánægð að vita að þú ert hér fyrir hana."

"Jæja, mér er ánægjulegt að geta verið til þjónustu."

"Sonur," hélt læknirinn Ackerman áfram, "ástand Grace er stöðugt núna. Hún átti erfiðan tíma, mjög erfiðan tíma. Og, já..." Hversu slæmt var það?"

"Það er, uh, trúnaðarmál, en segjum bara að það hafi verið mjög naumt."

"Viltu meina að hún hafi næstum því dáið?"

"Ég meina að ástandið hafi ekki verið gott. Og vinsamlegast segðu eða gerðu ekkert sem gæti pirrað hana eða valdið henni áhyggjum. Einungis jákvæðar hugsanir í dag, í lagi?"

"Jákvæðar hugsanir?"

"Já," sagði læknir Ackerman. "Nú, fylgdu mér."

***

Þau gengu hlið við hlið inn í aðgerðarsalinn um sveifluhurðirnar. Læknateymið víkti fyrir Vincente eins og hann væri rokkstjarna.

Hann beindi strax sjónum sínum að Grace. Hún lá á miðju borði með nokkrum vélum festum við hana eins og úlnæri.

Hann tók djúpt andvarp og færðist nær borðinu. Hann var hræddur, þó hann vissi ekki alveg af hverju. Kannski var það vegna þess að pör af brennandi augum fylgdust með honum. Hvað voru þau að búast við að hann myndi gera — kraftaverk?

Hann horfði á lamaða líkama Grace. Hann sá brjóst hennar hreyfast upp og niður.

Grace var að anda. Hún var á lífi. Hann sá kastaníubrúna hárið hennar falla yfir axlirnar. Hann sá augnlokin hennar blikka, eins og taugaveiklaða hreyfingu. Hún var einhvers staðar á lífi þarna bak við lokurnar.Hann stígaði nær og líkami hans rakst á hönd hennar. Hún lá þar við hlið hennar og var opin.

Vincente tók hönd Grace í sína.

Hann sagði nafn hennar.

Hönd hennar var köld og svaraði ekki snertingu hans. Hann lokaði hendi sinni utan um hendi hennar og sagði: "Grace." Hann beið, en ekkert gerðist. Hún var meðvitundarlaus. Hún gat hvorki skynjað hann né heyrt hann, svo hvað var hann að gera hér? Hvað átti hann að gera núna? Hann leit um herbergið, á tómar andlitsdráttir. Þau voru engin hjálp. Engin hjálp yfir höfuð.

En samt voru öll augu enn á honum. Hvað átti hann að segja? Hvað átti hann að gera? Hann vildi hlaupa út úr herberginu.

Vincente vildi ekkert meira en að snúa aftur í hlýjuna í eigin rúmi.

KAFLI 12

Grace hafði snúið aftur í líkama sinn, en skilningarvit hennar voru dauf. Hún fann ekki fyrir því að Vincente héldi í höndina á henni, þótt hún sæi hann gera það.

"Grace, þetta er ég, Vincente," sagði hann, í þeirri von að hún myndi viðurkenna nærveru hans á einhvern hátt.

Grace heyrði hann, en rödd hans hljómaði öðruvísi. Fjarlæg.

"Talaðu við hana," hvatti læknir Ash. "Talaðu við hana um hvað sem er!"

Læknisliðið færðist nær. Eina hljóðin sem heyrðust voru frá vélunum.

Svitalögg byrjuðu að myndast á enni Vincente. Hann sagði: "Okkur saknar þín, Grace. Okkur saknar þín í skólanum. Þú hefur verið fjarverandi of lengi." Vincente áttaði sig á að samtalið væri klunnalegt, en hann lét atburðina ráða för. Hann var að reyna að koma á eðlilegu samtali; því miður var það allt einhliða.Grace efast um hver hann væri. Hver var þessi undarlegi strákur með stutta, ljósa hárið, dökku augun og rauðu svitapeysuna? Ef þetta væri hennar Vincente, myndi hann ekki vera að tala við hana um skólann. Skólann!? Þangað höfðu þau mætt krákaætandi trénu!

"Við unnum krikketleikinn um daginn!" sagði Vincente ofurkátur. Hann gekk aftur með fingrunum í gegnum hárið á sér. Hann reyndi að stinga hnefunum í vasana, en með þessum skurðlækningahlutum á sér var það ekki hægt. Hins vegar gerði einungis tilraunin til að beita venjulegri sjálfshjálparaðferð sinni það að hann fannst hann slaka aðeins á.

Grace velti fyrir sér hvort einhver væri að stríða henni. Hún leit á öll ókunnugu andlitin, augun sem stjörnuðu á hana. Hún þekkti flesta þeirra ekki, en þeir gátu séð þennan Vincente. Þeir voru að fylgjast með honum.

Grace losaði sig frá líkama sínum og hóf að svífa um herbergið.

Að ofan fylgdist hún með þessum Vincente. Hann virtist alls ekki vera sjálfum sér líkur. Hann var kaldur. Hún gat ekki fundið snertingu hans, en hún langaði svo til þess. Þegar hún tók eftir að hann hélt í höndina á henni fór hjartað að slá og dunja. Of fljótt stökk hún aftur inn í líkama sinn.

Hjartavélin svaraði með annarri flatlínu.

***

Grace leit til ljóssins á meðan tárin runnu niður kinnarnar. Neðan frá heyrði hún sjúkraliðana hlaupa um skurðstofuna eins og heimurinn væri að enda. Hún vissi að eina sem var að enda var líf hennar.

Hún hafði barist gegn stjörnuljósinu sem hafði verið að kalla á hana. Að kalla hana.

Nú var það að blikka og kinkaði kolli, og hún áttaði sig á að tími hennar væri kominn til að fara. Tími til að færa sig að því. Að lokum var kominn tími til að brenna með Fibonacci-stjörnunni.

"Segðu henni að þú elskir hana!" hrópaði einhver.

"En ég geri það ekki!" svaraði Vincente hljóðlega.

Brátt varð stjörnuljósið sífellt heitara og heitara. Það beið ekki lengur eftir að hún kæmi að því. Það var að koma til hennar.

"Ég elska þig, Grace!" hrópaði hann.

Of seint.

***

Þegar þeir leiddu Vincente út úr herberginu var hann enn að hrópa orðin upp. Vissulega voru þau fyrir hann merkingarlaus, ósön tilfinningaleg orð. Orð sem hann var aðeins að segja til að vera kurteis, til að bjarga henni frá brúnni.

Hann hrópaði það aftur. Aftur endurómaði rödd hans um gangana og út í alheiminn, "Ég elska þig, Grace Greenway!"

"Ég elska þig líka, Vincente!" hrópaði hún til baka til hans. Í miðju ringulreiðinni og amstri við að reyna að bjarga lífi hennar heyrði hann hana ekki.

Skyndilega hóf heiti stjarnan að snúast og snúast. Fljótlega var hún hvorki að nálgast hana né að brenna hana með hita sínum. Í staðinn gaf hún frá sér púlsandi bylgjur og varð að nifteindastjörnu.

Þegar greiparhaldið slapp, sagði Grace Greenway við sjálfa sig: "Ég vil lifa. Ég vil lifa."

KAFLI 13

Tveimur dögum síðar vaknaði Grace Greenway blóðtöpuð og ekki lengur í hættu. Hún þyrfti að vera undir nánu eftirliti næsta smávegis, en fljótlega myndi hún geta farið heim.

"Vincente; mamma," sagði hún máttlaus, á meðan tár runnu niður kinnar hennar. Þetta voru tár hreinnar hamingju yfir því að vera á lífi. Tár þakklætis fyrir að fá að deila þessum augnabliki með þeim tveimur sem hún elskaði mest í heiminum.

Hún rétti út örmum sínum til að faðma þau bæði saman. Þau krupu að henni. Hún fann hlýju og styrk líkamanna þeirra, nánast eins og hún væri að öðlast kraft með sameinuðum orku þeirra.

Vincente og Helen horfðu á hvort annað, biðu eftir að Grace sleppti takinu.

"Ertu með einhverjar verkir?" spurði Helen.

"Ég er bara þreytt, það er allt, mamma."

"Mér er létt yfir að þér líði betur," sagði Vincente. "Ég fer og sæki læknana—láta þá vita að þú sért vakandi."

Hann sneri sér við og gekk aftur út úr herberginu. Hann stóð þar um stund, þakklátur fyrir að hún hefði náð sér fullkomlega. Hann hugsaði að nú hefði hann kannski lokið sinni skyldu og gæti farið heim.

Hann vonaðist til að hún hefði gleymt því eða ekki heyrt það sem hann hafði verið neyddur til að segja henni í aðgerðarstofunni. Hann var feginn að Helen Greenway hefði ekki verið þar til að heyra þessa þvingaðu og ósönnu yfirlýsingu hans.

Hann viðurkenndi að hann hefði gert rétt í því til að hjálpa henni. Einasta von hans nú var að þetta væri búið. Hann vildi fá gamla lífið sitt til baka. Og það líf innihélt ekki Grace Greenway.

***

"Svo, mamma, líkar þér við hann?" spurði Grace.

"Hann er fínn strákur," sagði Helen. "Ég skil af hverju þú dregst að honum."

"Dregst að honum?" hvæskti Grace. "Ég er meira en bara að dregast að honum, mamma. Við erum gift! Sjáðu!" sagði hún og rétti hringfingurinn að móður sinni. Engir hringir voru á honum."Það er í lagi, Grace," sagði Helen blítt og tók eftir áhyggjum dóttur sinnar. "Það er í lagi þótt þú sért aðeins ringluð. Þú hefur gengið í gegnum mikið á undanförnum dögum."

"Mamma, þetta er satt! Þú trúir mér ekki, er það ekki?"

"Æ, nú skaltu ekki verða svona æsispennt, elskan," sagði Helen og klappaði dóttur sinni á höndina."Við erum giftar, mamma. Giftar!" sagði Grace aftur. Hurðirnar opnuðust og Helen flýtti sér út í ganginn, og skildi dóttur sína eftir í uppnámi og alveg eina.

Undarlegt, hugsaði Grace. Mjög undarlegt. Hvar eru hringarnir mínir?

***

Í ganginum rakst Helen Greenway á lækninn Ackerman. Hann var á leiðinni eftir að hafa heyrt þær góðu fréttir af Vincente að hún væri vakandi og við vit."Ó, Doktor Ackerman!" hrópaði Helen.

"Guð minn góður, hvað hefur gerst? Á ég að fara beint inn? Hefur hún afturfallið? Vincente sagði að henni liði vel. Vakandi og talaði. Alveg við vitin."

"Það er hún, Doktor Ackerman. Hún er á fótum og talar en hún virðist vera haldin þeirri ranghugmynd að hún sé gift Vincente Marino!"

"Guð minn góður, hvernig getur það verið?"

"Hún sagði mér að þau væru gift. Hún og Vincente. Að auki reyndi hún að sýna mér hringina sína. Hún var mjög óróleg þegar hún komst að því að þeir voru horfnir."

Vincente steig þá út úr opnum lyftunni og bar bakka af kapúkóíó. Hann gekk að þeim.

Læknir Ackerman leit á Vincente og stöðvaði hann með handabendi. Hann leiddi Vincente síðan að sætisvæðinu þar sem hann bað hann að bíða. Ackerman sneri aftur til Helen.

Vincente settist niður og byrjaði að sopa úr einni bollanum.

"Ég vil tala við Grace - eina - í nokkrar stundir," sagði doktor Ackerman. "Vinsamlegast biðið hér með Vincente, Helen, ég mun ræða við ykkur bæði eftir á."

Helen settist niður við hlið Vincente. Hann bauð henni bolla. Hún þakkaði kurteislega nei og lagði síðan hendur yfir bringu.Vincente vissi að eitthvað var að, en hann hafði enga hugmynd um hvað það væri. Hann drakk enn einn sopa af kaffi og vonaðist til að þeir myndu láta hann fara heim fljótlega. Hann var búinn að þreytast og var nokkuð viss um að Helen vildi eiga dóttur sína alveg fyrir sig.

Þetta var jú, að hans mati, fjölskyldumál.

***

Þegar læknirinn Ackerman kom út úr herbergi Grace sagði áhyggjufullur svipur á honum allt sem þurfti að segja.

Helen stóð strax upp og gekk til hliðar við hann.

Vincente tók líka strax eftir alvarlegu svipbrigði læknisins. Hvað sem var að gerast inni á herbergi Grace var þetta alls ekki góðar fréttir. Hann velti fyrir sér hvort hann myndi nokkurn tíma komast heim.

"Helen," sagði læknirinn Ackerman, "við þurfum að tala—í einkasamtali. Vinsamlegast komdu í skrifstofu mína."

"Um hvað?" sneri Helen augunum frá þeim stað þar sem Vincente sat.

"Hann verður í góðu lagi þar sem hann er þangað til við komum aftur," sagði læknirinn Ackerman. Síðan við Vincente: "Ef þú gætir beðið, þá munum við kynna þér málið fljótlega."

Vincente kinkaði kolli og tók svo að sopa í annað cappuccínóið – drykkinn hennar Helenar.

Eftir allt saman vildi hún það ekki, og hann hafði borgað fyrir það. Hvers vegna láta það kólna? Auk þess þurfti hann koffínið til að halda sér vakandi. Hann tók fram símann sinn og spilaði leikinn leikur, og fletti síðan í gegnum samfélagsmiðlar. Hann hafði eina skilaboð frá Missy Malone. Hún vildi hitta hann seinna. Hann vonaðist til að hann yrði ekki of þreyttur eftir allt þetta Grace Greenway-mál.

Forvitinn gekk hann að dyrum Grace og kíkti inn um glerið. Grace svaf djúðum sveig. Undarlegt, hugsaði hann, þar sem hún hafði einmitt vaknað. Vincente sneri aftur að sætinu sínu. Á meðan hann hugsaði um Grace tók hann enn einn sopa af kaffi Helenar. Hann drakk líka úr bolla Grace áður en þeir komu aftur til að sækja hann.

KAFLI 14

"Helen, við vonuðum að minnisleysi Grace hefði lagast. En það virðist sem við höfum nú fleiri áhyggjur."

"Svo hún sagði þér líka? Að hún sé gift Vincente?"

"Já, og hún sagði mér ekki aðeins að þau væru gift, heldur lýsti hún öllu í smáatriðum. Það var nánast eins og hún væri að upplifa það aftur. Það var svo raunverulegt, svo fullkomin mynd. Ég gat næstum heyrt þessa rómantísku tónlist spila í bakgrunni."

"Hvaða rómantísku lagið?" spurði Helen.

"Hún sagði að þetta væri lag úr gömlu skartgrippakassanum."

"Já, ég man það. Faðir Grace og ég gáfum henni hann í jólajöfnum þegar hún var lítil stelpa."

"Ah, barnagjöf sem hún hefur nú ímyndað sér að sé brúðarlag hennar. Dóttir þín hefur sannarlega mjög lifandi ímyndunarafl," sagði læknirinn Ackerman.

"Svo, hvað gerum við, læknir? Segjum henni sannleikann? Við verðum að segja henni sannleikann."

"Hugurinn er mjög brothættur. Kannski þegar Grace var að berjast fyrir lífi sínu skapaði hún þessa stöðu sem sjálfsbjargarviðleitni. Til að gefa sjálfri sér eitthvað til að lifa fyrir, til að berjast fyrir. Þetta er frumstæð aðferð. Þegar við erum á barmi dauðans sköpum við stundum annað veruleika."

"En dóttir mín hafði nú þegar svo margt til að lifa fyrir!" sagði Helen.

"Já, þú hugsar það og ég held það líka, en myndi Grace vera sammála?"

"Svo, hvað ert þú að segja, læknir? Hvað gerum við?"

Bankað var upp á. Læknir Christiansson stakk höfðinu inn. "Fyrirgefnið að ég trufla. Læknir Ackerman, þú vildir tala við okkur?"

"Já, gætirðu gefið okkur augnablik, Helen," sagði Ackerman. Hann benti henni að setjast niður og svo fóru hann og læknir Christiansson út.

Helen blaðaði huglaust í einni eða tveimur tímaritum. Læknarnir ræddu í einkasamtali um vafasama stöðu Grace.

"Mér þykir leitt að segja að við höfum engan annan kost í þessu máli," sagði læknir Christiansson. "Við verðum að fylgja fantasíu Grace. Hún er ekki nógu sterk til að takast á við sannleikann á þessari stundu. Ef henni er þrýst of mikið gætu afleiðingarnar orðið ansi alvarlegar."

"Ég er sammála," sagði læknir Ackerman. "Það besta sem við getum gert fyrir Grace, þar til hún er tilbúin að heyra sannleikann, er að viðhalda eigin blekkingum hennar. Málið er að við þurfum að tryggja að Vincente sé sammála þessu. Við þurfum að segja honum allt sem Grace hefur sagt okkur. Við þurfum að fá hann til að samþykkja að taka þátt í blekkingunni, þar til Grace er tilbúin, ég meina nógu sterk bæði andlega og líkamlega til að geta tekist á við sannleikann."

"Já, Marino-strákurinn gat hjálpað Grace áður, og ég vona að hann geti hjálpað henni aftur," sagði Christiansson.

"Og þegar hún er orðin nógu vel, nógu sterk, þá munum við segja henni sannleikann," staðfesti læknirinn Ackerman.

"Mér líkar þetta ekki," sagði Helen, eftir að læknarnir höfðu útskýrt fyrir henni áætlun sína. "Við verðum að fóðra ímyndunaraflið hennar og rækta lygar ofan á lygar."

"En þetta eru ekki lygar í augum Grace. Hún trúir hverju einasta orði, og hún er sá sem við verðum að setja í fyrsta sæti hér," sagði læknirinn Ackerman.

"En hvað ef strákurinn er ekki til í að taka þátt?" spurði Helen.

"Hann verður að gera það," sagði Ackerman. "Það er engin önnur leið. Grace hefur komist svo langt, og hún er á góðri leið með að ná sér aftur líkamlega. Líkaminn hennar gæti ekki þolað enn eina afturfall. Andlegi stöðugleiki Grace er afar mikilvægt á þessari stundu."

"Grace hefur skapað þennan draum, og Vincente er stór hluti af honum. Hann verður að samþykkja að hjálpa henni. Við verðum að sannfæra hann um mikilvægi sitt fyrir hana," sagði Dr. Christiansson.

"Hversu lengi verðum við öll að leika þennan leik?" spurði Helen.

"Við munum leika þangað til hún er tilbúin," sagði Dr. Christiansson, "og ekki eina sekúndu lengur."

"Hvað á ég þá að segja stráknum?" spurði Helen. "Hvernig á ég að láta hann skilja þetta þegar ég skil það ekki einu sinni alveg sjálf? Mér líkar ekki að blekkja eigin dóttur."

"Hann mun þurfa að treysta okkur, treysta Grace. Þegar hún er tilbúin að horfast í augu við raunveruleikann – að heyra sannleikann – þá og aðeins þá munu hlutirnir snúa aftur til fyrra horfs," sagði Ackerman.

"Ég skal gera mitt besta til að sannfæra hann."

"Gangi þér vel," sagði læknirinn Ackerman.

"Ef þú þarft hjálp..." kvað Dr. Christiansson upp orð, "...ef þú vilt að ég tali við hann, til að skýra eitthvað, þá sendu drenginn til mín."

"Takk," sagði Helen.

KAFLI 15

Helen fór inn á kvennaherbergið og þvoði sér um hendurnar. Það að vera á spítalanum allan sólarhringinn virtist kalla á ofsatrú á örverur.

Hún rétti út hægri höndina og tók eftir að hún var að skjálfa. Hún hafði enga hugmynd um hvernig hún ætlaði að sannfæra drenginn um að trúa svona undarlegu samansafni lyga. Sá sem hafði reynslu af lífinu vissi vafalaust að sannleikurinn væri alltaf bestur. En hér sat hún og var neydd til að sannfæra Vincente um að vera samsekur í stuðningi við ofsatrú Grace.

Hún rétti höndina í handtaskuna sína og fann þar til hún fann tvennt varaliti. Hún setti annan á sig og það gerði henni einhvern veginn dálítið betra. Í annarri ferð í handtaskuna fann hún ilmvatn og úðaði smá aftan við eyrun. Nú var hún tilbúin að fara út og tala við Vincente.

Helen lokaði hurðinni á eftir sér og gekk inn í annasaman ganginn. Hún var ýtt upp að veggnum í nokkrar sekúndur þegar sjúkrahússtarfsfólk þrumaði sjúkrabörunni í gegn. Hún tók djúpt andvarp, jafnaði sig og hóf síðan göngu að biðstofunni.

Hún tók eftir Vincente og hann tók eftir henni. Hún veifði fyrir honum og velti því fyrir sér hvort hún væri að vera dálítið of kunnugleg. Hún dró í sig höndina með því að leggja hana á leðurólina á töskunni sinni. Nú leit hún út eins og einhver sem óttaðist að vera rænt.

Vincente sá Helen Greenway hreyfa sig hratt í átt að sér. Hann horfði á hana í eina stund, og sneri sér svo að fótum sínum. Hann tók strax eftir því að hún hafði klætt sig upp og velti fyrir sér af hverju. Kannski hafði hún auga með einum af læknunum? Var það ekki dálítið fljótlegt eftir að maður hennar lést? Hann var ekki viss, en hann var ekki maður til að dæma hvorki um hvað fólk sagði né gerði.

Helen settist andspænis Vincente og sagði nafn hans. Hann leit upp og beið eftir að hún segði eitthvað annað, en hún gerði það ekki. Hann leit aftur niður á fæturna. Hann var svo þreyttur, dauðþreyttur, en þrjár stórar kaffibollur höfðu örvað hugann.

Hún sagði nafn hans aftur og hallaði sér fram, olnbogarnir hvíldu á hnjánum.

Vincente settist aftur í stólinn sinn og þóttist þurfa að teygja úr sér og yaufa. Þögnin var farin að verða sífellt óþægilegri.

Helen beið þar til hann hafði lokið hreyfingunum, og fór þá beint að efninu. "Vincente, ég þarf aðstoð þína við eitthvað, nokkuð frekar persónulegt."

Hann hikstaði og hallaði sér fram, nú forvitinn.

"Má ég tala frjálslega og opinskátt við þig?" hvíslaði hún.

Vincente var nú sannarlega orðinn forvitinn. Eldri konur höfðu áður sýnt honum áhuga—en ekki venjulega konur sem voru svona gamlar—og ekki konur sem voru mæður skólasamtanna hans.

Hann fannst skyndilega óþægilegt. Fyrsta viðbragð hans var að stöðva hana strax og vera algjörlega hreinskilinn við hana. En aftur á móti, þótt hann hefði engan áhuga, var hann forvitinn um hvað hún ætlaði að segja. Hvernig hún myndi fara að þessu. Og hann velti fyrir sér hvort áfallið af því sem Grace hafði gengið í gegnum hefði einnig tekið sinn toll af henni. Svo í stað þess að segja neitt sat hann kyrr og beið.

Helen hallaði sér nær, "Það sem ég þarf að spyrja þig um er frekar vandræðalegt," hikstaði hún og kinkaði kvíðlega. "Ég meina, þetta er fáránlegt! En ég vona að þú segir já og samþykkir samt sem áður að hjálpa mér."

Helen klappaði augunum og hikstaði. Hún rétti úr sér og hallaði sér svo aftur afturábak. Að þessu sinni ennþá nær Vincente, svo mikið að hné þeirra snertu nánast saman. Síðan virtist hún sveifla höndinni, skapa bilið á milli þeirra og láta höndina strjúka örlítið léttlega við hné hans.

Hún var svo nálægt að hann gat fundið andardráttinn hennar á andlitinu.

Vincente hreyfði sig klunnalega aftur í stólnum. Dró fæturna undir sætið. Krossaði armpana fyrir brjósti sér. Hann beindi athyglinni að gólfinu. Hann barðist við löngunina til að taka símann sinn fram til að afvegaleiða hugann frá þessu brjálæðislega ástandi.

"Þetta er Grace, Vincente. Hún virðist hafa. Jæja, mér finnst þetta erfitt að segja. Sérstaklega við einhvern sem er jafn ungur og þú, einhvern sem ég ímynda mér að hafi þegar kærustu. Eða, kannski jafnvel fleiri en eina kærustu?" Helen hikstaði áður en hún sleppti sprengjunni og horfði beint í augu á hann. Hún var að reyna að tengja við hann, að tengjast á hans forsendum. Ef hún gæti brúað aldursmuninn á milli þeirra, þá myndi hann kannski skilja.

Kannski myndi hann vera sammála.

Vincente taldi þetta vera farið að verða vandræðalegt. Hann vildi losna við hana, "Ég á vinkonu, úh, frú Greenway. Við erum ekki eingöngu saman, en við höfum þó samkomulag, ef þú skilur hvað ég á við?"

Hélt hann bara auga? Helen var viss um að hún hefði séð hann blikka! Og henni líkaði það alls ekki.

Vincente óskaði þess að hún færi. Hann var virkilega þreyttur og allt sem hann vildi var að fara heim. Óþolinmóður og viðbjóðssamur stóð hann upp.

"Já, ég skil, uh—hvað þú átt við, Vincente," sagði Helen klaufalega, "vinsamlegast sestu niður."

Vincente gerði það. Hann krossaði aftur hendurnar og myndaði þar með líkamlegt skilrúm á milli þeirra.

"Vincente, dóttir mín hefur gaman af þér. Þú veist það, ekki satt?"

"Já, ég veit að henni líkar við mig. Grace er frábær! Hún hefur bjargað lífi mínu með því að hjálpa mér í stærðfræði. Án hennar hefði ég verið rekinn úr liðinu nú þegar."

"Gerði hún það? Ég vissi það ekki. Svo þú þekktir hana svona, einn á einn, þá?"

"Ekki eins og kærasta og kærasti, nei. En við vorum vinir. Vinir."

"En þú ert stjörnuleikmaður í krikketi og þú ert myndarlegur. Ég skil af hverju hún var, eh, heilluð af þér. En það sem ég þarf að spyrja þig er," hún stoppaði og hikstaði, átti erfitt með að koma að kjarna málsins.

"Fyrirgefðu frú Greenway, en ég verð að koma beint að málefninu. Þetta hefur verið einstaklega löng nótt og ég er þreyttur. Ég verð að segja þér að mér þykir

— æh — ég þakka fyrir þá athygli sem þú beindir að mér, en eins og ég sagði áður, þá er ég og kærasta mín, Missy, nokkuð sammála um þetta."

"Ég er viss um að henni muni ekki mislíka, miðað við aðstæðurnar, þar sem þú munt vera að hjálpa einhverjum — einhverjum í neyð. Þetta snýst jú um líf eða dauða," sagði Helen.

"Þú ert dálítið dramatísk núna, er það ekki, frú Greenway?" Vincente tók hendurnar saman aftur og færði sig nær henni. "Ég er heiðruð og allt það, en ég meina, geturðu ekki fundið einhvern sem er, þú veist, nær þér að aldri? Til dæmis einn af læknunum?"

"Hvað!" hrópaði Helen og færði allan líkamann sem lengst frá Vincente Marino á meðan hún sat enn andspænis honum. Síðan stóð hún upp og fjarlægðist enn frekar, með bakið að honum. Hún tók djúpt andann og náði aftur tökum á sér rétt í því sem Vincente klappaði blítt á rassinn á henni. Hún skellti sér upp og barðist við löngunina til að slá hann til óskyns.

"Til upplýsingar þinna," leiðrétti hún nú reið, "ég finn þig ekki einu einasta aðlaðandi, þú heimski, heimski drengur!"

"Jæja, jæja, ég hafna þér, þá ferðu að verða svo leiðinleg—ég sé leikinn þinn núna. En ekki undirmeta mig of mikið, mér gæti það jafnvel líkað," hann færðist ennþá nær henni.

"Hættu þessu núna!" sagði Helen með skjálfandi rödd á meðan Vincente Marino færðist sífellt nær henni. Hún var nú komin fast að framanverðu stólnum – og neyddist til að setjast niður. Andlitið var roðið og allur líkami hennar skalf.

"Ég er búinn að fá nóg af þessu bullinu," sagði Vincente. "Ég kom hingað mitt í nótt til að hjálpa dóttur þinni... fínt. En hún er komin aftur á deildina núna, og ég er að hanga hér af hverju? Ég veit það ekki. Ekki til að vera sótt af móður hennar!"

Andlit Helen var orðið rauðmálað. "Vincente, ég þarf að biðja þig um greiða, svo ég ætla að hunsa þessa misskilning og koma beint að málinu. Að fara í kringum hrúguna var ekki snjall hugmynd!"

Vincente kinkaði þolinmóður en hélt áfram að hlusta.

"Grace er í þeirri ranghugmynd að þú og hún séuð gift."

"Hvað?"

"Það er satt. Hún vaknaði og festist í þessari hugmynd um ykkur tvö. Hún hefur búið til fantasíu í huganum."

"Ertu giftur??? Grace Greenway og ég, Ertu giftur???"

"Já, það er það sem hún trúir."

"Jæja, segðu henni sannleikann. Af hverju ertu að segja mér þetta?"

"Af því að læknarnir telja að við verðum að láta sem ekkert sé, um sinn."

"Með 'við' átt þú við mig, ekki satt? Viltu að ég leiki eiginkona hennar Grace?"

"Ég veit að þetta er mikið til að biðja þig um, Vincente. En ef þú gætir fundið einhvers staðar í hjarta þínu að hjálpa henni, gæti þetta verið lífs og dauðans spurning fyrir hana."

"Þetta er of mikið til að biðja um," sagði Vincente og stóð upp og fór að yfirgefa biðstofuna, "alltof mikið."

Helen náði í hann og greip í handlegg hans.

"Það er minnsta sem þú getur gert! Þú komst henni hingað inn með þessu höggi í höfuðið. Þú gerðir þetta! Vissulega hlýtur þú að hafa siðferðiskompás einhvers staðar innra með þér, samvisku. Grace væri ekki hér inni ef ekki væri fyrir þig! Og eins og þú sagðir, hjálpaði Grace þér að tryggja þér sæti í krikketliðinu."

Vincente vissi að þetta var allt satt, þótt höggð hafi verið slys. "Hvað er það nákvæmlega sem þú vilt að ég geri?"

"Hagda þér eins og eiginmaður myndi gera. Vertu til staðar fyrir hana. Talaðu við hana. Haltu í höndina á henni. Dóttir mín er klár stelpa; hún mun segja þér hvað hún þarf.

"En hvað ef hún vill að við gerum það sem hjón gera." Hann glotti. "Þá hvað?"

"Ég er viss um að áður en við komumst þangað muni hún annaðhvort byrja að muna sannleikann eða þá mun ég segja henni hann."

"Af hverju ekki að sleppa þessu drama og segja henni sannleikann núna?"

"Það er auðvitað það sem mig langar til að gera, en læknarnir hafa ráðlagt mér frá því," sagði Helen. "Þeir telja að ástand Grace sé of viðkvæmt til að skelfa hana með svona mikilli raunveruleika á þessum tíma."

Vincente fann að hann hefði engan annan kost en að samþykkja þetta. Þó að hann væri algjörlega ósammála læknunum myndi hann þó leika leikinn. "Hvað með skólann?" spurði hann. "Ég á leik á morgun—ég meina í dag."

"Grace mun muna að þú ert í skólanum. Á meðan geturðu kannski boðið nokkrum hinna nemendanna úr skólanum að koma í heimsókn til hennar. Þekkt andlit gæti vakið minningar hennar."

"Ég man ekki eftir neinum sem hún er vinkona við, en ég skal reyna. Nú, má ég fara heim?"

"Ekki fyrr en þú hefur talað við hana. Og mundu, hún sagði mér fréttirnar rétt í þessu – að þið hafið nýlega gifst – og ég trúði henni ekki. Ég hljóp út úr herberginu og sótti lækninn hennar. Svo ég geri ráð fyrir að dóttir mín verði mjög glöð að sjá þig og ansi reið að sjá mig. Hún gæti líka viljað kynna þig fyrir mér sem eiginmann sinn."

"Ég skal gera mitt besta, en ég er ekki mjög góður leikari og hef aldrei verið góður lygari."

"Jæja þá, skulum gera þetta að verðlaunaðri frammistöðu!" hvatti Helen þegar þær gengu að herbergi Grace.

"Hér förum við!" sagði Vincente og ýtti hurðinni upp og hélt henni opinni fyrir nýju, ímynduðu tengdamóður sína.

KALFI 16

Grace leit upp og sá mömmu sína ganga inn í herbergið sitt, fylgt af – Vincente! Hún settist upp, brosti frá eyrn til eyrna og opnaði faðminn fyrir hann. Hann hreyfði sig að henni svo hægt að hún skynjaði innst inni að eitthvað var ekki í lagi.

"Elsku," sagði Helen í kátum tóni, sem kom Vincente á óvart. "Ég ræddi við Vincente og hann sagði mér allt um það. Allt um brúðkaupið þitt. Var það ekki, Vincente?"

Vincente leit fyrst á Grace og svo á Helen. Hún var að fórna honum úlfunum, að neyða hann til að ljúga. Hann hafði engan annan kost. "Já, ég sagði mömmu þinni allt um okkur," sagði hann. Hann færði sig aðeins nær Grace, sem faðmaði hann innilega.

Á meðan hún hélt utan um hann skynjaði Grace fjarlægð sem hún hafði aldrei fundið áður. Henni fannst eins og hún væri að halda í viðarborð.Þau skildu og Grace horfði djúpt í augu Vincente. Hann var að fela eitthvað. Eða kannski bara feiminn? Kannski var það bara þetta, að hún væri of ástúðleg fyrir framan aðra manneskju. Þau höfðu verið ein saman áður, svo þetta var eitthvað sem þau þyrftu að venjast, að hafa aðra manneskju til staðar til að verða vitni að ást þeirra.

Grace rétti úr höndinni, tók í hönd hans og sagði: "Ég skil alveg hvernig þér líður, miðað við aðstæðurnar. Við erum ekki vön að sýna svona ástúð – fyrir framan aðra."

Vincente fann sig ógeðslega. Hann var þvingaður til þessa og honum þótti leitt um Grace, sem hafði enga hugmynd um að hann væri bara að leika. En miðað við hljóðið var frammistaða hans langt frá því að vera fullnægjandi. "Já, það er það," sagði Vincente. "Þú varst alltaf mjög næm fyrir, eh, tilfinningum mínum."

Grace hélt áfram að fylgjast með óþægindum hans. Vincente, sem skynjaði að hún fylgdist náið með honum og óttaðist að hún gæti orðið óróleg, lyfti hendi hennar að vörum sínum og kysti hana. Þegar hann leit upp horfði hann djúpt í augu meintu eiginkonu sinnar. Meint af hennar hálfu, en af hans hálfu sá hann aðeins Grace Greenway – venjulega stelpu með yfir meðallagi, nánast snillingsefni í stærðfræði. Þau voru algjör andstæða.

Hann myndi aldrei giftast henni, ekki einu sinni þótt þeir væru síðustu tveir einstaklingarnir eftir á jörðinni.

Grace beindi athygli sinni að móður sinni, sem stóð í bakgrunni og horfði á þau. Já, þetta var það. Móðir hennar hafði nú fengið staðfestingu á öllu, en hún var ekki sammála vali þeirra. Þau voru jú aðeins sextán ára gömul, og án leyfis foreldris var hjónaband þeirra, að hennar mati, kannski ólögmætt. Ekki að tala um að hvorki prestur, biskup né jafnvel sýslumaður hefði gert það opinbert. Þau höfðu skiptheitum og hringjum. Þetta var ekki alvöru brúðkaup, og allt sem mamma hennar þyrfti að gera væri að ógilda það. Kannski var það ástæðan fyrir því að Vincente leit svo skelfdur út?

Grace leit á Helen, sem stóð þar með tár í augunum.

"Ertu ekki glöð fyrir okkur, mamma?" spurði Grace.

"Auðvitað er ég mjög glöð fyrir ykkur bæði, elskan mín," sagði Helen og faðmaði þau bæði í hópföggurum.

Þær voru svo nálægt hvor annarri að Grace leit í augu Vincente, en hann snék augunum undan. Hún sagði: "Ég veit að ég lít sennilega hræðilega út," og tár rann niður kinnina á henni. "Þetta hefur verið svo langdregin raun, með aðgerðina og allt." Hún tók djúpt andvarp og safnaði sér saman. Vincente reyndi að hughreysta hana með brosi, og hún hélt áfram: "Ég get varla beðið eftir að lífið fari aftur í eðlilegt horf. Að við getum farið aftur í húsið okkar og synt á ströndinni eins og við gerðum áður."

Vincente sneri sér aftur undan. Eins og fangi í gildru flugu augun hans kvítt frá einu til annars.

"Ég er viss um að Vincente geti varla beðið eftir þeim augnabliki, elskan," hvíslaði Helen.

Vincente lét frá sér hljóð sem hljómaði eins og "hmph", sem hann hafði aðeins ætlað sem endurróm í eigin höfði. Því miður heyrðu allir viðstaddir hljóðið og tóku eftir því. Helen horfði hrollvekjandi á Vincente, eins og hann hefði einmitt framið morð. Grace leit svo sár út að fleiri tár runnu niður kinnarnar.

"Þú vilt ekki fara aftur þangað? Til Manly? Aftur að vera hamingjusöm?" Grace var viss um að Vincente hefði breyst. Eitthvað í honum hafði breytt ást hans til hennar, og sú vitneskja braut hjarta hennar í sundur.

Helen stakk olnboganum í hlið Vincente. Hann hrotti upp úr hlátri og tók djúpt andann áður en hann sagði: "Ekki fyrr en þú ert orðin betri, Gracie."

"Þú veist hversu ég hata það!"

"Hvað? Hvað er það sem þú hatar?" spurði Vincente. Hann var algjörlega ringlaður og klárlega ekki að standa sig vel í þessu leiklistarverki. Hann hafði varað Helen við því að hann væri ekki góður lygari, og nú var hann að gera usla úr þessu. Að gera usla úr Grace. Fátæka stúlkan.

"Þú veist hvað ég á við!" hrópaði Grace. "Þú veist hvað ég hata. Hvernig það fær mig til að finna fyrir óþægindum."

"Ó," sagði Vincente loks, og mundi það þá. Já, hann hafði kallað hana "Gracie" einu sinni áður, og hún hafði farið á geðveiki yfir því. Nú endurtók hann það. Hversu heimskur hann var! "Mér þykir svo leitt það, Grace, þetta rann mér algjörlega úr minni. Ég er svo þreyttur; ég hef ekki sofið neitt. Mín mistök—þetta var bara heilabrot."

Þremenningarnir hlógu og hláturinn hélt áfram þar til Grace rofði honum og sagði: "Ef þú ert þreytt, ástin mín, þá farðu heim. Við getum spjallað á morgun."

Vincente hugleiddi það. Frelsið var svo nálægt að hann gat næstum smakkað það. Hann var brjálaður til að komast út þaðan, til að ljúka þessari aumkunarverðu sýndarsýningu. "Ég á leik í eftirmiðdaginn, svo ég get ekki komið í heimsókn fyrr en í kvöld."

"Það er í lagi. Þú þarft að hvíla þig fyrir stóra leikinn," sagði Grace.

"Vincente," sagði Helen, "Grace og ég þökkum þér kærlega fyrir allt sem þú hefur gert til að hjálpa. Við skiljum það ef þú þarft að fara heim núna. Ég skal útvega þér leigubíl."

"Ekki þörf á," sagði Vincente, "mamma hringdi fyrir stundu og sagðist bíða eftir mér úti. Hún sá miðann sem ég skildi eftir og var áhyggjufull."

"Mig langar að hitta hana einhvern daginn," sagði Helen.

"Já, mig líka!" sagði Grace. "Mér finnst eins og ég þekki hana nú þegar, þar sem þú sýndir mér málverkin hennar. Þetta landslag með trénu og kúnum varð sérstaklega umræðuefni fyrir okkur báðar."

"Þann sem með... hvað?" stamaði Vincente. Hann var algjörlega ringlaður yfir því sem Grace hafði rétt áðan sagt. Hann hafði ekki sýnt Grace þá mynd – né neinum öðrum utan foreldra sinna og ömmu og afa. Reyndar hafði hún verið geymd síðan hann var barn. "Hvenær sýndi ég þér mynd mömmu?" spurði hann.

"Hún var fyrir ofan arininn, hjá foreldrum þínum."

Vincente stökk afturábak. Helen náði honum. Hún hafði enga hugmynd um hvað þessi samræða snérist um, en Vincente virtist vera stressaðri út af þessu en Grace.

"Ertu í lagi?" spurði Helen, áhyggjufull.

"Mér líður vel," sagði hann, en hann var vissulega ekki í lagi. Hann vildi flýja, en á sama tíma þurfti hann að vera viss um að þau væru að tala um sama málverkið. Kannski var Grace einfaldlega ringluð, "Og var eitthvað sérstakt við málverkið? Eitthvað sérstakt sem ég sagði þér um það?"

"Já," sagði Grace hreinskilnislega. "Þú sagðir mér að þú værir hrædd við málverkið þegar þú varst barn, vegna þess að þú hélt að tréð hefði andlit. Þess vegna settu foreldrar þínir það í geymslu. En þegar við heimsóttum húsið hjá foreldrum þínum, var hún einmitt þar, hengandi yfir arinborðinu."

Vincente var algjörlega hissa. Þetta var satt, um málverkið en ekki um að það væri hengt yfir arinborðinu. Það hefði aldrei gerst. Hann velti fyrir sér hvernig hún gæti hafa vitað af því málverki.

Hún hélt áfram: "En nú er málverkið í húsinu okkar, húsinu okkar í Manly. Það er ennþá í geymslu. Við vorum báðar þeirrar skoðunar að best væri að geyma það. Þú verður að spyrja mömmu þína hvort hún vilji fá það til baka."

Vincente hikstaði yfir gólfið að Grace og muldraði eitthvað um að já, það myndi hann gera. Ósannfærður hvíslaði hann eitthvað fyrir sjálfan sig og svo til Helenar. Hann hafði enga hugmynd um hvernig Grace gæti mögulega vitað þær hluti sem hún virtist vita.

"Mamma," sagði Grace, "ég held að þið mynduð eiga mjög vel saman við mömmu Vincentes, því ykkur finnst báðum gaman af sumu af sama hlutunum, eins og sólblómum. Mamma Vincentes hefur sólblóm í flestum málverkum sínum, og þú ert með sólblóm um allt húsið."

"Það er yndislegt, elskan," sagði Helen.

"Og þú ættir að sjá þær ótrúlegu myndir sem Vincente höggur!"

Vincente settist harkalega niður í stólinn. Andlit hans var nú draughvítt.

Grace hélt áfram: "Hann er miklu hæfileikaríkari en hann lætur uppi um önnur mál en íþróttir. Hann er ótrúlegur listamaður í sjálfu sér. Það hlýtur að vera í blóði hans."

"Hvernig, hvernig gætirðu vitað um þau?" spurði Vincente, "Þau eru í svefnherberginu mínu."

"Svefnherbergið þitt!" hrópaði Helen.

"Og enginn hefur séð þau—enginn—nema mamma og pabbi og afi og amma."

"Þú sýndir mér þau, vitleysingurinn, og við tókum þau með okkur í húsið okkar í Manly. Vá! Þú hlýtur að vera virkilega, virkilega þreyttur, til að hafa gleymt svona miklu. Þú ættir virkilega að fara heim og fá þér svefn, Vincente."

Vincente fann eins og blóðið hefði verið tæmt úr líkama hans, og útlitið gaf það líka til kynna.

"Á ég að fylgja þér út að bíl móður þinnar?" spurði Helen. Hún var einlæglega áhyggjufull því hann leit út fyrir að ætla að svima. "Viltu hitta lækni?"

Vincente langaði til að snúa sér við og hlaupa, en hluti af honum vildi líka rétta úr sér og kyssa Grace Greenway.

Kyssa Grace Greenway!?

Það var þörf, löngun, sem hann hafði barist gegn síðustu augnablikin. Hann hélt aftur af sér, tilfinningalega. Hann hélt að kannski fyndi hann tog frá henni, þörf frá henni. Kannski vegna þess að hún vildi að hann kyssi hana?

Vincente stóð upp og gekk að rúminu. Grace horfði á hann, en augun hennar voru róleg, full af ást. Ást til hans.

Hann beygði sig yfir hana og kyssti ennið á henni rólega.

En Grace hafði aðrar áætlanir.

Hún hreyfði höfuðið, skynjaði vandræðalegheit hans fyrir framan mömmu sína, þannig að hann kyssti hana fullkomlega á varirnar. Síðan dró hún hann að sér, klemmdi sig um hann og hann slakaði á í faðminum. Hún hélt honum svo þétt að hann gat ekki losað sig, og fljótlega vildi hann það ekki lengur.

Á einhvern hátt náði hún djúpt inn í hann. Hann var týndur, týndur í henni. Þegar hann náði andanum og hörfaði aftur, stóð hann og starði, eins og gluggi hefði nýlega verið opnaður í hjarta hans.

Hann vissi ekki hvernig hún vissi þær hluti sem hún vissi. Hann hafði ekki sagt henni neitt af þessu, og samt vissi hún það, á einhvern hátt. Hann var uppvakinn og óþægilega hissa á sama tíma. Hann vildi og þurfti að komast burt þaðan.

En samt langaði hluta af honum til að kyssa hana aftur og aftur. Annan hluta langaði hins vegar til að hlaupa, og halda áfram að hlaupa og hlaupa og hlaupa.

"Kæri," sagði Helen, "ég held að Vincente eigi virkilega að fara núna." Hún tók eftir vélrænni hegðun hans. Það var eins og hann væri undir galdri.

"Góða nótt, herra Marino," bætti Grace við.

"Uhm, góða nótt, frú Marino," sagði Vincente af handahófi. Hún brosti breitt, eins og himinninn hefði opnast og væri að hellt gullnum sólskini yfir hann. Hann gekk fingrunum í gegnum hárið á sér og tók svo aftur skrefin til baka.

Um leið og hann kom út um dyrnar hljóp hann af stað.

Hann hljóp niður átta stiga stiga.

Og út á götuna.

Hann hefði haldið áfram að hlaupa alla leið heim hefði mamma hans ekki kallað á hann fyrst.

KAFLI 17

"Er allt í lagi, Vincente?" spurði Ellen Marino son sinn. Kinnar Vincentes voru roðnar og hann muldraði fyrir munni sér þegar hún gekk að honum. Hún opnaði faðminn og hann féll í hann með heyranlegu andvarpi. Hún klappaði honum á kollinn eins og hún hafði gert þegar hann var lítill drengur. Þessi tilfinningatengsl urðu til þess að hann hrópaði úr sér í örvæntingu.

"Þetta líður hjá," sagði hún.Þótt Vincente fyndi fyrir hlýju og öryggi gat hann ekki hætt að hugsa um Grace. Hann reyndi að vera í augnablikinu, en jafnvel hughreystandi orð móður hans gátu ekki róað hug hans.

Á meðan hann krúttlaðist í faðmi móður sinnar spilaði hugur hans barnavísu aftur og aftur: "Vincente og Gracie, sitjandi í tré, kyssandi."

Hann gat ekki útskýrt fyrir mömmu sinni hvernig honum leið. Hann skildi það ekki einu sinni sjálfur.

Enn sem komið var gat hann ekki fært það koss úr huga sínum. Og það var fallegur koss. Dýpri, eftirminnilegri koss en nokkur koss sem hann hafði nokkru sinni upplifað, og samt—af hverju var hann að gráta eins og barn?

Vincente tók eitt skref aftur frá mömmu sinni. Hann reyndi að safna sér saman.Ellen leit í augu sonar síns og faðmaði höku hans milli fingranna. Hún kossaði hann á ennið. Hann missti stjórn á sér og hóf að gráta upp á nýtt!

"Segðu mér, Vincente, hvað er að? Stúlkan, vinkona þín... dó hún?"

Vincente hrópaði "Nei!" hærra en hann hafði ætlað. Hann tók skref til baka og stóð fastur með bakið við vegginn. Hann kramdi hnefana og fannst hann reiður, dapur og glaður, eins og allar hugsanlegar tilfinningar hefðu flætt yfir hann eins og flóðbylgja.

"Talaðu við mig!" hvatti Ellen.

"Ég vil fara heim, mamma. Ég vil bara fara heim," sagði Vincente og þröngvaði tárunum til baka. Hann fann sig svo heimskulegan.

Ellen lagði hönd sonar síns utan um sína, eins og hún hafði alltaf gert þegar hann var lítill drengur. Þangað til þann eina dag þegar hann var níu ára og leyfði henni ekki lengur að halda í höndina á sér. En í kvöld mótmælti hann ekki þegar fingur hennar luku utan um hans og þröngvuðu gripið. Hvað sem var að angra son hennar, það var alvarlegt. Svo alvarlegt að hann gat ekki stjórnað tilfinningum sínum.

Vincente Marino var ekki drengur sem grét, jafnvel þegar hann meiddist sem lítill drengur. Hann reyndi alltaf að halda uppi hugrakku svip. Sérstaklega þegar aðrir horfðu á. Venjulega þegar þeir voru einir saman var allt öðruvísi. Eða hafði verið það, fram að þessu.

Þegar þeir voru festir í öryggisfærunum lét Vincente hugann reika aftur til Grace. Ekki að kossinum að þessu sinni. Í staðinn var hann að velta fyrir sér hvernig hún vissi þær hluti sem hún vissi. Eins og með málverkið—hvernig gat hún vitað af því tiltekna málverki? Það var ómögulegt fyrir hana að hafa búið þetta til eða giska á þær hluti sem hún virtist hafa vitneskju um.

"Giskaðu á hvað gerðist í gær?" spurði Ellen.

"Ég veit það ekki, mamma."

"Jæja, ég seldi enn eina mynd!"

"Frábærar fréttir, mamma! Hvor var það núna?"

"Ég er ekki einu sinni viss um að þú manst eftir henni. Ég málaði hana fyrir löngu, löngu tíma."

"Ég er viss um að ég myndi muna eftir henni, mamma. Ég veðja að ég geti giskað á hvaða mynd það var. Ég veðja að það hafi verið sú með akrinum fullan af villiblómum, svo raunsæ að maður gat næstum því lykt af þeim!"

"Ó, þú ert yndislegur sonur, takk. En nei, þetta var málverk sem ég málaði fyrir nokkrum árum, þegar þú varst lítill drengur. Ég setti það í geymslu því eitthvað við það skelfdi þig."

Vincente rétti úr sér. Hann hlustaði nú með athygli. Þetta gat ekki verið.

Hún hélt áfram, ómeðvituð um aukna spennu Vincente, "Það er á akrinum, með stóru tré og kú."

Það var sama málarverkið. Nákvæmlega sama málarverkið sem hann hafði rætt við Grace Greenway fyrr um daginn. Kannski hafði sölunni verið gerð auglýsing? Það myndi skýra hvers vegna Grace vissi af henni. Hann sló sér í ennið. Já, það myndi útskýra allt!

"Það gerðist ekki fyrr en í gærkvöldi. Einn einkasali heyrði af þessu og kom til að skoða verkið, og keypti það svo strax fyrir viðskiptavin sinn. Hann er á leið til Evrópu núna og ætlar að sækja það þegar hann kemur til baka."

"Þannig að sala var ekki auglýst á nokkurn hátt?"

"Nei, ég hef ekki einu sinni sagt föður þínum frá því enn!"

Grace gat ekki hafa heyrt af þessu nema hún þekkti manninn. Nei, með hennar ástandi og öllu, það gat ekki verið.

Á meðan þeir óku um borgargöturnar var Vincente staðráðinn í að hugsa um ekkert. Ekki málverkið. Ekki Grace. Ekki kossinn. Sérstaklega ekki kossinn.

KAFLI 18

Þegar þau komu heim spurði Ellen Vincente hvort honum liði betur. Svarið var óljóst muldur, sem þýddi að hann var farinn að líða meira eins og sjálfum sér aftur. Hún bauð honum mat, en hann sagðist ekki vera svangur.

"Ég er alveg búinn á því, mamma," játaði hann. "Mig langar að fá mér smá svefn."

"Ég verð að spyrja þig, áður en þú ferð—er stelpan sem þú fórst til að hitta..."

"Grace?"

"Já, er Grace, er hún að batna?"

"Já, hún er, eh, að batna," sagði Vincente þegar hann beygði fyrir horn og setti fótinn á þrepið. Hann sneri sér við og leit á Ellen, "En ég gæti virkilega notað greiða."

"Viltu að ég kíki til Grace?"

"Nei, en takk. Það sem ég myndi virkilega vilja er að þú hringir í þjálfarann. Segðu honum að mér liði illa, svo ég geti hvílt mig í nokkra klukkutíma í viðbót fyrir leikinn."

"Vincente, þú veist hvað við—pabbi þinn og ég—hugsa um íþróttir. Þú verður að fara í skólann, vera í venjulegum skóladegi, annars máttu ekki spila."

"En þetta hefur ekki verið venjulegur dagur, mamma!" mótmælti hann, "ég hef verið á spítalanum alla nóttina og ég er alveg búinn á því."

"Allt í lagi, elskan," sagði hún, "ég læt þetta vera að þessu sinni. Nú skaltu fara að sofa!"

Á herberginu sínu uppi leitaði Vincente að náttfötunum sínum án árangurs. Of þreyttur klifraði hann í rúmið í einungis svörtu nærfötunum sínum.

Vincente velti sér um í rúminu og áttaði sig fljótt á því að hann var nánast of þreyttur til að sofna. Hann var líka ansi uppvakinn af kaffinu og frammistöðunni fyrr um daginn sem ekki hafði hlotið Óskarsverðlaun.

Vandamálið var – Grace hafði ekki verið að leika. Hún trúði hverju einasta orði sem hún sagði, og hann fann það í kossinum hennar. Hún var að leggja hjarta sitt og sál í hann.Hann kastaði gardínunum til hliðar og horfði á tréð fyrir utan gluggann sinn sveiflast fram og til baka eftir henti vindinum. Droparnir féllu á gluggann og runnu niður um glerið eins og perlubjartir tár.

Þegar droparnir féllu, einn af öðrum, tréð sveiflaðist, og hljóðin og hreyfingarnar virtust lulla Vincente eins og lullabí. Eftir fáeinar stundir var hann sofnaður fast.

KAFLI 19

"Grace? Grace, hvar ertu?" hrópaði Vincente og hljóp upp stigana að Óperuhúsinu í Sydney. Næstum kominn þangað uppi hélt hann áfram að kalla á hana eins og hann vænti að finna hana sitjandi á risastóru, hvítu, marengslíkum seglunum.

Eftir að hafa leitað um svæðið við The Rocks hóf hann að hlaupa niður George Vegur, í átt að Parramatta Vegur. Hann kallaði á Grace aftur og aftur, þar til hann var orðinn svo þreyttur af heitu sól Sydney-borgar að máffarnir, kókátóarnir og varðarnir virtust einnig vera að öskra.

Hann varð að finna Grace. Hann einfaldlega varð það.

Á Parramatta Vegur, á nýjum bílastæði, tók rauður Ferrari athygli hans. Þetta var kabríó með þakið niðri og hann steig inn í hann. Dekkjunum hvæsti þegar hann ók út af bílastæðinu. Hvar í ósköpunum var Grace? Hann þeytti lúðunni. Hvar ertu, Grace?

Vincente kveikti á útvarpinu og lagið sem hann þekkti ekki, sykursætt ástarsönglag, byrjaði að spila. Í fyrstu vildi hann skipta um lag, en eitthvað við lagið fékk hann til að láta það spila áfram.

Þegar laginu lauk sýndi skjáin á útvarpinu að um dúett tveggja poppsöngvara var að ræða.

Lagið byrjaði aftur að spila. Vincente skipti strax um lag, aðeins til að komast að því að sama lagið var að spila aftur, en nú flutt af tveimur rhythm and blues söngvurum. Hann ýtti aftur á rofann, aðeins til að heyra aftur sama lagið, nú flutt af tveimur country söngvurum. Hvaða geisladiskur var þetta eiginlega? Á hverri lagaskrá var sami lagið! Hann reyndi að kasta disknum út, en táknið sýndi að raufin var tóm. Hvað í ósköpunum...?

Vincente brá við af fullum krafti, sem olli því að bíllinn gerði 180 gráðu beygju og stöðvaðist algjörlega. "Grace," hrópaði hann, "Grace Marino, hvar í ósköpunum ertu?" Hann hallaði höfði sínu að stýrinum úr pirringi, rétt þegar röddir tveggja poppsöngvara fylltu næturloftið aftur. Enn var engin Grace að finna.

Vincente var alveg einn í íþróttabíl, bíl drauma sinna—draumabílnum sínum—en hann þýddi ekkert fyrir hann án Grace við hlið hans. "Hún er ekki einu sinni minn smekk!" hrópaði hann og lagði af stað. Að þessu sinni slökkti hann á stereoinu, en samt hélt það bölvaða lagi áfram að spila endalaust í höfði hans.

Þegar hann ók inn á hringtorg missti Vincente stjórn á bílnum, og bang—keyrði hann beint á tré. Skottlukka bílsins var þjappast inn, en hann lifði. Hann andaði þungt. Reykur spúnaði undan vélarhlífinni, þegar hann hvíslaði út í loftið: "Grace."

Hvæskið hans fékk svar: "Vincente?"

"Grace!" endurtók hann. Vincente settist upp, nú á verði, og kallaði út í loftið: "Grace, hvar í fjandanum ert þú?"

Í hnefanum hélt hann á einhverju. Það var krumpað stykki af skyrtunni hans. Nú var það rautt, rautt af þykku, volgum blóði hans. Og þegar hann opnaði hnefa sinn, tók það á sig lögun: lögun hjarta.

Og þegar hann lokaði hnefanum og söng hátt kórinn úr þeirri rómantísku söngvum og opnaði hann aftur, var hann enn í laginu eins og hjarta.

Þá byrjaði sársaukinn að stinga hann, og hann tók eftir blettunum. Stórir blóðdropar runnu niður á gólfið, og þeir þöktu einnig hægt og bítandi sætinn og gólfið. Dropar hengdu á afturspeglinum og eftir innra borði framrúðunnar.

Blóð var alls staðar, á gólfinu, veggjunum, loftinu. "Grace!" kallaði hann einu sinni til viðbótar áður en hann lokaði augunum og hvarf inn í myrkrið.

KAFLI 20

Þegar Vincente vaknaði var sólin að kíkja inn í herbergið hans um bil í gardínunum. Í fyrstu mundi hann ekki hvar hann var. Vissulega lá hann í eigin rúmi en utan sængurinnar. Hann var öruggur. Allt hafði verið brjálæðislegur draumur! Hann hló við þá hugsun að þetta hefði getað verið annað.

Hann kastaði fljótlegu auga á íþróttaverðlaunin sín áður en hann horfði á útskorin líkönin. Hann tók eftir að eitt þeirra var horfið. Það fyrsta sem hann hafði nokkurn tíma búið til: Aboríginin. Hann leitaði alls staðar að því, en það var horfið.

Kúkabarbarinn kallaði og hlátur hans fyllti loftið á meðan Vincente velti fyrir sér hinu horfna líkoni. Maki surraði í kringum hann og hann rak hann burt með handabendi.

Vincente leit á klukkuna og áttaði sig á að hann væri seinn. Hann hafði sofið framhjá skóladeginum og nú myndi hann líka verða seinn á leikinn ef hann kæmi sér ekki í gírinn. Hann mátti ekki bregða liðinu.

Vincente flýtti sér inn í baðherbergið, skvetti vatni í andlitið á sér, burstaði tennurnar og stóð á tungu. Hann leit út eins og hann hefði ekki sofið í vikur.

Hann fann stubbinn á hakanum og leit aftur á úrið sitt. Hann hafði ekki tíma til að raka sig, svo hann smurði á sig eftirskeggssmyrsl og úðaði á sig ilmvatni. Síðan dró hann á sig svartar gallabuxur og t-skyrtu og stökk niður stigann að mestu í einu.

Það gerði Vincente engan veginn betra að vita hversu mikið liðið þurfti á honum að halda. Hann var ekki stoltur af því að þetta væri hreinn sannleikur. En hinir leikmennirnir – liðsfélagar hans – virtust aldrei gera honum það að kenna. Þeir vissu að hann hafði gjöf, en stundum óskaði hann þess að pressan myndi hvíla á herðum einhvers annars, ekki eingöngu hans.

Niðri kominn tók hann flösku af vatni úr ísskápnum og kallaði til mömmu sinnar. Þegar hún svaraði ekki varð hann ekki áhyggjufullur. Hann vissi hvar hann myndi líklegast finna hana – úti á veröndinni málandi.

Vissulega var hún þar, að störfum, glötuð í sínum skapandi heimi. Hann stóð þar og horfði á hana um stund, naut skapandi anda hennar, áður en hún skynjaði að hann væri þar. Þegar hún gerði það var eins og röð skapandi hugsana hefði rofnað, en hún snerist ótrúlega glöð að sjá hann.

"Ah, þú ert vakandi, hvernig líður þér, ástin mín?" spurði hún, á meðan Vincente beygði sig að henni til að kyssa hana á ennið. Þá stökk Vincente yfir handriðið og lenti eins og köttur í garðinum. "Varastu blómin!" hrópaði hún. Síðan, þegar hún leit upp á dökka himininn, sagði hún: "Bíddu, ég skal sækja regnhlíf fyrir þig."

"Ekki þörf á," svaraði Vincente. "Ég mun hlaupa, og enginn regndropi mun ná mér!" Vincente hóf að hlaupa hratt, sneri sér aðeins einu sinni um í nokkrar stuttar sekúndur til að kveðja með handabendingu.

KALFI 21

Aftur á spítalanum saknaði Grace Vincente. Hún vildi vera ein – með eiginmanni sínum. Hún vildi að hlutirnir væru eins og áður, þegar þau voru ein saman í heiminum.

Hún lokaði augunum og mundi eftir þeirra mesta kossi. Hann hafði haldið aftur. Nei. Hann hafði hikstað.Helen kvökkti í svefni, hreyfði sig svo og yawnaði hátt. Hún teygði úr sér og settist upp, horfði beint þvert yfir herbergið og kom þá auga á að dóttir hennar hafði verið að fylgjast með henni. "Fyrirgefðu að ég seiddi mig," sagði hún. "Hvernig hefurðu það í dag?"

"Mér líður vel. Ég hef verið vakandi í margar klukkustundir. Að hugsa."

"Að hugsa um hvað? Um Vincente, held ég," sagði Helen.

"Já, hann hefur verið í huga mér síðan ég vaknaði."

Helen teygði sig aftur og yaug.

"Þú varst að hnerra, mamma."

"Ég hnerri ekki!" sagði hún.

"Þú gerir það alveg örugglega, og ég ætla að taka þig upp næst svo þú vitir hversu hátt það er!"

"Ég var að dreyma um pabba; mér saknar hans."

"Mér saknar hans líka, mamma," sagði Grace og áttaði sig á að þetta væri fullkominn tími til að biðja um hjálp hennar.

Grace tók djúpt andann og krossaði fingur.

KAFLI 22

"Mamma, mér saknar þess að eyða tíma með manninum mínum."

"Ég veit það, ástin mín, en Vincente ber enn ábyrgð gagnvart fjölskyldu sinni, og hann hefur skóla- og íþróttir. Þið eruð ung. Þið hafið allan tímann."

"En við erum nýgift og ættum að eyða meiri tíma saman."

"Þú þarft fyrst að ná þér," Helen sagði eftir að hún stóð upp, gekk að rúmi dóttur sinnar og tók hendur hennar í sínar. "Þú þarft að beina orkunni þinni í að jafna þig, svo við getum farið heim."

"Ég vil virkilega fara heim, mamma, en ég vil fara í okkar heim."

"Já, það er einmitt það sem ég á við, elskan."

"Nei, ekki heimilið þitt, heldur okkar heimilið—ég meina mitt og Vincentes."

Helen tók djúpt andvarp. Hún vissi að Grace væri að dreyma í huganum og hún þurfti að fylgja henni, en það var að verða sífellt erfiðara að ljúga. Helen sagði: "Það eru ekki nema tólf og sjötíu klukkustundir liðnar frá aðgerðinni þinni. Þú gerir þér kannski ekki grein fyrir hversu nærri voða þú varst, en ég veit hversu nærri það var, og ég vil ekki taka neina áhættu með þig. Þú ert enn undir ströngu eftirliti hér. Læknisboð."

"Ætla þeir þá nokkurn tíma að láta mig fara heim?" spurði Grace.

"Já, þegar þú ert alveg búin að jafna þig."

"En hversu lengi? Hversu langan tíma mun það taka?"

"Læknir Ackerman sagði að þeir þyrftu að taka nýjar blóðprufur í dag. Það gæti þurft að breyta lyfjunum þínum. Þú ert undir bestu umönnun hér."

"Ég veit það, en ég vil vera hjá manninum mínum."

Helen reyndi að breyta um umræðuefni. "Segðu mér aðeins frá húsinu ykkar. Hvar var það?"

"Húsið okkar er í Manly, beint við ströndina."

"Við ströndina, segirðu?" Helen vissi að fasteignir á því svæði voru metnar á milljónir. Hún spurði hvort þau hefðu unnið í lottóinu.

"Auðvitað ekki, mamma. Peningar skiptu engu máli. Áður en við fengum þetta hús fluttum við okkur oft og gistum á hótelum."

"Og hvernig komuð þið ykkur af? Vörðuð þið ykkur? Hvernig hélduð þið lífi? Keyptuð þið ykkur mat og föt?"

"Þar sem peningar skiptu engu máli, fórum við einfaldlega út í heiminn og tókum allt sem við þurftum. Það vorum bara við tvö þá, engin þörf var á peningum. Við lifðum á gnægð af öllu, þar á meðal ást okkar hvor til annars."

Þetta var að fara engum vegi. Helen sagði: "Ég er að fara heim til að skipta um föt og velti fyrir mér hvort þú viljir að ég komi með eitthvað fleira—t.d. fartölvuna þína? Eða aðrar bækur?"

"Mér líður vel, mamma. Ég vil ekkert annað en manninn minn. Að auki á ég þessa hrúgu af bókum sem ég hef verið að lesa. Ég á enn í vandræðum með að einbeita mér í langan tíma. Ég virðist ekki geta einbeitt mér. Það sem ég þarf virkilega, mamma, er hjálp þín við að sannfæra læknana um að leyfa Vincente að gista hér hjá mér í nótt. Það er það sem ég þarf mest af öllu."

"Á ég að segja þér, Grace, maður myndi halda að lífið fyrir Vincente Marino hefði aldrei verið til!"

"Mér finnst eins og við höfum verið saman í allan eilífð og nú erum við aðskilin, án þess að það sé okkar sök," sagði Grace. "Ég sakna hans svo mikið. Það er öðruvísi þegar þú ert hér eða læknarnir eru í kringum okkur. Hann er ekki sjálfum sér líkur. Við þurfum að vera ein saman—eins og nýgift par á að vera."

"Grace, hann verður hér fljótlega eftir að leiknum lýkur. En það er ekki gott fyrir þig að verða svona óróleg og leiðirþreytt. Reyndu að beina orkunni þinni að því að ná þér. Láttu mig sjá um það og ég skal sjá hvað ég get gert fyrir þig, ef þú verður nú góð stelpa og lokar augunum."

Grace hallaði sér aftur að koddanum og Helen kysti augun á henni lokuð, eins og hún hafði gert þegar Grace var lítil stelpa. Augnlokin slógu undir snertingu hennar, eins og tvær fiðrildi. Hún sagði: "Vincente verður kominn aftur hér áður en þú veist af."

"Vinsamlegast spurðu læknana hvort hann megi gista hér í þessu herbergi með mér í nótt, mamma. Vinsamlegast! Einu nótt. Allt sem ég bið um er ein nótt."

"Ég mun spyrja," sagði Helen og gekk aftur út úr herberginu. Í hjarta sínu vissi hún að það myndi aldrei gerast.

Það kom ekki til greina að Vincente Marino myndi eyða allri nóttinni einn með dóttur sinni í sama herbergi. Sérstaklega ekki þegar Grace trúði því að þau væru hjón.

"Aldrei yfir líki mínu!" hugsaði Helen með sér þegar hún lokaði hurðinni að herbergi Grace.

KAFLI 23

Ástfangna parið gekk eftir ströndinni, hönd í hönd, alveg sokkinn í hvort annað. Af og til stöðvuðu þau til að kyssast. Síðan héldu þau áfram að ganga smávegis lengra, stöðvuðust til að hlusta á hljóð öldanna sem brotnuðu á ströndinni.

"Ég missti hringina mína!" hrópaði Grace.

Vincente sagði henni að hafa ekki áhyggjur. Hann sagðist myndu finna þær, og ef það tækist ekki, myndi hann kaupa henni nýja hringi. Hann sagði að þótt hringirnir hefðu tilfinningalegt gildi mætti skipta þeim út. Hringirnir voru tómar hringlaga, en ástin þeirra var full, kringlótt og miðjuð djúpt inni í hjörtum þeirra.

"Ég átti þær áðan, en nú eru þær horfnar! Kannski stal ein af hjúkrunarfræðingunum þeim af mér? Kannski tóku þær þær af mér þegar ég fór í aðgerð?"

"Grace, af hverju ert þú svona kvíðin? Ekki hafa áhyggjur. Við munum finna þær," huggaði Vincente hana.

"Hringarnir eru horfnir—og ég er haldið hér í þessu sjúkrahúsi eins og fangi. Mér finnst eins og ég hafi verið hér að eilífu." Þú mátt koma og fara eins og þér sýnist, elskan mín," sagði Vincente.

Hann gekk fyrir framan hana, með bakið að henni en andlitið til hennar. Hann rétti út opnar lófir til hennar og hún tók hendur hans í sínar. Endurtengd gengu þau áfram eftir ströndinni. Þau héldu augnsambandi og deildu hugsunum án orða.

"Jafnvel þótt þú segir mér að ég megi fara, get ég það ekki. Þeir láta mig ekki fara."

"Ertu að dreyma martröð, ást mín?" spurði Vincente. "Vaknaðu núna og allt verður gott. Ég lofa."

"Nei," sagði Grace. "Það er öfugt. Allt er bak og fram. Þegar ég vakna, ert þú annar. Við erum ekki sömu."

"Hvað erum við þá, ástin mín?" spurði Vincente.

En ekkert svar kom.

KAFLI 24

Helen tókst að rekja Doktor Ackerman til—eða að ganga í hann—eftir því hver sagði söguna. Hún útskýrði stöðuna með Grace sem vildi eyða nóttinni ein í herberginu sínu með meintum eiginmanni sínum.

Doktor Ackerman breytti ekki við eins og þessi tillaga væri óvænt. Hann hafði reyndar búist við slíkri beiðni.

"Af hverju varaðirðu mig þá ekki við?" spurði Helen.

"Það hefði kannski aldrei gerst," útskýrði læknir Ackerman. "Og þú hefðir verið áhyggjufull og viðbrögð þín við Grace hefðu getað virst óeðlileg."

"Svo, hvað ætlum við að gera? Við getum ekki látið hana vera eina alla nóttina í herberginu með þessum strák! Hann er svo sjálfhverfur; hann gæti nýtt sér hana og aðstæðurnar."

"Helen, dóttir þín er enn í upphafi bataferlisins. Ég verð að segja að það væri best að halda áfram að leika með þessa blekkingu. Jafnvel ýta henni út í yfirkomu, því það gæti verið eina leiðin fyrir Grace til að brjótast lausan úr fantasíunni—og kjósa raunveruleikann."

"Þannig að þú meinar, hann dvelur þar inni með henni, og hún áttar sig á því að hann er ekki sá sem hún heldur að hann sé?"

"Já, þú skilur þetta. Ef hann er ekki sá sem hún trúir að hann sé, ef ímynd hans brotnar í spegli hugar hennar, þá og aðeins þá getur hún viðurkennt raunveruleikann, hafnað því sem er tilbúið og snúið aftur til að vera aftur Grace."

"Og drengurinn? Hver mun sannfæra hann? Sérstaklega þar sem hann sér Grace ekki á sama hátt og hún sér hann. Hann hefur ekkert að tapa, og að þykjast búa saman, eins og þau séu alvöru hjón, gæti verið of mikið til að biðja um. "

"Vincente hefur ekkert að tapa, en allt að græða. Þegar þessu þrepi lýkur getur hann snúið aftur til gamla lífsins. Hann þarf þá ekki lengur að leika hlutverk, koma á sjúkrahúsið, þykjast vera eitthvað sem hann er ekki. Vissulega ætti það að vera nægur hvati fyrir hann til að hjálpa okkur?" benti Ackerman á.

"Rétt, ég hafði ekki hugsað um það á þennan hátt," sagði Helen. "Reyndar, nú þegar þú setur það svona fram, langar mig til að láta þetta gerast – og því fyrr því betra. Það er bara eitt vandamál. Hvað ef Grace verður ástfangin af Vincente og óskar þess að hann deili hjónarúmi með sér?"

"Já, það gæti verið vandamál," staðfesti Doktor Ackerman.

"Jæja, drengurinn þarf að fá aðvörun um að Grace kunni, í sínu núverandi andlega ástandi, að hafa ákveðnar væntingar um kvöldið, sem hann ætti undir engum kringumstæðum að svara," sagði Helen.

"Ég er viss um að við getum sannfært hann um að 'leika leikinn' án þess að fara of langt."

"En hann er karlmaður," sagði Helen. "Engin móðgun. Hann er vanur að stúlkur falli yfir sig fyrir hann – gefi honum allt sem hann vill."

"Sendu drenginn til mín í spjall eftir að þú hefur rætt við hann. Ég mun útskýra hlutina fyrir honum karl við karl."

"Hvaða ástæðu á ég að gefa honum?" spurði Helen. "Hvaða ástæðu fyrir því að þú ræðir við hann?"

"Sendu hann bara til mín eftir samtalið ykkar, Helen. Ég tek við þaðan."Helen leit á úrið sitt. "Vincente á að heimsækja Grace hvenær sem er núna. Ég mun ræða málið við hann og senda hann svo inn til þín."

"Og hvernig ætlarðu að útskýra einkasamtalið ykkar fyrir dóttur þinni, hvað þá skyndilega hvarf hans?"

"Ég mun tefja Grace. Hún bað mig um að útvega honum gistingu, og ég mun segja henni að ég sé að vinna í því."

"Hljómar eins og góður áætlun," sagði Doktor Ackerman.

"Þá sendum við Vincente heim í kvöld til að sækja fötin sín o.s.frv., og stóra kvöldið verður á morgun."

"Já."

"Ég treysti á þig til að vernda dóttur mína."

"Ekki hafa áhyggjur, ég mun sjá um það," sagði Doktor Ackerman.

Helen stóð utan við herbergi dóttur sinnar um stund á meðan hún safnaði hugsunum sínum. Þegar hún var loksins tilbúin tók hún djúpt andann og kíkti inn um gluggann áður en hún opnaði hurðina.

KAFLI 25

Grace var að opna skúffur og loka þeim aftur. Þegar Helen kom inn í herbergið sagði Grace: "Guð sé lof að þú ert komin, mamma! Guð sé lof!"

"Ég er aldrei langt í burtu," sagði Helen og lagði handlegginn utan um mitti dóttur sinnar og leiddi hana aftur að rúminu. Helen horfði á andlit dóttur sinnar. Eitt vakti athygli hennar—eitthvað sem hún hafði ekki tekið eftir áður—Grace var ekki lengur litla stelpan.

"Mamma, ég finn ekki brúðargyllin mín!"

"Elsku krílið mitt, þú nefndir þessi áður, manstu?" endurtók Helen. "Þau geta ekki hafa farið langt; geta þau það?" Henni leið ótrúlega leiðinlega þá. Dóttir hennar var enn að leita að hlutum sem ekki voru til. Hún snifsaði aðeins en tók sig svo saman aftur áður en Grace gat skynjað skapbreytinguna hjá henni.

"Ég sórst til að taka þær aldrei af mér, og nú eru þær horfnar!" hrópaði Grace.

Í augnabliksþví ímyndaði Helen sér að hún væri að hrista dóttur sína, neyða hana til að koma sér í gott lag og horfast í augu við sannleikann. En þetta var barátta sem Helen gat ekki barist ein. Hún þurfti stuðning læknisfólksins áður en hún gæti stolið draumum dóttur sinnar í smottri.

Hin megin við herbergið var Grace að ræsa úr sér: "Sérðu það ekki, þú verður bara að hjálpa mér, mamma! Kannski hafa þau dottið niður, undir hérna?" spurði hún og beygði sig niður að gólfinu og leitaði undir og í hverju horni og krók.

Þegar hún var ein hafði Grace farið yfir alla mögulega ástæðu fyrir því að viðhorf Vincente til hennar gæti hafa breyst. Hún komst að þeirri niðurstöðu að það væri vegna þess að hún hefði misst hringina. Í örvæntingu settist hún á gólfið og hóf að gráta.

Helen hnippti sér niður við hlið hennar og tók hendur hennar í sínar. Hún ætlaði að tala, en Grace opnaði munninn fyrst og kallaði: "Ég verð algjörlega að finna þær áður en Vincente kemur til baka. Þegar ég finn þær, þá verður hann eins og hann var áður. Þá verður hann aftur minn Vincente."

"Elsku mín," sagði Helen og lyfti höku dóttur sinnar svo að augu þeirra væru á sama hæð. "Hringirnir þínir geta ekki verið langt undan. Kannski voru þeir teknir af þér þegar þú fórst í aðgerð? Já, það myndi útskýra allt," sagði Helen og lyfti dóttur sinni upp. Þegar hún sá glampa vonar í augum hennar hélt hún áfram. "Já, ég veðja að þeir séu að bíða eftir því að þú fáir að fara heim."

"En geta þau ekki verið skilað til mín núna?" spurði Grace. "Ég er ekki í fangelsi!"

"Það er rétt, þú ert ekki í fangelsi, en stundum hafa sjúkrahús reglur til að tryggja öryggi eigna sjúklinga sinna," sagði Helen. "Viltu að ég forvitni mig um þau? Að spyrja hvort þau gætu gert undantekningu fyrir þig?"

"Já, mamma! Já, vinsamlegast!"

Helen hugsaði um hvernig hún ætti að spyrja um hringi sem ekki voru til. Augljóslega ætlaði dóttir hennar ekki að gleyma hringjunum. Hún þurfti að koma aftur annaðhvort með svar – eða með hringina.

"Grace, ég var að hugsa. Manstu þegar þú komst fyrst á spítalann? Varstu með hringina þá?"

"Auðvitað ekki!" hrópaði Grace. "Við vorum ekki gift þá."

"Svo það var seinna, eftir að þið voruð gift, sem Vincente kom með þig aftur á spítalann?"

"Já," sagði Grace.

"Gætirðu lýst þeim fyrir mér, ef ég þarf að bera kennsl á þær?"

"Já, snjall hugmynd. Eða kannski settu þeir þær í geymsluskáp undir rangu nafni sjúklings, og einhver annar hefur fingurhringina mína! Ó, ég vona ekki!"

"Ekki hafa áhyggjur af því núna, segðu mér hvernig þau voru. Ég veðja að þau hafi verið falleg!" huggaði Helen hana.

"Já, Vincente hefur frábæran smekk. trúlofunarhringurinn minn er í laginu eins og hjarta með demöntum alla leið utan um. giftingarhringurinn minn er með gullstjörnum utan um sig, og í hverri stjörnu er demantur. Ég verð einfaldlega að finna þá, mamma."

Helen tók eitt skref aftur. Hún þagði stundarkorn áður en hún spurði: "Og hvar keyptirðu þessa hringi? Þeir hljóma dýrir. Við ættum líklega að tryggja þá."

"Hjá litlum gullsmiði á George Street, sem sérhæfir sig í einstökum, sérsniðnum hlutum."

"Á hvaða enda George Street? Það er mjög langur vegur," spurði Helen.

"Nálægt enda við Circular Quay, nálægt The Rocks."

"Allt í lagi, Grace," sagði Helen. "Ég skal sjá um hringina þína. Vonandi færðu þá aftur á fingurna mjög fljótlega."

Helen hafði engan annan kost en að leggja leið sína í þá skartgripaverslun og lýsa hringjunum fyrir skartgripasmiðnum. Hún þurfti að komast að því hvort hann vissi um slíka hringi eða hvort hann hefði eitthvað svipað í búðinni.

Helen lokaði hurðinni á eftir sér. Hún stóð kyrr með bakið við vegginn og hugsaði. Nokkur atriði urðu nú skýr fyrir Helen Greenway. Annað var að dóttir hennar trúði því að hún hefði verið á sjúkrahúsinu í nokkurn tíma, mun lengur en raun var á.

Hitt var að Grace trúði því að hún og Vincente hefðu orðið ástfangin og yfirgefið sjúkrahúsið saman. Þau hefðu gifst og snúið aftur nokkru síðar. Einhvern tíma eftir að þau höfðu lifað saman um hríð og haft nægan tíma til að koma sér upp heimili.

Og að lokum hafði hún komist að því að hin meintu hringir hefðu verið keyptir hérlendis. Hjá skartgripaverslun sem Helen þekkti. Verslun þar sem það var talið hóflegt að borga þúsundir dollara fyrir eina vöru. Ef þetta var virkilega sama verslunin, hvernig höfðu Grace og Vincente þá borgað fyrir svona dýra hringi?

Helen tók djúpt andann og bældi niður kvíðakast. Hún vildi flýja. Hún fann til sektar fyrir að vilja flýja og hún fann til sektar fyrir að vita ekki hvað hún ætti að gera. Hún leyfði sér að flýja.

"Taksi!" kallaði Helen út og einn stoppaði hjá henni við kantsteininn. "Keyrðu mig til The Rocks og láttu mig út einhvers staðar nálægt George Gata," sagði Helen. "Ég er að leita að skartgripaverslun, mjög fágaðri og dýrri skartgripaverslun. Ég veit ekki heimilisfangið, en það er á George Gata."

"Já, ég þekki staðinn," staðfesti ökumaðurinn þegar hann lagði af stað.

Helen sat aftast í bílnum og velti fyrir sér hvers vegna hún leyfði sér að láta dregast svona inn í eitthvað sem hún vissi að væri ósatt.

Á meðan hún sat í þéttri umferð, hlustaði á bílhorn blikka og sirenur gjalla, gat hún engan veginn svarað eigin spurningu.

KAFLI 26

Fagnaðarlæti heyrðust þegar Vincente Marino var borinn af vellinum á herðum liðsfélaga sinna. Aftur hafði Vincente leitt liðið sitt til sigurs. Til að sýna þakklæti sitt hrópuðu þeir nafn hans endurtekið.

Vincente var ákaflega glaður. Frammistaða hans hafði jafnvel farið fram úr eigin væntingum.

Þegar hann var hent upp í loftið sneri hann höfði sínu í augnablik og augu hans mættu Missy Malone. Hún var að stökkva upp og niður. Hann dáðist að því hversu sæt hún leit út þegar allt hoppaði í takt. Hún blés kossi til hans, og hann kinkaði kolli til staðfestingar.

Þegar hann kom fyrst inn á völlinn hljóp Missy að hlið hans. Hann hafði séð hana ganga að honum, varirnar þrýstar saman. Hann lét hana grípa í sig. Hann lét hana kyssa sig af öllu afli—en hann fann ekkert fyrir henni.

Kossinn frá Grace Greenway var æðri öllum kossum Missy Malone samanlagt. Hún myndi aldrei trúa þeirri sannleika á milljón árum. Hann gat varla trúað því sjálfur.

Þrátt fyrir það, sama hvernig hann fann til með henni, vissi Vincente að Missy myndi halda fast í hann, jafnvel þótt hann svaraði ekki. Af hverju? Vegna þess að Missy Malone taldi sig vera aukahlut fyrir Vincente. Hún taldi að þau pössuðu saman eins og Lamingtons og kókos, eins og vegemite og ristað brauð, eins og bökur og franskar.

Ef hann ætlaði að láta hana fara, yrði hann að vera harður. Hann yrði að segja henni beint að hann vildi hana ekki lengur. Hann yrði að segja henni að fara.

Vincente horfði nú á hana, á hversu falleg hún var. Hversu sæt og full af væntingum. Síðan horfði hann niður á liðsfélaga sína, sem enn hrópuðu nafn hans og kastaðu honum upp í loftið, og allar hugsanir um Missy flugu úr huga hans. Hún þýddi ekkert fyrir hann.Um stund flæktist hugur Vincentes aftur til sjúkrahússins, og hann leit á úrið sitt. Heimsóknartíminn var að ljúka. Hann þurfti að sjá Grace. Hann hafði lofað að koma til hennar.

Það versta var að hann var núna jafnvel farinn að dreyma um hana! Hann velti fyrir sér hvort hann ætti að brjóta loforðið. Láta hana eftir. Þá gæti hann kannski reynt að gleyma henni. Kannski myndi hún þá líka reyna að gleyma honum.

Það myndi þó ekki leysa neitt þar sem Grace Greenway var föst í rómantískri fantasíu. Hún var föst í draumi sem hún trúði á þessu augnabliki að væri raunverulegur. Kraftur draumsins hennar hafði vaxið innan hans með þeim kossi. Í augnabliki trúði hann jafnvel að það væri raunverulegt. Að hann elskaði hana og hún elskaði hann. Það fannst raunverulegt. Aðeins í augnablik.

Vincente skjálfði, næstum því svo að félagar hans létu hann detta á malbikið. Þeir lyftu honum hærra og héldu áfram með upplesturinn.

Orðinn leiður á öllu saman hugsaði Vincente aftur til Grace, fullkomlega meðvitaður um að ekkert gæti sprottið upp úr slíkum hugsunum. Sama hvað gerðist á milli þeirra, Grace Greenway var einfaldlega ekki fyrir hann. Hún var einfaldlega ekki hans týpa.

Fjöldinn tók upp slagorðið og þrengdi að honum. Vincente losnaði við sig og bað um að vera settur niður. Hann sagði strákunum að hann þyrfti að fara í nokkrar klukkustundir til að standa við loforð við vin.

Svekktir yfir þessum fréttum hrópuðu þeir nafn hans enn hærra. Vincente veifði og lofaði að koma aftur síðar.

Þeir báðu hann um að vera áfram. Þeir þrönguðu að honum. Lokuðu honum inn. Felltu hann í gildru.

Missy Malone færði sig líka nær. Hún og hinir lokuðu vegi hans.

Vincente fann að hann ætti Missy skýringu, en hann gat ekki einu sinni útskýrt hlutina fyrir sjálfum sér þessa stundina. Hann vissi að ef Missy kæmist að því að Grace væri til, myndi það valda vandræðum. Ekki að hún myndi verða öfundsjúk, nákvæmlega. Hún myndi aldrei trúa því að hann myndi kjósa Grace fram yfir hana. Að ekki sé minnst á strákana – þeir myndu halda að hann hefði alveg misst vitið!

Vincente mundi aftur eftir kossinum sem hann og Grace höfðu deilt.

Hann skjálfði. "Þetta er allt saman ímyndun. Og jafnvel ég er að láta blekkjast af þessu."

Hann ímyndaði sér hvað myndi gerast ef hann segði félögum sínum frá því að Grace Greenway héldi að þau væru gift.

Hún myndi verða hlægileg og hann með henni. Þeir myndu aldrei láta hann gleyma þessari stærðfræðilegu stöðu Grace.

"Tökum það síðar!" hrópaði Vincente og þrengdi sér framhjá hikandi mannfjöldanum og út af skólalóðinni.

Um leið og hann komst út um hliðið hljóp hann og hljóp og hljóp, án þess að hægja á sér.

Missy horfði á hann fara. Hún lagði hendur yfir bringu, fullviss um að Vincente Marino myndi koma aftur. Aftur til hennar – því hún vissi að Vincente Marino gæti aldrei fengið nóg af sér.

KAFLI 27

Helen sneri aftur á spítalann án hringja.

Grace sat upp í rúminu með hendurnar lagðar saman, augun beind að hurðinni og beið eftir Helen.

Þegar Helen kíkti í gegnum gluggann á dóttur sína leit það út fyrir að hún væri að halda andanum. En þar sem húðin hennar var ekki blá hlýtur hún að hafa verið að anda. Öndunin var bara mjög grunn.

Helen rifjaði upp það sem hún ætlaði að segja Grace, sem var í raun ekkert. Hún ætlaði að beina athygli dóttur sinnar að öðrum hlutum.

Gullsmiðurinn hafði verið einstaklega hjálpsamur. Þegar Helen lýsti hringjunum vissi hann nákvæmlega hvaða hringjum hún átti við. Hann sagði að þeir hefðu horfið fyrir nokkrum vikum. Hann og eigandinn höfðu endurskoðað eftirlitsmyndbandsupptökurnar aftur og aftur. Hringirnir voru einfaldlega þarna eina augnablikið og horfnir næsta. PÆF. Engin skýring. Mjög skrýtið.

"Skoðaðu hárið þitt, Grace!" hrópaði Helen. "Vincente kemur í heimsókn fljótlega, og þú þarft að líta fallega út fyrir manninn þinn."

Grace skoðaði sig í speglinum. Þegar hún komst að því að móðir hennar hafði rétt fyrir sér settist hún niður og Helen hóf að greiða og stíla hár dóttur sinnar eins og hún hafði gert ótal sinnum áður.

Grace slakaði á. Helen tók saman förðunartösku sína og setti á sig léttan púðagrunn, og svo smá kinnarrauða. Grace brosti, ánægð með að deila þessum móður- og dótturmomentum.

Fljótlega lét Vincente til sín taka með því að skrapa skóna sína.

Hann tók eftir Grace, sem sat hjá Helen og hún var að snerta hárið hennar, og senan fyrir framan hann fékk hann til að brosa. Hann ákvað án tafar að hann myndi höggva þennan augnablik í við. Hann beindi björtum brosa til Grace.

Grace stökk upp og faldi hendur sínar samstundis. Hún vildi ekki að hann snerti hana. Hún vildi ekki að hann tæki eftir týndu hringunum.

Hann fangaði hana með brosinu sínu, dró hana að sér eins og segull. Að spyrjast á móti var tilgangslaust.

Þegar varir þeirra mættust í kossi til heilsunar blossuðu eldflugur – hjá báðum. Grace hallaði sér að honum til að færa kossinn á annað plan, en Vincente hörfaði til baka, varfærinn vegna Helen Greenway.

Vincente viðurkenndi síðan nærveru Helen og setti lítinn koss á kinn hennar. Hann hafði aldrei áður kysst Helen á kinnina til heilsunar. Hann hafði enga hugmynd um hvað hann var að gera. Það var eins og hann væri undir galdri.

Enn minni áhrifinn sem hann hafði fengið frá Grace, dró Vincente sig í bakgrunninn og stakk báðum höndum djúpt í vasana á gallabuxunum. Hann hallaði sér að veggnum, vinstri fóturinn á gólfinu og hægri fóturinn hvílandi við vegginn, nánast eins og hann væri að pósa fyrir GQ.

"Mamma, viltu láta okkur Vincente vera í friði í smá stund?"

"Ertu að reka mig út?" spurði Helen og þóttist móðguð að utan, en var í rauninni móðguð að innan. Reyndar var hún móðguð til mergjar, en hún vildi líka tala við læknirinn Ackerman, og þetta væri fullkomin tækifæri til að leita hann uppi.

Hún var áhyggjufull yfir því hvernig þau kysstust – hvernig neistarnir virtust fljúga. Jafnvel Helen var í myndlíkingu að forðast þá og fann hitastigið hækka í herberginu. Eða var hún bara að ímynda sér þetta?

Nei, þetta virtist vera raunverulegt. Þetta gerði ákvörðunina um að láta þau tvö gista saman í herberginu yfir nóttina erfiðari. Á einhvern hátt fannst henni þessi fantasía ekki vera einhliða.

Hins vegar hafði Vincente endurtekið sagt að dóttir hennar væri ekki hans týpa.

Helen ákvað að hún hlýtur að hafa ímyndað sér tengslin—að hafa látið hugmyndaflug sinn fara með sér í óefni, rétt eins og hjá dóttur sinni. Kannski var þetta ástand smitandi.

"Ég ætla að fara í göngutúr," sagði Helen og sneri sér svo að honum og hvíslaði þannig að aðeins Vincente gæti heyrt: "Get ég treyst þér?" Hann kinkaði kolli og andlitið geislaði af einlægni. Helen treysti honum ekki lengra en hún gæti kastað honum. "Ég verð til baka mjög fljótlega," sagði hún.

Eftir að hún yfirgaf herbergið stóð Helen fyrir utan dyrnar. Vincente sá hana kíkja inn um hringlaga gluggann og fylgjast með þeim. Hann reyndi að halda kólum og haga sér eðlilega.

Grace hafði ekki tekið eftir að móðir hennar var að hlerka. Hún færðist að ógrunuðum Vincente og setti heitt koss á varir hans.

Síðasta sem Vincente sá var andlit Helen verða rauðara en hann hafði nokkru sinni séð áður. Þá týndist hann í kossinum um stund, gaf sig algjörlega.

Grace sló skyndilega kossinum af, tók eitt skref aftur og sagði: "Þú elskar mig ekki lengur, er það ekki, Vincente?"

Í huga Vincente heyrði hann eigin rödd enduróma og skoppa um: WOW-WOW-WOW-WOW-WOW-WOW-WOW.

Hendur hans voru enn djúpt sokknar í vasa gallabuxnanna og nú kramaðar í hnefa. Hann heyrði ekki hvað hún sagði, hvað hún hafði spurt. Allt sem hann gat einbeitt sér að var WOW-áhrifin af þeim kossi.

"Hvað? Hvað sagðirðu?" spurði hann, skilningarvitin hægt og bítandi að snúa aftur.

"Viltu að ég endi það fyrir þig?" spurði hún og tár rennur niður kinnina.

VOW! VOW! VOWS! í huga Vincente skalluðu í fjærvegg hugans og brotnuðu í mola, áður en þau veltust inn í orðin sem hún hafði sagt. Hann hafði heyrt þau, en skilaboðin höfðu ekki náð til heilans hans enn. Nú endurómuðu orð hennar: "Þú elskar mig ekki lengur." Maginn hans féll.

Vincente leit í brúnbleika augu hennar og ferðaðist djúpt inn í þau. Það var eins og hann væri að stökkva í sundlaug, svo freistandi, svo lífleg.

En samt leit hún út fyrir að vera týnd, og það versta var að hann hafði látið hana líða svona, þó óviljandi væri.

Að sjá hana svona færði hann til að þrá að hugga hana, að fá hana aftur til sín. Í þeim tilgangi færðist hann nær, þannig að líkamar þeirra snertu saman, og hann tók frumkvæði að kossi.

Að þessu sinni var það enn öflugra. Svo mikið að hann vildi að tíminn stæði kyrr. Hann vildi að allt stæði stillt og samt vildi hann að það héldi áfram. Hann vildi allt með þessari stúlku, að deila öllu með henni—og samt var hún ekki einu sinni hans týpa. Hann vildi gefa henni heiminn og gera hana hamingjusama. Að deila sjálfum sér með henni. Að verða hennar heimur.

Og hann vildi allt núna.Vincente þagði. Óttast að tala. Óttast það sem hann var að finna. Óttast hvað hann gæti sagt og gert. Í staðinn hélt hann áfram að synda í laug augna Grace, týndist í dýptum þeirra.

Þögn hans og ringulreið voru hjartnæm fyrir Grace. Hún var að molna niður, brotna í mola, og grét stórum tárum úr þeim hnetubrúnu augum. Stór, feit, sölt tár runnu niður kinnarnar.

Hann rétti upp höndina og náði í eina tárinu á fingurgómnum. Hann færði það varlega að munni sínum, setti það á tungurótina þar sem saltan bragðsprengdist. Hann náði í annað og svo annað, hvert þeirra sprakk á tungu hans. Á meðan hélt Grace áfram að gráta og gráta og gráta, í vantrú yfir undarlegu háttsemi Vincente og þögn hans.

Hann elskaði hana, og samt vissi hann að hann gæti ekki elskað hana. Hún elskaði hann ekki einu sinni, ekki í raun. Hún elskaði hann aðeins í fantasíu sinni. En hann elskaði hana, hér og nú. Ást hans var raunveruleg.

Hann sneri sér við og hljóp.

KAFLI 28

Í ganginum, með bakið að hurð Grace, áttaði Vincente sig á að hann hafði skilið hana eftir í örvæntingarfullri stöðu. Hann vissi að hann ætti að kanna herbergið til að athuga hvernig henni liði. Hann viðurkenndi að hann hefði hagað sér eins og villimaður. Hann skammaðist sín.

"Ah, strákurinn sem ég hef verið að leita að," sagði læknirinn Ackerman og tók eftir að Vincente var mjókandi, nánast hrekkjandi. Hann klappaði honum létt á bakið á föðurlegan hátt og spurði: "Er allt í lagi?"

"Ég, ég veit það ekki. Ég veit ekkert lengur!" sagði Vincente með skjálfandi rödd.

"Komdu með mér, strákur," sagði læknirinn Ackerman. "Við getum talað einkasamtal í skrifstofunni minni, og þú getur fengið þér andardrátt."

"Já," gaf Vincente eftir. "En ég vil ekki tala um þetta."

"Jæja, ég vil tala við þig um Grace."

"Grace?" sagði Vincente og hann fór að skjálfa.

"Já, komdu nú. Skrifstofan mín er handan við hornið."

Stuttu síðar komu þeir. Læknir Ackerman bauð Vincente að setjast og hellti síðan upp á glas af ísköldu vatni. Höndum Vincente skjálfði þegar hann lyfti glasinu að vörunum.

Vincente mundi eftir söltu tárunum. Hin sprengju söltu tárin.

"Er þér rólegra núna?" spurði Ackerman.Vincente kinkaði kolli.

"Allt í lagi þá, skulum tala um Grace. Þú skilur stöðuna eins og hún er núna, ekki satt? Hvernig Grace Greenway hefur blekkt sjálfa sig til að trúa því að þið séuð í sambandi, í raun og veru hjón — nýgift?"

"Já, ég skil að þetta er hvernig hún finnur fyrir, en það sem ég skil ekki er af hverju. Af hverju ég?"

"Aðeins hún getur svarað þeirri spurningu, Vincente.

Kannski er það eitthvað sem við munum aldrei vita. Hún mun aldrei vita það. Hins vegar, í skjalfestum tilfellum eins og þessu, byggist ástæðan fyrir því að skapa fantasíu á neitun ákveðinnar raunveruleika. Mögulega eitthvað sem hefur ekkert með þig að gera. Af einhverjum ástæðum hefur hún skapað heim þar sem þú og hún þýðið allt fyrir hvort annað. Það er eins og þú og hún séuð aðalpersónur í skáldsögu og berjist saman gegn heiminum."

"Persónur í skáldsögu? Ó, ég hef aldrei hugsað um það svona," hugleiddi Vincente. "En samt, stundum þegar hún vefur þennan draum, innlimar mig í hann, þá finnst mér það stundum jafnvel vera raunverulegt. Fyrir mér." Vincente leit niður á gólfið. Hann þorði ekki að horfa doktor Ackerman í augu. Ekki eftir að hann hafði játað að hann væri að dragast inn í gildruna.

Ackerman horfði á drenginn sem sat hinum megin við herbergið. Honum datt skyndilega í hug að þetta væri alveg annar drengur en sá sem hann hafði fyrst kynnst. "Elskar þú hana?" spurði hann.

"Ég held það ekki. Ég veit það ekki. Hún er ekki minn smekk. Ég þekki hana ekki einu sinni, ekki almennilega, og samt veit hún hluti um mig. Veit hluti sem enginn gæti hugsanlega vitað nema ég hefði sagt henni það sjálfur—sem ég hef ekki gert." Vincente vafði hendur sínar utan um höfuðið. Að tala um þetta gerði hann líkamlega veik. Herbergið var að snúast hring eftir hring.

"Setðu höfuðið milli fóta þinna, strákur," sagði Ackerman. "Þú ert að verða nokkrum nýjum blæbrigðum græns, sem jafnvel ég hef ekki séð áður."

Vincente fylgdi leiðbeiningunum samstundis og án spurninga. Herbergið hætti fljótlega að snúast, en nú glitrðu stjörnur um allt loftið. Stjörnur sem aðeins Vincente gat séð.

Ackerman hélt áfram: "Ég er ekki viss um hvernig hún gæti vitað svona persónulega hluti um þig. Kannski þegar hún var á milli jarðar og þess staðar sem andar fara þegar þeir ferðast á milli heima, kannski tengdist andi hennar einhvernig anda þínum. Ég veit að þetta hljómar ómögulegt. En ég hef heyrt sögur af nánum dauðaupplifunum sem eru jafnvel mér – manni vísinda – erfitt að hafna."

"Núna rétt áðan spurði hún mig hvort ég elski hana, og ég gat ekki svarað henni. Hún heldur að hún elski mig, en hún gerir það ekki. Ekki í raunveruleikanum. Ég vildi segja já, einhver brjáluður hluti af mér vildi segja já, en hvernig gæti ég það gert? Ég skil hana ekki. Ég skil ekkert lengur! Stundum held ég að hún verði að vera norn, til að vita þær hluti sem hún veit."

"Trúir þú á nornir?"

"Ekki alveg."'

"Ég held að þú hafir horft of mikið á sjónvarpið. Grace Greenway er ekki norn. Hún er áhrifagjörn, ung stúlka. Sextán ára gömul stúlka sem missti nýlega bæði föður sinn og bróður sinn í hörmulegu slysi. Stúlka sem, af einhverjum ástæðum, hefur valið þig til að vera hluti af fantasíu sinni. Hún hefur valið þig sem eiginmann sinn. Hún þarfnast þín í hlutverki eiginmanns síns núna, á meðan hún er enn ófús til að horfast í augu við sannleikann."

"Þannig að þú ert að segja að hún sé geðveik og að ég eigi að láta þetta yfir mig ganga—þennan fáránleika, sama hvað það kostar mig?"

"Grace er engan veginn laus við hættu. Við erum að fylgjast með lífsmörkum hennar. Að hafa auga með henni. Þess vegna hefur hún ekki verið látin laus enn. Hún er undir okkar umsjón. Vincente, þú ert í hjarta þessa máls. Þú ert hvati þess. Ef þú yfirgefur hana núna..."

"Ef ég fer, þá ber ég ábyrgð á því sem gerist næst. Er það það sem þú ert að segja mér?"

"Hún er mjög viðkvæm núna. Hún þarf eitthvað frá þér og kannski ef þú gefur því fyrir henni, uppfyllir þann ósk hennar, þá mun hún geta staðið frammi fyrir raunveruleikanum og sleppt þér. Hún þarf einhvern til að trúa á, eitthvað til að hlakka til, og hún hefur valið þig. Allir vegir liggja til þín. Ég veit ekki af hverju, kannski er það vegna þess að þú komst með hana hingað á sjúkrahúsið."

"Ég særði hana, en þetta var slys, Dok, ég sver það."

"Já, þú særðir hana á einhvern hátt, en þú bjargaðir lífi hennar líka því hún var flutt hingað, með bestu umönnun í kringum sig þegar blóðtöpparnir gáfu sig loksins. Hefði hún verið heima eða í skólanum þegar þetta gerðist, hefði hún kannski ekki lifað af."

Vincente sat þögull um stund, áttaði sig á hversu mikil áhrif hann hafði þegar haft á líf Grace. Hann þráði að komast aftur til hennar, að gera allt gott aftur. Hann stóð upp. "Ég þarf að komast aftur til hennar. Hún spurði mig hvort ég elskaði hana, og ég sneri mér við og hljóp eins og tíkóli."

"Já, farðu aftur til hennar núna, og segðu henni ekki að þú elskir hana nema þú meinar það virkilega. Nema þú sért tilbúinn að gefa henni hjarta þitt og að vera við hlið hennar þegar hún kemst að sannleikanum um þig og þegar galdurinn er rofinn."

"Engin pressa!" hvæskti Vincente og hélt að dyrunum.

"Komdu hingað aftur til að tala við mig hvenær sem er, Vincente," sagði Ackerman. "Og ekki gleyma hversu mikilvægur þú ert fyrir hana. Ekki gleyma hvað þú þýðir fyrir hana."

Vincente kinkaði kolli, sneri sér við og hljóp aftur að herbergi Grace.

***

Á herberginu hennar svaf Grace djútt. Hann beygði sig yfir rúmið og kysti hana á ennið. Hún hafði enn tár á kinnunum og hann þurrkaði þau varlega burt.

Hann settist við hlið hennar í rúminu, og hún hreyfði sig ekki. Hann horfði á hana sofa. Hann horfði á brjóst hennar hækka og lækka við hvert andvarp. Þegar hún hvæskti í svefni tók hann hendur hennar í sínar og fullvissaði hana um að allt myndi verða í lagi. Í myrkrinu þar, einn með henni, sagði hann henni að hann elskaði hana. Og svo kysti hann hana aftur á ennið.

Grace hreyfðist stuttlega í svefni, nánast eins og orðin sem hann hafði talað hefðu snert draum hennar á einhvern hátt, og svo sökk hún aftur í djúpan svefn.Vincente lét Grace þar eftir, sofandi örugga og djúpt. Hann sneri aftur til að þakka Doktor Ackerman fyrir alla hjálpina og ráðin áður en hann hélt heim um kvöldið. Hann var örmagna... svo þreyttur, en samt fullur krafts á þann hátt sem hann hafði aldrei áður upplifað.

Aldrei áður hafði Vincente Marino fundið sig jafn lifandi.

***

Staddur fyrir utan skrifstofu Doktors Ackerman heyrði Vincente hækkaðar raddir. Hann hikstaði áður en hann bankaði. Þegar raddirnar lögðust örlítið að sér bankaði hann og honum var boðið inn.

"Þú ættir að skammast þín!" hrópaði Helen og henti sér á hann og hóf að berja hann með hnefum í brjóstið.

"Kalmérðu þig," skipaði læknirinn Ackerman.

Helen hélt áfram að berja brjóst Vincente.

Vincente tók djúpt andann, í þeirri von að hún berji út úr sér allt sem henni var í nöp. Það var ekki að meiða hann. Þegar hann áttaði sig á því að reiði hennar myndi ekki loga út af sjálfu sér, greip hann um báðar úlnliðina hennar og hélt þeim fast þar til hún var neydd til að róast. Hún hélt áfram og hvæsti að honum í andlitið.

Vincente hélt ennþéttari og spurði: "Hvað í ósköpunum?", á meðan hann horfði í átt að lækni Ackerman sem reyndi að halda jafnvægi sínu.

"Vincente, þegar þú komst hingað fyrr, eftir að þú fórst frá Grace, fann Helen hana í ansi slæmu ástandi. Hún var í uppnámi. Mjög niðurbrotin. Hún gat ekki tjáð sig. Allt sem hún gat gert var að stuna og gráta."

"Ég sé vel hvaðan hún fær það!" sagði Vincente og leit í augu Helen.

Hún hvæsti að honum."Gerðu það ekki verra, strákur," bað Doktor Ackerman. "Til að róa Grace niður þurftu þeir að róa hana með lyfi."

"Ég var einmitt þarna inni og Grace var sofandi. Hún virtist mér mjög friðsæl."

"Hvað sagðir þú við hana, til að koma henni í svona ástand?" krafðist Helen.

"Ég gerði mistök. Ég flúði, en ég kom aftur. Ég kom aftur."

"Of lítið, of seint!" hrópaði Helen.

"Sjáðu til, ég bað ekki um þetta neitt!" benti Vincente á; með hendur upp í lofti í uppgjafarskap.

"Nú setjist þið bæði niður og róið ykkur," skipaði læknirinn Ackerman, "og skulum við hætta þessu drama. Við þurfum að einbeita okkur að Grace. Grace og eingöngu Grace."

"Samþykkt," sagði Vincente.

"Samþykkt," hvæsti Helen.

KAFLI 29

Þegar þeir leiddu Vincente út úr herberginu var hann enn að hrópa orðin upp. Vissulega voru þau honum merkingarlaus, ósönn tilfinningaleg orð. Orð sem hann sagði aðeins til að vera kurteis, til að bjarga henni frá brúnni.

Hann hrópaði það aftur. Aftur endurómaði rödd hans um gangana og út í alheiminn, "Ég elska þig, Grace Greenway!"

"Ég elska þig líka, Vincente!" hrópaði hún til baka til hans. Í miðju ringulreiðinni og amstri við að bjarga lífi hennar heyrði hann hana ekki.

Skyndilega hóf heiti stjarnan að snúast og vafast. Fljótlega var hún ekki lengur að nálgast hana né brenna hana með hita sínum. Í staðinn kastaði hún frá sér púlsandi bylgjum og varð nifteindastjarna.

Þegar greip hennar var horfin, lýsti Grace Greenway fyrir sjálfri sér: "Ég vil lifa – ég vil lifa!"

KAFLI 30

Læknir Ackerman spurði: "Þegar þú komst aftur til að hitta Grace, hvað fannst þér, ég meina þegar þú sátt hana aftur?"

"Ég fann sterka þörf fyrir að hugsa um hana, að, að elska hana, vernda hana, gera hana að minni. Guð, ég er svo ringlaður. Af hverju finn ég svona?"

"Já, skulum skoða þetta, Vincente," sagði læknir Ackerman. "Grace vekur hjá þér aðrar tilfinningar, eitthvað nýtt. Er það ekki rétt? Annað en þær aðrar stelpur í lífi þínu hafa vakið hjá þér?"

"Já, hún er ekki kærasta mín. Ég á vinkonu í skólanum—hún myndi gera hvað sem er fyrir mig," sagði Vincente.

"En myndir þú gera hvað sem er fyrir hana?"

"Ég, hún er lítil viðleitni—ef þú skilur hvað ég á við."

"Allt í lagi, leyfðu mér að orða þetta öðruvísi," sagði doktor Ackerman. "Þarf kærasta þín þig?"

"Hún er vinsæl, og ég er vinsæll. Við erum ætluð að vera saman. Örlögin. Allir segja það. Allir búast við því."

"Væntingar? Hvað eiga væntingar annarra að gera með hinni sönnu ást? Ást, sönn ást, er á milli tveggja manna. Einungis tveggja manna. Nú skaltu hugsa um það, Vincente, hugsa um það áður en þú svarar. Hvernig líður þér í raun og veru um Grace Greenway?"

Vincente sópaði fótum sínum undan sér og fiktaði við sig. "Nóg komið af þessu—þessu vitleysu-greiningar-bull. Þetta snýst ekki um mig. Þetta snýst um að Grace nái bata. Hvað viltu að ég geri núna? Að ég giftist henni?"

"Nei, ég vil ekki að þú gerir neitt sem gerir þér óþægilegt. Hins vegar hefur Grace beðið eftir þér. Hún bað okkur um að spyrja þig hvort þú viljir eyða nóttinni hjá henni í herberginu hennar."

"Hvað? Ertu alvarlegur?"

"Hún er alvarleg, svo við verðum að taka ósk hennar mjög alvarlega."

"Og mamma hennar, drekanekkan, er sammála?"

"Ófús, eins og þú hefur sennilega þegar giskað á. Þú heyrðir mig segja að ég myndi tala við þig. Að ég myndi láta þig skilja að ekki má meiða Grace, leika sér að henni eða nýta sér hana."

"Þú heldur að ég myndi henda mér á hana? Líklegra er að hún myndi henda sér á mig!"

"Ef þú berð umhyggju fyrir henni, berð virka umhyggju fyrir henni, og hún, eins og þú orðar það, 'kastar sér á þig', þá verðurðu að finna leið til að láta hana niður mildlega, án þess að hafna henni alfarið."

"Ég skil ennþá ekki hvernig það að eyða nóttinni í herberginu hjá henni ætlar að hjálpa."

"Þetta er það sem hún óskar sér, Vincente."

"En það eru engar tryggingar, er það ekki?"

"Það eru engar tryggingar, Vincente, en Grace mun ná bata. Það er okkar endanlegi tilgangur."

"Ég styð það," sagði Vincente.

"Svo, Helen mun segja Grace að þú þyrftir að fara heim til að sækja nokkra hluti. Þú kemur aftur á morgunkvöld, með það í huga að eyða nóttinni í herberginu hennar. Eins og þú veist, eru tvö rúm. Rúmin verða alls ekki ýtt saman, skilurðu?"

"Já, dok," sagði Vincente. "Ég ætla að fara núna, fá mér smá svefn—því ég mun ekki fá mikinn svefn á morgunkvöld!"

"Ég vona innilega að þú hafir ekki átt við það sem það hljómaði eins og!" sagði Ackerman.

"Ég átti við; ó, þú veist hvað ég átti við."

"Gott þá. Komdu til mín á morgun eða hvenær sem þú vilt tala. Ég verð á vaktinni alla kvöldið, til taks fyrir þig, svo að segja."

"Takk fyrir, doktor Ackerman."

"Góða nótt, Vincente."

"Góða nótt, Doc."

KAFLI 31

Um morguninn snemma vaknaði Grace og gleymdi í augnabliki hvar hún var. Hún mundi óljóst að Vincente hafði verið í herberginu hennar. Annað augnablik var hann þarna og í því næsta horfinn. Hvers vegna hafði hann farið svona skyndilega? H hafði hún gert eitthvað til að koma honum í uppnám? Eða sagt eitthvað?

Hún vonaðist til að finna hann einhvers staðar í herberginu, bíðandi eftir að hún vaknaði. Einungis Helen var ennþá þar, og hún var sofandi.

Grace steig af rúminu og gekk inn í baðherbergið. Hún tók af sér sjúkrahúskjólinn og steig undir sturtuna. Þegar vatnið hitnaði næstum að suðu lokaði hún augunum. Hún þráði snertingu Vincentes.

Hún slökkti á vatninu, tók nýjan kjól af hillunni. Hún vafði sig í kjólinn og komst að þeirri niðurstöðu að enginn gæti litið aðlaðandi út í svona kjóli.

Þegar hún kom aftur að rúmi sínu var Helen að fikta um herbergið.

"Ég á góðar fréttir fyrir þig!"

"Í alvöru? Ég er ekki ennþá að dreyma, mamma?"

"Já, Vincente mun gista hjá þér."

"Í kvöld? Akkurat í kvöld?"

"Já."

"Ég þarf hlutina mína, ég þarf fallegu náttkjólinn minn og ilmvatnið mitt."

"Þú finnur það sem þú þarft í töskunni í fataskápnum á baðherberginu."

"Ég get ekki beðið!"

"Vincente mun auðvitað sofa í—þessu rúmi."

Grace var þegar farin að ímynda sér að færa rúmin tvö saman og gera úr þeim eitt hjónarúm. Að deila rúmi með eiginmanni sínum. Tvö rúm til sýnis, já, en þau þyrftu aðeins eitt. Grace faðmaði sig sjálfa þegar hár á höfði reis á öxlum hennar.

"Ég mun leggja af stað um te-tímann, en ef þú þarft aðstoð verður Doktor Ackerman til taks."

"Við erum gift, mamma!" hrópaði Grace.

Grace hljóp að móður sinni og lagði hendur um hana. Helen var ánægð að sjá dóttur sína hamingjusama - hvaða móðir væri það ekki - en það voru lygin sem trufluðu hana. Lygin og leikritið sem hún var ekki ánægð með. Hún fann sig eins og svikara. Tvírætt.

Grace fór inn í skápinn á baðherberginu og tók fram nætartöskuna. Í henni var fallegasta, meyjarhvíta línrúmföt sem hún hafði nokkru sinni séð, með rauðum slaufubindi framan á.

"Mamma, þetta er fallegt," hrópaði hún.

Nursu Burns kom og tók eftir að Grace var dálítið roðin í andliti.

"Er þér ekki illa, Grace?"

Grace var alveg uppfull af spennu í óþreyju eftir nóttinni með Vincente. Hún vildi að tíminn fljúgaði framhjá svo hann gæti verið hjá henni - núna.

"Reyndu að borða eitthvað," ráðlagði hjúkrunarfræðingur Burns. "Ég skil að gestur muni gista hjá þér í nótt, svo þú þarft alla þína orku."

"Já, þú ættir að borða eitthvað, elskan," sagði Helen og var sammála.

Grace tók bita af ristuðu brauði og sopa af kaffi og þá fór að ógna í magann á henni. "Kannski seinna," sagði hún. Lyktin af kaffinu gerði hana lasa. "Nei, taktu þetta burt," sagði Grace.

"Var Vincente glaður þegar þú sagðir honum að hann mætti dvelja, Grace?" spurði hjúkrunarfræðingur Burns.

"Ég sagði honum það ekki, en ég er viss um að hann hafi verið glaður," sagði Grace. Hún klæddi sig síðan í náttkjólinn sinn og undirbjó sig fyrir komu Vincentes.

KAFLI 32

Klukkan 18:15 kom Vincente Marino á sjúkrahúsið, hann hélt í kassa sem innihélt tólf rauðar rósir með löngum stilkum. Þær voru bundnar með skærrauðum borða.

Þegar hann gekk inn á herbergi Grace, dró Helen sig nokkuð tregt í hlé.

Vincente fór strax til hliðar Grace og kysti hana á báðar kinnar. Hann rétti henni kassann og horfði síðan á augu hennar stækka stöðugt þegar hún leysti blóðrauða slaufuna.

Hann var kvíðinn, en hún líka. Sterk tilgangskennd fyllti loftið.Eftir að hafa þakkað Vincente með kossi á kinnina fyrir hin fallegu rósir bað Grace vaktandi hjúkrunarfræðinginn um vasa. Hún kom aftur með einn og Vincente hóf að raða blómunum í hann. Hann hafði séð móður sína raða vasa fulla af blómum hundruð sinnum áður.

Hann byrjaði á því að taka eina rós úr kassanum, og strauk henni svo afslappað áður en hann setti hana í vatnið. Grace horfði á hann gaumgæfilega, tók eftir andstæðunni milli sterku, íþróttamannlegu fingranna hans og mjóa, þyrnóttu stilka rósanna. Þegar hann strauk rósinni létu gjörðir hans hana skjálfa.

Hún horfði á hann taka upp eina rós, tvær rósir, þrjár rósir. Án þess að hann vissi einu sinni af því að hann væri að gera það strauk hann létt yfir stilkinn, fann sársaukann af þyrninu í fingri sínum í eina stund, og setti svo varlega blómið í vasið.

Hver hreyfing tók andann frá Grace. Lyfti hjarta hennar upp í hálsinn. Það var nánast eins og hann héldi hjarta hennar milli fingurgóma sinna.

Vincente reyndi harkalega að gera enga öldu þegar hann setti eina rósina á eftir annarri í hinn hálfgagnsæja glervasa.

Af og til glápaði hann á Grace. Augnaráð hennar var fest á honum. Hann var ánægður með að hann hefði valið rósir—hún elskaði þær augljóslega.Hann fór allt í einu að finna sig ansi feiminn. Hann rétti aftur hönd í kassann og tók næstu rós, og tók eftir andardráttarskorti Grace. Hann setti rósina í vatnið og rétti svo aftur hönd í kassann eftir annarri. Hún virtist aftur vera örmagna, en að þessu sinni leit hún einnig föl út.

"Er allt í lagi með þig?" spurði Vincente.

Kinnar Grace voru skærrauðar og hún virtist eiga sífellt erfiðara með að ná andanum. Hann velti fyrir sér hvort hann ætti að kalla á einhvern til aðstoðar. Hann vildi ekki að henni yrði aftur slæmt núna, sérstaklega þegar svo virtist sem hlutirnir væru að þróast í átt að einhverju mikilvægu.

"Ég er—ég er fullkomin," sagði Grace og leiksviðaði rauðu slaufuna í náttkjólnum sínum. "Segjumst tala um eitthvað annað á meðan þú klárar blómin."

"Hvað hafðir þú í huga?" spurði hann og strauk stilk annarrar rósar.

"Ó," sagði Grace og horfði á hann setja stilkinn í vatnið, og þá gat hún talað. "Hvað með að við segjum hvor öðrum eitthvað sem hinn aðilinn veit ekki? Kannski misskilning sem þú hafðir á mér, og ég segi þér frá misskilningi sem ég hafði á þér."

"Allt í lagi," Vincente samþykkti, á meðan enn ein rós var sett í vatnið. "Þú byrjar," sagði hann, á meðan vatnsdropar skvettust úr vasanum og lentu á baki handar hans.

Grace horfði á dropana, á meðan hann rétti höndina í kassa fyrir aðra rós. Hann lyfti blóminu upp og vatnið rann niður framhandlegg hans.

Hann tók næstu rós og horfði á hana. Andardráttur hennar stöðvaðist. Tíminn virtist standa kyrr.

KAFLI 33

"Ég hafði einu sinni sérstakt nafn fyrir þig, áður en ég þekkti þig almennilega," afhjúpaði Grace.

Vincente snéri núverandi rósinni milli fingranna. Hann setti hana í vatnið. Hann tók eftir að Grace andaði nú eðlilegra og kinnarnar voru ekki eins roðnaðar. Hann kinkaði kolli og hvatti hana til að halda áfram.

"Ég kallaði þig Gullna hlutfallið mitt."

"Af hverju?" spurði Vincente."Manstu í stærðfræðitímum þegar við lærðum um gullna hlutfallið eftir Fibonacci? Jæja, þú varst mitt gullna hlutfall."

"Viltu meina að, allt aftur þá, þú hafir haft svona tilfinningar fyrir mér?" Nú var hann alveg ringlaður. Hún var að segja að hún hefði elskað hann þá, áður en allt þetta gerðist. Hann vissi að hún hafði smá áhuga á honum, en það var ekki ást, heldur ástfangning. Margar stelpur voru ástfangnar af honum. "Freskaðu minni mitt á Fibonacci," sagði hann.

"Þetta er hugmyndin þar sem fyrsta og annað talan leggjast saman til að mynda summu þriðju tölunnar, eins og einn, tvö, þrír, fimm, átta, þrettán, og svo framvegis."

"Ó já, ég man eitthvað um þetta og eitthvað um náttúruna, eins og öldur og blóm?"

"Alveg rétt! Sáirðu, þú manst það!" Grace sagði, á meðan hann setti enn eina rós í vatnið. "Það er reglumynstur í náttúrunni, með öldum, snjókornum og blómum, sem öll styrkja kenningu Fibonacci um gullna hlutfallið. Þannig að þú varst mitt gullna hlutfall."

"Takk," sagði Vincente, ekki viss um hvað hann ætti annað að segja. "Það er ótrúlegt að þú manst enn eftir nafni sem þú gafst mér, miðað við allt sem þú hefur gengið í gegnum. Hvernig þú misstir minnið. "

"Það kom aftur til mín nýlega. Ég hafði gleymt því, en þegar ég dreymdi um þig, um okkur, kom allt aftur til mín."

Vincente hélt áfram með rósirnar og Grace hélt áfram að tala. "Þegar ég hélt að þú elskuðir mig ekki lengur, dreymdi ég um þig, og í draumnum mínum lofaðir þú að þú myndir aldrei yfirgefa mig."

"Mér þykir leitt, Grace, fyrirgefðu mér," sagði Vincente þegar hann setti síðustu rósina í vasið.

"Ég trúi þér, að þessu sinni."

Vincente lyfti vasanum upp, setti hann á náttborðið við rúm Grace og sagði: "Ég kom aftur, veistu það."

"Hvenær?"

"Í gærkvöldi."

"Þú gætir ekki hafa gert það. Ég hefði vitað af því."

"Þú varst fast sofandi þegar ég kom inn. Ég kysti ennið á þér svona," hann beygði sig yfir hana.

"Ekki," sagði Grace. "Ekki... nema þú meinar það virkilega."

Hann tók djúpt andvarp og tók skref afturábak. Hann gekk að rúminu sínu, tók af sig skóna og lét fæturna dingla yfir rúmbrúnina. Hann sveiflaði fótunum fram og til baka, eins og lítill drengur myndi gera.

"Nú er þinn turni," sagði Grace.

"Hmm, við skulum sjá," hugleiddi Vincente um stund. "Jæja, ég hélt að þú værir feimin, sérstaklega í kringum stráka, en þú virðist ekki vera mjög feimin í kringum mig."

"Er það allt? Er það það besta sem þú getur gert?"

"Hæ, ég er nýbyrjaður í þessu – mundu að þetta var þín hugmynd. Ég veðja að þú getir ekki búið til annan fyrir mig?"

"Auðvitað get ég það!" sagði hún. "Þessi mun fá þig til að hlæja, en einu sinni, fyrir löngu, hélt ég að þú værir vampíra."

"Ég? Vampíra?"

"Já, ég veit að þetta er vitlaust, en ég fór jafnvel svo langt að ég hallaði mér yfir þig og sýndi þér hálsinn, til að sjá hvort þú myndir, þú veist, bíta mig. Þetta var í fyrsta sinn sem við kysstum – manstu? Ég beygði mig yfir svona og beið eftir að þú myndir sökkva tönnunum í mig."

"Það er skrýtið!" sagði hann og horfði á hvítan, beran háls hennar með sterka löngun til að kyssa hann.

Grace nötraði og geirvörturnar risu við einungis þá hugsun.

"Svo, varð ég ekki alveg vonbrigði fyrir þig þegar þú áttaðir þig á að þú hafðir gifta þig dauðlegum manni?"

"Það er fyndið. Þú gætir aldrei brugðist mér," brosti hún. "Nú er komið þitt skot."

"Jæja, áður hélt ég að þú værir veikburða, veikburða manneskja. En núna..."

Grace rak hann í hálf orðin og spurði: "Veikburða, á hvaða hátt?"

"Veikburða, eins og kjánaleg," sagði hann og leitaði í andliti hennar eftir merki um að hann hefði sagt eitthvað rangt, en hún virtist vera sátt við það.

"Það var sennilega vegna þess að þegar þú sást mig, eða þegar ég sá þig, varstu alltaf að horfa á mig á undarlegum hátt. Nú þegar ég hugsa mig um, ef þú hélt að ég væri vampíra, þá er kannski þess vegna þú horfðir á mig svona. Allavega, þú ert hvorki veik né löt — þú ert sterk kona. Og þú virðist vera að verða sterkari."

"Jæja, það er betra en hitt," sagði Grace og hallaði sér aftur að koddanum og lokaði augunum.

Enginn talaði um stund, hvorugur þeirra var til í að tala.

"Getum við rætt þetta?" spurði Grace. "Getum við rætt hvað sem er sem hefur breyst hjá þér varðandi mig?"

"Grace, ekkert hefur breyst, það er bara það að..."

"Þú finnur þig fanginn?"

"Svona eins konar. Kannski, en þetta er ekki þín sök. Þetta er algjörlega ekki þín sök." Hann tók djúpt andvarp og hélt áfram: "Má ég spyrja þig um eitthvað sem hefur verið að plaga mig?"

"Vissulega, Vincente. Þú mátt spyrja mig um hvað sem er, alveg hvað sem er."

"Hver sagði þér eiginlega frá málverki móður minnar?"

"Þú gerðir það."

"Komdu nú, Grace, þú getur sagt mér sannleikann. Hver sagði þér það? Lasstu um það á netinu?"

"Ég lyg ekki, Vincente. Eins og ég sagði áður, þú sagðir mér frá því, og þú sýndir mér málverkið sjálft þegar við fórum til foreldra þinna."

"En af hverju myndi ég vilja sýna þér það málverk?"

"Vegna trjánna!"

"Trén?"

"Alvöru, hvor okkar missti minni hérna?" Grace velti upp augunum. "Trén—eins og það sem stakk og át þann varni, það sem ég var haldið föngnu í?" Grace beið eftir að Vincente sýndi einhver merki um að hann þekkti til, en ekkert kom. Hún blés óþolinmóður í hans garð.

Vincente var nokkuð viss um að Grace væri að gera grín. Hann vissi ekki hvort hann ætti að vera sammála henni eða ósammála, svo hann þagði.

Augnablik liðu. Grace krossaði og afkrossaði handleggina, neitaði að gefast upp. "Og vegna þessara trjáa vildirðu að ég sæi málverk móður þinnar."

"En ég skil það samt ekki – af hverju vildi ég sýna þér málverk móður minnar? Af því að þú varst alltaf hrædd við það málverk. Af því að þú sagðir að sem barn hafir þú séð andlit í bolnum á trénu, og það skelfdi þig."

"Mamma seldi það málverk fyrir nokkrum dögum. Það hafði verið geymt á háaloftinu í mörg ár. Vissulega fannst mér eitthvað óhugnanlegt við það, en ég sagði engum einum einasta manni frá því."

"Þú sagðir mér það, og þú sýndir mér það."

Vincente gekk þvert yfir herbergið. Hann settist við hlið Grace. "Hvað fleira sagði ég þér?"

"Massa af hlutum! Ég meina, við eyddum hverjum einasta degi saman, allan sólarhringinn."

"Segðu mér," sagði hann.

"Viltu það virkilega?"

"Já." Látum sjá. Þú hafðir alltaf dreymt um að eiga Ferrari, rauðan Ferrari, og við keyrðum einn beint af bílastæðinu á Princess Höfuðvegur. Þú varst í skýjunum að keyra þennan bíl og ég var dálítið öfundsjúk."

Vincente hugsaði til baka til draumsins þegar hann var að keyra rauðan Ferrari í leit að Grace. Undarlegt. Hann ákvað að skipta um umræðuefni. "Sagði ég þér eitthvað annað um mömmu mína?"

"Þú sýndir mér vinnustofuna hennar, og hún var að mála nýtt verk. Það var mynd af garðinum hennar, en hún var ókláruð."

Vincente tók djúpt andann. Þetta var sama myndin sem mamma hans hafði verið að vinna að í morgun. Hann hugsaði aftur til þeirrar hugmyndar að Grace hlýtur að vera norn. Hann beið eftir að hún kinkaði nefinu eins og Samantha Stevens í Bewitched, en ekkert gerðist.

Grace togaði hann að sér og kyssti hann ástríðufullt á munninn.

Vincente lá nú ofan á henni og kyssti hana. Hann reyndi að færa sig burt en vildi samt hallast að henni á meðan allar bældar tilfinningar sprungu út í höfði hans. Hún hélt áfram að kyssa hann þar til hann varð andvaralaus.

"Þú ert úr æfingunni, er það ekki?" spurði Grace og gaf Vincente tíma til að ná andanum.

Hann missti jafnvægið og datt af rúminu.

"Ég hef loksins gert það!" hrópaði hún. "Ég hef loksins gefið þér spagettí-fætur! Það var löngu kominn tími til – þú gafst mér þá alltaf!"

"Hvar lærðir þú að kyssa svona?"

"Mjög fyndið, Vincente, þú kenndir mér allt sem ég veit."

"Ertu að segja mér að ég sé eini maðurinn sem þú hafir nokkurn tíma kysst?"

"Já, þú ert sá eini. Sá eini og sanni."

Hann breytti um umræðuefni aftur. "Hvað annað sástu hjá mér?"

"Þú sýndir mér fallegu tréskurðina þína, og ég á ennþá þennan." Grace rétti höndina í skúffu og dró fram Aboriginal-manninn.

Hugur Vincente gekk á hundrað. Hann þurfti að komast út. Úr því herbergi – strax.

"Hvaðan fékkstu þetta?" spurði hann.

"Ég tók það úr herberginu þínu."

"Þú tókst það, en hvenær?"

"Þegar við heimsóttum húsið þitt. Ég hafði það í vasanum, og einhvern veginn var það þarna eina augnablikið en í næsta var það komið inn í málverkið hjá mömmu þinni."

"Í málverkinu? Í vasanum þínum?" hrópaði hann.

"Já, fyrirgefðu að ég sagði þér ekki að hann væri hér. Það kom mér líka nokkuð á óvart – einu augnabliki í málverkinu, næsta augnabliki aftur í vasanum mínum."

"Æh, mér er dálítið þyrst, ég ætla að fá mér gos. Get ég fært þér eitthvað?" spurði Vincente. Hann var að skjálfa. Allt líkamlegt afl hans var að skjálfa. Hann þurfti að komast út þaðan núna. Að fara. Að hlaupa.

"Ætlarðu að fá þér drykk? Núna?"

"Já, ég þarf drykk."

"Allt í lagi, en komdu fljótt til baka," sagði Grace. Hún blés kossi til hans og setti svo Aboríginumanninn aftur í skúffuna.

Úti fyrir langaði Vincente til að flýja. Í staðinn gekk hann niður ganginn til að tala við lækninn Ackerman.

KAFLI 34

"Læknir!" hrópaði Vincente og bankaði aftur og aftur á dyr Ackerman. "Læknir, ég þarf að tala við þig!"

Læknir Ackerman lagði á símtalið þegar Vincente gekk inn á skrifstofu hans.

"Læknir, þú verður að koma mér út úr þessu! Ég get ekki dvalið þarna yfir nótt. Ég er að drukkna þarna inni, og hún er svo brjálæðingur að hún er farin að hafa vit í því sem hún segir!"

"Hvað áttu við? Taktu djúpt andann, Vincente. Kaltu þig!"

"Hún sagði mér frá samtali. Jæja, ekki samtali eins og slíku, en hún sagði mér frá einhverju sem gerðist í gær. Hún veit hluti sem enginn annar getur hugsanlega vitað og svo..."

"Svo hvað? Hún vildi ekki að þið...? Að þið...?"

"Nei, Doc, en hún er ákaflega áhugasöm og... hún er að hafa áhrif á mig."

"Ertu að segja mér að þú sért að verða ástfanginn af henni? Alvarlega?"

"Ég hef aldrei verið ástfanginn áður, en ég hef kyssast við nokkrar stelpur. Engin stelpa hefur nokkurn tíma kysst mig eins og hún kyssir mig og samt segir hún mér að ég sé eini maðurinn sem hún hefur nokkurn tíma kysst!"

"Svo þú ert að verða fyrir of miklum tilfinningum og þú vilt fara heim? Flýja. Ertu hræddur um að missa stjórnina?"

"Ég er að segja að hún hafi sett töfra á mig. Hún er ekki einu sinni minn smekk! Þetta hlýtur að vera töfrar!"

"Já, þú sagðir það áður, karl, og það var ekki meira vit í því þá en núna. Svo, hvað viltu að ég geri, á ég að segja henni að þú hafir farið heim? Að það sé neyðartilvik, svo þú getir ekki dvalið?"

"Kannski geturðu farið inn og gefið henni svefnlyf, þá fer ég aftur inn og sofna. Það verður morgunn áður en við vitum af."

"Ég get ekki gefið henni svefnlyf bara af því að þú biður um það."

"En Doc, hún er að segja mér sögur um okkur. Um hluti sem við höfum séð og gert saman. Hluti sem gerðust aldrei. Hún talar af einlægni um okkur, eins og við séum ein manneskja, og hún sannfærir mig. Það er nánast eins og ég viti hvað hún er að tala um."

"Núna," sagði Ackerman, "þetta er alvarlegt. Ertu að segja mér að þú, án nokkurs vafa, sért dreginn inn í þessa ímyndun? Að lýsingar hennar virðast þér jafnvel raunverulegar stundum?"

"Guð hjálpi mér, já."

"Allt í lagi, Vincente, ég heyri þig. Þú ert ekki sjúklingur minn, en þú ert að hjálpa Grace sem er sjúklingur minn. Undir þessum kringumstæðum þarftu að fara heim. Ég mun gefa þér lyfseðil, svo þú getir sofið og kannski væri best að þú héldir þig í burtu í framtíðinni."

"En ég get það ekki!"

"Þú verður að gera það, Vincente. Þú ert engum til góðs í þessu ástandi."

"Ég get ekki farið án þess að segja henni það sjálfur, án þess að kveðja hana. Ég lofaði henni að ég myndi aldrei skilja hana eftir eina aftur."

"Þú elskar hana, Vincente."

Vincente kinkaði kolli þegar hann lokaði hurðinni á eftir sér.

Hann gekk hægt eftir ganginum, framhjá herbergi Grace, og inn í lyftuna. Þegar hann kom niður á jarðhæð yfirgaf hann sjúkrahúsið og gekk út í myrkri nóttina. Hann gekk yfir malbikið og fann tré standa einangrað. Hann studdi bakið við það og grét.

KAFLI 35

Grace beið kvítt eftir að eiginmaður hennar kæmi heim. Þegar hurðin opnaðist gekk Doktor Ackerman inn.

"Hvar er Vincente?"

"Hvernig hefurðu það, Grace?"

"Hvar er Vincente? Hvað hefurðu gert við hann?"

Hann brosti. "Mér er létt yfir að þú hafir getað eytt þessum aukatíma með honum, en niðurstöður úr nokkrum prófum þínum hafa borist og þær eru vafasamar. Ég þarf að taka enn eina blóðprufu. Einungis til að ganga úr skugga um að allt sé í lagi. Ég hef beðið Vincente um að fresta næturdvalinni meðan unnið er úr þessum prófum."

Grace setti á sig sorgmædda svip og rétti fram handlegginn svo hann gæti fundið æð. Hann stakk nálinni inn án fyrirhafnar. Hún hvippti ekki né fann fyrir sársauka því sársaukinn í hjarta hennar var þegar orðinn óbærilegur.

Læknir Ackerman kláraði að setja blóðprufurnar til hliðar. "Vincente var vonsvikinn, eins og þú, en við munum útvega honum aðra nótt. Það er ekki hægt að gera neitt í því, Grace. Heilsa þín er það mikilvægasta."

"Ég vil Vincente!" hrópaði Grace og hún fór að veltast um og snúa sér í rúminu. Hún kastaði af sér sænginni og ríf það límband af sem hann hafði sett á handlegginn hennar. Bláæðin opnaðist aftur og blóðið spýtti úr henni.

Læknir Ackerman hélt henni niðri. Hann ýtti á neyðarhnappinn til að fá hjúkrunarfræðing til aðstoðar. "Mér þykir það leitt," sagði hann á meðan hann svæfði hana.

KAFLI 36

Læknirinn Ackerman þurfti ferska loft og gekk yfir malbikið. Hann tók eftir Vincente þar sem hann hallaði sér að tréi.

"Sástu hana?" spurði hann.

"Já, það gerði ég, og ég útskýrði allt."

"Og hvernig tók hún það?"

"Hún tók það ekki vel. Ég þurfti að róa hana."

Vincente kramdi hnefana og reis upp. Andlit hans var aðeins nokkrum sentimetrum frá andliti Ackerman. "Ég sagði að ég myndi koma aftur. Þú þurftir ekki að gera þetta. Ég þurfti tíma. Tíminn var allt sem ég þurfti."

"Þú þarft meira en tíma, Vincente. Þú þarft fjarlægð. Ég er ekki viss um hvað mun gerast með þessa stúlku, ef þú verður ástfanginn af henni, og ef fantasían sem hún skapaði rekst saman við veruleikann—og verður að veruleika. Ég er ekki viss um hvað gerist þá."

"Ef hún hefur dreymt þetta og svo rætist það, þá myndi hún batna samstundis, ekki satt?"

"Vincente, það gæti gerst, og aftur á móti gætu hlutirnir farið hina leiðina."

"Sem þýðir?"

"Grace stendur á brún klettahæðar. Sannleikurinn gæti ýtt henni fram af. Hún gæti áttað sig á því að allt í kringum hana sé lygi. Að við höfum öll verið að leika með í fantasíum hennar og þá, hvar mun hún vera?"

"Svo þrátt fyrir að ég elski hana núna, ætti ég að draga mig í hlé, láta hana í friði, fara aftur í skólann – til stelpunnar sem allir aðrir búast við að ég sé með, og bara vona að Grace Greenway fari einhvern tíma að lokum að gleyma mér? Ég vil ekki að hún fari að hugsa sig frá mér! Og hún mun halda að ég hafi yfirgefið hana aftur; hún mun halda að ég hafi brotið loforðið mitt – aftur."

"Við verðum að taka tilfinningar þínar til greina í því hvernig við förum með þetta, þetta, hvað sem þetta nú er. Við þurfum að endurskoða, að safna okkur saman. Farðu heim núna. Komdu aftur á morgun. Grace mun sofa í að minnsta kosti átta klukkustundir. Leitaðu til mín þegar þú kemur aftur, og ég mun upplýsa þig. Farðu ekki beint inn til að heimsækja Grace. Komdu fyrst til mín."

"Samdið."

Vincente og læknirinn Ackerman gengu yfir bílastæðið, þar sem röð leigubíla beið farþega. Vincente steig inn í aftursæti eins og var fljótlega á leið heim.

Heim – þar sem hann vonaðist til að sofa án drauma.

KAFLI 37

Um morguninn vaknaði Grace í tómarúmi.

Hún fann sig eina og svikna, á meðan ein af hjúkrunarfræðingunum pússaði upp koddann hennar og setti morgunverðarvagn fyrir framan hana.

Hún ýtti honum frá sér. Einungis lyktin af honum gerði henni illt í maganum.

"Ég er ekki svöng," sagði Grace.

Þegar herbergið var aftur autt af fólki, hallaði Grace sér aftur að koddanum og lokaði augunum.

Hún spilaði brúðkaupsdaginn sinn aftur og aftur í huganum, þar til hún sofnaði aftur.

KAFLI 38

Næsta dag kallaði læknir Ackerman Helen til sín í skrifstofu sína. Hann hvatti hana til að setjast niður, með mjög ráðgátan svip á andliti sínu.

Helen vissi að hann hefði slæmar fréttir að segja. Hún vissi líka að hún hefði ekki átt að skilja dóttur sína eftir eina með þeim dreng.

Læknir Ackerman settist andspænis Helen svo að hné þeirra snertu nánast saman.

Hann horfði beint í augu henni og sagði: "Grace er ólétt."

Helen hló.

"Grace er ólétt," endurtók hann.

"Hvað?"

"Við gerðum blóðprufu fyrir nokkrum dögum og niðurstaðan var jákvæð. Ég tók meira blóð í gærkvöldi og það staðfestir það – dóttir þín er ólétt."

"Það getur ekki verið! Ég drepi þann litla skítunga!"

"Hvernig ætlarðu með því að hjálpa neinu?" spurði hann. "Þú þarft að róa þig og hlusta á mig. Hlustaðu vel á mig."

Hún tók djúpt andvarp. Sló saman hnefa.

"Það er enn snemma á meðgöngunni og ofviðbrögð þín munu hvorki hjálpa þér né Grace."

"Veit hún það?"

"Nei, þú ert sú fyrsta sem fær að vita þetta. Mér fannst það viðeigandi. Við þurfum að ræða hvernig við skulum bregðast við."

"Hvernig eigum við að bregðast við? Það er tilgangslaust að ræða þetta. Við verðum að losna við barnið."

"Grace er sextán ára, hún á réttindi."

"Það hlýtur að vera Marínós!"

"Ekki endilega. Hún hefur verið hérna, með starfsfólki og gestum í kringum sig, alla daga. Hann hafði ekki verið einn með henni fyrr en í gærkvöldi og að auki var hann aðeins hér í nokkra klukkutíma áður en ég sendi hann heim."

"Dóttir mín fer í skólann og kemur svo heim. Hún vinnur í stærðfræði og gerir tilraunir á kvöldin. Hún þekkir enga aðra stráka. Það hlýtur að hafa verið Marino!"

"En við verðum að vera viss áður en við ákærum nokkurn. Og ekki síður mikilvægt, við verðum að segja Grace frá."

"Fyrst þurfum við að staðfesta að hann sé faðirinn og þá getum við sagt henni frá," sagði Helen.

"Vincente ber djúpa umhyggju fyrir dóttur þinni. Hann er ringlaður, og hann hefur sagt mér að þau hafi ekki gert neitt annað en að kyssast. Hins vegar trúir Grace að þau séu hjón. Þess vegna, ef við segjum henni frá, verður hún 100% viss um að hún sé ólétt af barni Vincentes."

"Ef það er ekki hans, hvað þá? Óskilgetin getnaður?"

"Allt sem ég veit með vissu er að við verðum að segja Grace frá. Hún mun þurfa á hjálp þinni að halda til að ákveða hvað skuli gera," sagði Ackerman.

"Ef barnið er ekki hans, mun sönnunin vera augljós: að við höfum verið að leika grimmilega með hana með því að fylgja fantasíum hennar," sagði Helen. "Þetta gæti verið of mikið fyrir hana að takast á við."

"Við þurfum staðfestingu sem fyrst. Ég mun spyrja Vincente hvort hann sé sammála um að fara í nokkrar prófanir þegar hann kemur til mín seinna í dag."

"Og ef barnið er ekki hans, þá mun hún með miklum líkum samþykkja að láta það frá sér."

"Viltu segja henni núna að hún sé ólétt? Um leið og niðurstöður prófa Vincentes berast, getum við rætt við hana um hver gæti verið faðirinn, ef hann er það ekki," sagði Ackerman.

"Já, ég held að við ættum að segja henni. Því fyrr því betra."

"Förum til hennar núna og sjáum hvernig henni líður. Við getum metið stöðuna og ákveðið þá hvað skuli gera."

"Hún þarf að vita. Dóttir mín þarf að vita."

***

Vincente kom á ganginn þar sem Grace lá akkúrat á þeim augnabliki sem Helen og doktor Ackerman komu út úr skrifstofu hans.

"Doktor Ackerman, ég vildi tala við ykkur," sagði Vincente. Og svo: "Halló Helen."Hún horfði á hann með drápseggjandi augum.

"Við þurfum að fara inn og tala við Grace, en vinsamlegast biðdu eftir mér í skrifstofunni minni. Ég verð til baka fljótlega og þá getum við talað."

Vincente gekk með fingrunum í gegnum hárið sitt. Hann horfði á Helen og læknirinn Ackerman ganga burt. Þegar þau komu að dyrunum hjá Grace hikstuðu þau stutt og gengu svo inn. Hann velti fyrir sér hvað hefði valdið hikinu.

Hann fann til sektar fyrir að skilja Grace eftir eina. Hann vildi sjá hana—að laga hlutina á milli þeirra.

Þegar hann kom inn á skrifstofu Doktors Ackerman lokaði hann hurðinni á eftir sér og hellti sér upp á glas af vatni. Vincente settist niður og tók upp íþróttatímarit. Hann fletti í gegnum það á meðan hann beið, en hugur hans var of upptekinn. Hann gat ekki setið kyrr, svo hann stóð aftur upp og gekk um. Hann þrýsti hnefum sínum í vasana. Og hann beið.

"Ég er svo glöð!" hrópaði Grace. "Þetta eru bestu fréttir sem mögulegt er fyrir Vincente og mig. Við erum að fá barn!"

Helen faðmaði dóttur sína, sem var að skjálfa úr spenningi.

"Grace, þú þarft að halda þér sterk og þú þarft að borða. Hvað er þetta sem ég heyri um að þú sleppir morgunmatnum?" sagði Dr. Ackerman.

"Mér leið ekki vel til þess þá, en ég ætla að borða eitthvað núna. Komdu með! Ég er svo spennt!" hrópaði Grace.

Eftir nokkur djúp andköf sagði Grace: "Vinsamlegast biððu Vincente að koma til mín. Ég get varla beðið eftir að segja honum fréttirnar!"

KAFLI 39

"Takk fyrir að bíða, Vincente," sagði Doktor Ackerman.

"Hvernig hefur Grace það í morgun?"

"Hún er geislandi! Svefninn hefur gert henni ótrúlega gott, og þú lítur einnig út fyrir að hafa hvílt þig. Sofaðir þú vel?"

"Já, ég svaf í gegnum allt."

"Ég veit að þú ert ekki einn af föstu sjúklingunum mínum, en mig langar að biðja um leyfi til að taka blóðprufu?"

"Blóðprufa. Af hverju?"

"Þú virtist vera mjög stressaður í gærkvöldi, og mér fannst gott að athuga með þér til að ganga úr skugga um að þú sért í toppformi."

"Ég hef verið mjög þreyttur."

"Þá er eins gott að við skoðum þig," sagði Ackerman. "Vinsamlegast rúllaðu upp erminni og ég tek sýnið af þér strax."

Eftir að sýnið hafði verið tekið og hettuglasið geymt, rétti doktor Ackerman Vincente lausnarskjalið til undirritunar. Það veitti honum heimild til að nota blóðsýnin til að framkvæma allar nauðsynlegar prófanir.

"Má ég hitta hana?" spurði Vincente.

"Ekki í dag, en komdu til mín á morgun. Kannski geturðu hitt hana þá."

"En þú sagðir að hún væri geislandi og vel hvíld."

"Já, og við viljum að hún haldist þannig! Farðu heim og komdu aftur á morgun. Gefðu henni svigrúm og tíma. Hún er hjá móður sinni núna."

"Allt í lagi, dokkur. Sjáumst á morgun þá."

"Takkðu fyrir, Vincente," sagði læknirinn Ackerman og flýtti sér út með blóðsýnin. Hann gat varla beðið eftir að koma þeim í rannsóknarstofuna.

***

Tveimur vikum síðar voru þau öll saman komin á herberginu hjá Grace.

Þegar læknirinn Ackerman kom loksins, brosti hann ekki. Hann talaði ekki né leit í augu neins af þeim þremur sem voru til staðar. Hann hélt niðurstöðunum þétt að sér á töflu.

Grace var alveg á tánum úr spenningi.Helen hafði kreppt hnefana og kjálkann. Hún leit út eins og hún þyrfti mjög brýnlega að fara á salerni.

Vincente var alveg ráðvilltur.

"Góðan morgun, allir," byrjaði doktor Ackerman. "Það virðist, út frá blóðprufum, að Grace og Vincente séu að bíða barns."

Grace hrópaði fagnaðaróp og opnaði faðminn fyrir Vincente.

Vincente stóð og horfði á Grace. Hann var hvítari en lakarnir á rúminu. "Hvernig getur þetta verið?" spurði hann sjálfan sig og sagði svo háværlega: "Hvernig getur þetta verið þegar allt sem við höfum gert er að kyssast?"

Helen missti meðvitund og féll til jarðar með dynki.

KAFLI 40

"Grace? Vaknaðu, Grace. Það er kominn tími til að við förum," hvíslaði barnarödd.

Grace skjálfaði. Herbergið var mjög kalt og dimmt. Hún horfði á blinda fyrir framan gluggann sveiflast fram og til baka í blíðri andvari. Glugginn virtist vera víðopinn.

Spítalagluggar opnast ekki, hugsaði hún.

Lítil hönd greip í hönd Graces og dró hana út úr rúminu.

Grace, enn hálfsofandi og hálfvöknuð, gekk hlið við barnið. Saman gengu þær að opnum glugganum, eins og í dái.

Litla stelpan var einnig í hvítum línrúmfötum með rauðum böndum. "Haltu þétt," sagði hún og lagði mjúkan teppi í faðm Graces.

Grace faðmaði teppið af innsæi og lokaði örmum sínum um það.

Næturkjólarnir blésu og hvísluðu á leið þeirra að glugganum.

Í tunglljósinu þekkti Grace litlu stelpuna sem hafði sýnt sig tvisvar áður. Einu sinni þegar hún var á miðri götu og í annað sinn þegar Grace sat fast í risastóru tré. Hún skjálfði þegar næturkjóll litlu stelpunnar glitraði í tunglljósinu.

Litla stelpan klifraði upp á gluggakarminn, en hélt allan tímann fast um hönd Grace. Hún togaði, en fætur Grace gátu ekki hreyfst.

"Hvert erum við að fara?" spurði Grace.

"Í hjarta heimsins," útskýrði litla stelpan.Grace hélt teppinu fast að bringu sér og horfði á fæturna. Hún reyndi að ýta því úr huga sér, því sem hafði gerst síðast þegar hún hafði verið dregin út um gluggann út í nóttina.

Litla stelpan hélt áfram að fylgjast með Grace óþolinmóð, "Ég er strengurinn," sagði hún. "Þú verður að koma með mér núna. Þeir eru að bíða."

"Hver, hver er að bíða?" spurði Grace.

"Þú munt sjá," sagði hin litla. "Komdu."

Með annarri hendi hélt Grace teppinu og með hinni snéri hún rauða bindinu aftur og aftur og aftur. Hún var að kaupa sér tíma – hún vildi ekki sitja á gluggakarminu. Hún vildi ekki fara út í nóttina. Að þessu sinni þurfti hún ekki að fara. Hún vildi ekki fara.

"Flýttu þér, Grace. Þau hafa beðið eftir þér eilífð," útskýrði stúlkan.

Grace skreið afturábak.

Þegar Grace vildi ekki ganga til liðs við hana, klifraði stúlkan niður af gluggakarmnum. Hún tók aftur í hönd Grace. Hún hélt fast um höndina hennar og leiddi hana að glugganum. Í nokkrar sekúndur lyftust fætur þeirra frá gólfinu og fljótlega sátu þær hlið við hlið á gluggakarmnum.

Saman sátu þær og horfðu á tunglfarið.

"Taktu djúpt andann," sagði litla stelpan og taldi síðan mjúklega niður: "5, 4, 3, 2, 1!"

Og saman féllu þær fram á við inn í Cimeriu-nóttina.

KAFLI 41

Eftir að hafa fallið í mörg mínútur, sem virtust vera klukkustundir, lentu þau á baki bíðandi skrímslis.

Þetta var ekki sama skrímslið sem hafði borið Grace fyrir nokkrum tíma og sett hana hátt upp í tré.

Þetta skrímsli var hvorki loðið né fjöðruð. Í staðinn hafði það málmvængi sem endurspegluðu tunglljósið og stjörnuljósið þegar það sveif yfir svarta himininn.

Grace hafði svo margar spurningar til að spyrja, en vindurinn ullaði og skrímslið lét reglulega frá sér dynjandi gný. Grace kramdi teppið; allan tímann óskaði hún þess að það væri Vincente sem hún væri að halda í.

Litla stelpan kastaði dökkum hárinu aftur og lyfti andliti sínu til tunglsins. Hún lokaði augunum og hóf að dunda róandi vögguvísu. Grace þekkti laginu; það var þeirra lag, hennar og Vincentes. Grace lokaði augunum og sökkti sér í djúpan draum.

KAFLI 42

Þær flugu í óvenju langan tíma, þar til móðir Sólin byrjaði að fæða nýjan dag.

Þetta var merkið þeirra til að hefja niðurdalinn. Grace og stúlkan héldu fast í málmbestið þegar sólarljósið endurspeglaðist af líkama hans og sendi eldingar í allar áttir. Himinninn var upplýstur af dagfýrsvörpu þegar þær féllu í gegnum skýin.

Síðan byrjuðu skýin að skýrast, á meðan þær lentu niður að hjarta Jarðar.

Í fjarlægðinni sá Grace risastóran rauðan stein sem logaði í sólskininu. Hann var umkringdur sandi.

En þegar hún blikkaði augun nokkrum sinnum hófst og endaði hafið við brúnir steinsins. Bylgjur brotnuðu og rúlluðu, en þær brutust aldrei út fyrir brún risasteinsins. Það var eins og hafið byrjaði og endaði hér við steininn.

Nú þegar hún nálgaðist gat Grace greint mynstur sammiðja hringja. Séð úr lofti leit það sem hún sá fyrir neðan út eins og risastórt örvarkastspjald.

Nú, þegar hún þekkti mynstrið, gat Grace skipt fjarlægðinni milli hringjanna og greint eina svæðið frá öðru.

Á útivallinu var rauður sandur, sem lyftist upp og niður sporadískt eins og jörðin tæki andköf og andaði út. Næsta hringur, eins og áður hefur verið útskýrt, var hafið, sem hófst og endaði þegar öldurnar kossuðu rauða klettinn án þess að flæða yfir. Rauði kletturinn myndaði hring, og úr honum óx hringur af trjám.

Trén réttu út greinar sínar, hvert til annars, en eitt tré reis hærra en öll hin: ólífutré. Það náði upp í skýin, langt fyrir ofan málmfuglinn sem Grace sat á. Við hlið ólífutrésins voru hlyntir, pálmar og eukalyptustré í venjulegri stærð – til að nefna nokkur. Þessi hluti hófst og endaði með trjám og síðan sást aftur skilrúmshringur af rauðum sandi.

Inni á milli trjánna var annað svæði með blómum. Það samanstóð af sólblómum, gullregn, túlípönum, rósum og mörgum, mörgum öðrum.

Síðan kom meira rautt sandur, á eftir því mjög háar dýr eins og risaeðlur, gasellur, fílar og birnir.

Þar sem það svæði endaði, hófst annað. Rautt sandur, síðan önnur hringir með vatnadýrum eins og hvalir, hákarlar og medúsur. Vatn flæddi yfir og umhverfis þau án þess að snerta aðrar deildirnar, þar sem þær voru varðar og afmarkaðar.

Í hring voru öll fljúgandi og rennihreyfð dýr. Þar voru hræður, refir, fiðrildi og kakatúrur. Þau risu og féllu nánast eins og ímynduð marionettustjóri héldi þeim niðri. Dýrið, sem Grace og litla stelpan höfðu ferðast á baki, myndi taka sinn sess innan þessa hringjar.

Á eftir öðrum hring af sandi kom hluti með skriðdýrum, pungdýrum og fjölmörgum öðrum dýrategundum, þannig að hver ættbálkur og tegund var fulltrúaður.

Það voru of margir hlutar til að Grace gæti talið þá alla. Hljóðin sem heyrðust frá þeim risu upp úr jörðinni, nánast eins og þau töluðu með einu munni.

Nú þegar þau nálguðust sífellt meira sá Grace einnig hringi af fólki.

Karlar og konur, bæði ungir og gamlir, voru skiptir í hluta. Þeir komu víðs vegar að úr heiminum og fulltrúuðu allar frumbyggjamenningar Ástralíu og annars staðar. Sumir voru í hefðbundnum búningi. Sumir báru spjóta. Sumir báru bumeranga. Aðrir voru skreyttir loðdýrahúðum og fjöðrum, og fáeinir voru með málað andlit. Á meðan aðrir spiluðu á regnstafi og trommur.

Þegar þeir nálguðust, fundu allir í hringnum tilvist Grace innra með sér. Í samstilltu samspili hóf hver hluti að sveiflast. Rauða sandurinn lyftist og féll innan hringlaga marka síns.

Nú flugu þeir sífellt nær og nær og um stund hélt hún að hún sæi Vincente. Það var satt. Hann stóð í hring með öðrum drengjum á sama aldri og hann. Hver drengurinn var ljóshærður og klæddur í langa, gólflanga kápu, eins og munkur myndi bera.

Augun hans Vincente mættust augunum hennar Grace. Hann veifði frumbyggjagröfnu manni sínum í loftinu til að viðurkenna nærveru hennar.

Í sólskini tók Grace eftir að arfleifðarhringur fjölskyldunnar var aftur á fingri hans. Strákarnir lyftu báðum örmum sínum í átt að henni. Grace varð augnabliks blinduð þegar sólskinið skellti á hvern hring þeirra í einu. Þeir voru allir með nákvæmlega sama hring og Vincente.

Þegar hún blikkaði aftur til raunveruleikans sá Grace hvern drenginn taka af fingri sínum hringinn sinn og leggja hann fyrir framan sig á litla, ferhyrnda klút.

Inni í hópi drengjanna var hringur stelpna. Aftur voru þær þúsundir, ein stelpa fyrir hvern dreng. Stelpurnar voru allar klæddar í hvítum línrökum náttkjólum með rauðum böndum utan um kraga. Hver stelpa hélt teppi í örmum sínum.

Þegar þau voru næstum því lent, horfði Grace á rauðu slaufurnar sveiflast upp og niður í blíðri andvari, svo þær stilltust, og svo hreyfðust þær aftur upp og niður.

Augun hjá Vincente festust á Grace. Hún stökk næstum því af baki skepnunni, en Vincente sneri sér burt, nánast eins og hún væri dáin fyrir hann. Fætur hennar snertu sandinn. Hún hefði hlaupið til hans, ef litla stelpan hefði ekki komið í veg fyrir það með því að grípa í hönd hennar.

Grace gekk inn í hringinn þar sem stelpurnar biðu í þögn. Grace hafði margar, margar spurningar sem hún vildi spyrja, sem hún þurfti svör við. Litla stelpan lagði fingurinn á varir sínar og sagði: "Ssss."

Rauða slaufan hennar Grace hreyfðist nú upp og niður í takt við hinar stelpurnar þegar hlýtt andvari stráði um þær. Þó að henni væri heitt, skjálfaði Grace.

"Leggðu teppið á jörðina fyrir framan þig," krafðist litla stelpan.

Hin stelpurnar í hringnum fylgdu fordæmi Grace.

Aftur reyndi Grace að spyrja spurningu en eins og áður sagði litla stelpan bara: "Ssss."

KAFLI 43

Nú höfðu fjórir nýir hlutar verið bættir við. Hringur af rauðum sandi, á eftir honum hringur af efni með hring á miðju fyrir framan strákana. Á eftir kom annar hringur af sandi og hringur af teppum fyrir framan stelpurnar.

Þá hófst kórsöngurinn. Hann hófst utan frá og færðist milli hlutanna. Hver hluti hafði sinn hljóð sem saman mynduðu lag. Saman flugu þeir á vængjum laglínunnar á meðan sólin þrýsti sér sífellt hærra upp í nýfæddan daginn.

Svo fljótt sem hann hafði byrjað, hætti kórsöngurinn.

Í augnabliks algjör þögn ríkti. Síðan öskruðu þeir saman með einni röddu, í einu lagi.

Það var fallegur, róandi og huggunarfullur hljómur, alls ekki það sem maður myndi ímynda sér, en hann var svo háværð að Grace þakti fyrir eyrun.

Litla stelpan sá ótta Grace og hvíslaði í eyra hennar: "Jarðin hefur borið þennan sársauka svo, svo lengi. Nú er Jarðin að losa sig við sársaukann. Tilvist hennar ræðst af því. Óttist ekki. Þú ert vitni að lækningunni."

Grace lét hendurnar síga og lokaði augunum og þegar hún var ekki lengur hrædd gat hún skynjað og metið allt.

Móðir Sólin hellti geislum sínum í hjörtu allra sem viðstaddir voru. Hún virtist dregja fram hjartslætti, samstilla þá og láta þá enduróma í einn hjartslátt alheimsins.

"Segðu það núna," sagði litla stelpan. "Grace, segðu orðin."

Grace lyfti öxlum í ringulreið. Hún hafði enga hugmynd um hvað litla stelpan vildi af henni.

"Segðu það núna. Segðu orðin, orðin. Orðin sem þér hefur verið kennt. Þú ert sú síðasta. Þú verður að segja þau núna. Við erum öll að bíða."

Hugur Grace fljúgaði aftur til lagsins sem litla stelpan hafði talað til hennar fyrir nokkrum tíma. Hún var ekki viss um að hún gæti munað orðin. En einhvern veginn vissi hún innst inni að hún mundi þau.

Allir voru þögulir. Allir biðu.

Grace tók djúpt andvarp, en hún gat ekki látið neitt hljóð frá sér.

"Talaðu frá hjartanu," sagði litla stelpan. "Og orðin munu flæða."

Grace hægði á öndun sinni og lokaði augunum. Orðin flæddu úr munni hennar út í opna loftið eins og gjöf:

"Ég er konan sem dregur,
ég er öskrin;ég er leynda röddin,
ég er andvarpið;
ég er það sem heyrist
lágt í skugga;
fuglar svara með tóni,
blómin í moskítrómi;
ég er sú sársaukafulla plönt,

mælt þar sem kallar
einmana fugl á flakki
við dimma fossi;
ég er konan sem dregur,
förum ekki framhjá mér;
ég er leynda röddin,
heyrið mitt kall;Ég er mátturinn sem nóttin
Missir um slóðir;
Ég er rót lífsins;
Ég er strengurinn." *

Stelpurnar í hópnum hófu að syngja. Eitt lag fyrir einn, eitt lag fyrir alla. Síðan tóku þær í hendur og sveifluðu sér í hlýjunni frá móður Sólinni.

Litla stelpan brosti til Grace og breyttist svo aftur í kráku. Hún flaug að hópnum þar sem hún var tekin á móti af hljómi vængjanna sem slógu.

Á meðan þær sungu hófu karlar og konur að safnast saman fyrir utan hringinn. Þeir voru klæddir í hefðbundnum búningi og höfðu komið til rauða klettarins frá mörgum, mörgum fjarlægum löndum. Þeir stóðu saman í pörum og héldu í hendur. Fljótlega voru hendur þeirra skildar og karlarnir stóðu í röðinni sem leiddi inn í karlahringinn og stelpurnar stóðu í röðinni sem leiddi inn í stelpnahringinn.

Einn frumbyggja-drengur stóð fyrir framan hinn fyrsta ljóshærða dreng og þeir faðmast. Síðan tók hinn ljóshærði drengur hringinn sinn og efnissmérið og lagði það í opna lófa frumbyggja-drengsins. Frumbyggja-drengurinn setti hringinn á fingurinn. Þeir faðmast aftur og frumbyggja-drengurinn beið.

Maki drengsins stóð fyrir framan hina fyrstu stúlku, klædd í hvítan línkjól. Þær tvær stúlkur faðmast eins og drengirnir höfðu gert. Stúlkan gaf frumbyggjastúlkunni rauðu slaufubandið úr kjólnum sínum. Þær faðmast aftur og svo beygði hún sig niður, tók teppið og hún og maki hennar gengu í átt að sólinni. Þegar parið gekk inn í ljósið hurfu þau.

Þetta sama atvik gerðist aftur og aftur í margar, margar klukkustundir. Saman brúuðu karlarnir og konurnar tímabilið. Það var mikið grátið og faðmast. Fljótlega voru aðeins tveir eftir: Vincente og Grace, og hjón utan hringins.

Síðasti frumbyggja-maðurinn gekk inn í hlutann, og hann og Vincente skiptust á.

Og þá byrjaði knippi við fætur Grace að gráta.

Það var ekki bara teppi. Það var ekki tómt knippi. Það var barn. Barn Grace og Vincente.Grace beygði sig fram til að klappa teppinu, en frumbyggjakonan var þegar komin þangað og athöfnin hafði þegar hafist.

Barnabólan hélt áfram að gráta við fætur Grace.

Hún horfði á hönd konunnar og sá að hún var að skjálfa.

Konan faðmaði Grace.

Grace leit yfir öxlina til að staðfesta að maki konunnar væri nú að bera hring Vincente. Það var hann, sem þýddi að Vincente hafði gefið samþykki sitt.

Þrjósk tár rann niður kinn Grace.

Næst í athöfninni var gjöf rauða bindisins. Ef Grace neitaði að afhenda það, myndi samningurinn ekki ganga í gegn. Hún vildi sjá barnið sitt, hugga barnið sitt.

Konan faðmaði Grace aftur.

Og þá gerðist það.

KAFLI 44

Bylgjurnar sem umkringdu rauða monólítinn risu upp, hærra og hærra og hærra, þar til þær krulluðu sig umhverfis rauða klettinn og mynduðu nýjan hluta af risastórum, hringlaga kvikmyndaskjám.

Um leið og hinn nýi hringur skjána var fullgerður, byrjaði jörðin undir fótum Grace að skjálfa og nötra, á meðan hún brotnaði sundur. Pallurinn lyfti Grace og barni hennar hærra og hærra og hærra.

Þar fyrir framan hana byrjaði saga frumbyggja og innfæddra þjóða heimsins að flissa fram á skjáunum. Hún var vitni að því að ungbörn voru tekin, stolin og afhent ókunnugum, og foreldrar grétu endurtekið í daga, ár og aldir.

Og með hverju barni sem var tekið, sveigðist ólífutréð og rakxaði sár á líkama Grace. Í fyrstu öskraði hún af brennandi sársauka, en þegar hún horfði í sársaukafullu augun á þeim börnum sem voru rifin frá fjölskyldum sínum, opnaði hún faðminn, tók á móti sársaukanum og fagnaði honum sem hluta af tilveru sinni. Hún áttaði sig nú á því að ólífutréð var hið stöðuga. Tengslin milli hér og þar, milli þeirra og okkar, milli heima.

Þegar hún hafði tekið sársaukann til sín, leit hún til Vincente. Hann hafði reynt að hlaupa til hennar, en fætur hans gátu það ekki. Það var eins og þeir hefðu verið steyptir í jörðina.

Hún sneri sér við, blóðið dróppaði úr víðopnum sárum hennar, og kallaði til móður jarðar sem lét skjöldana síga niður og færði Grace aftur á jafnsléttu þar sem frumbyggjastúlkan beið.Um leið og hún kom aftur á þurrt land, hikaði Grace engan veginn við að faðma frumbyggjakonuna, hvísla afsökunarbeiðni í eyra hennar og afhenda henni rauðu slaufuna.

Frumbyggjakonan tók upp barnið sitt. Hún veifði og leit ekki til baka á meðan hún huggaði barnið sitt, og þau héldu áfram í átt að hlýjum sólargeislum.

Í fyrstu hófst barnsgrátið aftur, en fljótlega fékk hún hughreystingu og loftið var kyrrt, mjög stillt og áberandi þitt.

Og þá skall á hávaðabrölt, þegar öll tré og dýr öskruðu í takt.

Grafarvarni flaug niður að þeim tveimur sem eftir voru, Grace og Vincente. Hún breyttist aftur í litlu stelpuna, rétti út hönd til Vincentes og síðan til Grace.

Jafnvægið var nú endurheimt fyrir móður jörð; þríeykið gekk út í sólskinið.

"Eitt enn," hvíslaði litla stelpan og sleppti svo höndum þeirra.

KAFLI 45

Jörðin byrjaði að skjálfa og krampa undir fótum þeirra.

Grace og Vincente héldu fast um hvort annað á meðan kraftarnir ýttu þeim saman og í sundur, saman og í sundur.

Þau héldu í hendur þegar þau lyftust af jörðinni.

Þau snerust og snerust í svörtum göngum, nánast eins og þau væru inni í snúnum svörtum regnhlíf.

Þau héldu saman. Þau kysstust.

Sameinuð köll hljómuðu.

Á augabragði færði móðir jörð allt og alla aftur á þann stað sem þeim var ætlað að vera.

Og enn og aftur stóð hinn rauði monólíti einn.

Epilógur

Ungur maður sat á brimbretti sínu við Manly Brú.

Hann beið eftir stóru briminu.

Í fjarlægðinni tók hann eftir einhverju sem glitti og sveiflaðist.

Hann róðaði að því. Það var myndavél.

Hann setti ólinn um hálsinn á sér og þegar stóra brimið kom loksins, reið hann briminu inn að landi.

Síðar gekk hann upp og niður ströndina í nokkurn tíma og spurði hvort einhver hefði misst myndavél. Enginn sótti hana.

Forvitinn tók hann myndavélina með sér á nærliggjandi myndavélabúð. Myndafilman inn í vélinni var hvorki skemmd né blaut. Hann bað um að hún yrði þrifin.

Nokkrum klukkustundum síðar, þegar myndafilman var tilbúin, sneri brimbrettakappinn aftur til myndavélabúðarinnar. Hin unga kona bak við afgreiðsluborðið baðst afsökunar því að aðeins væri ein mynd á filmu.

Hann opnaði umslagið.Ungur maður með ljóst hár, í svörtum tuxójakka, ber að ofan og með svartar gallabuxur, stóð hand í hand með konu með rauðbrúnt hár, sem bar prinsessukróna og brúðarkjól úr blúndi. Þau virtust mjög hamingjusöm. Á bak við þau höfðu litlar ljósaperur, tunglið og hafið skapað fullkominn bakgrunn fyrir brúðkaup þeirra.

Þar sem hann þekkti engan þeirra, kastaði hann myndinni og myndavélinni í ruslatunnu.

Þrír varlar öskruðu í fjarlægð.

Eftirorð

Eins og það var
Og eins og það mun ætíð vera...
Börn borga verðið,
Fyrir söguna.

Þakkir

***DAME MARY GILMORE (1865-1962)**

Verk Dame Mary Gilmore, " The Song of The Woman-Drawer" – "Lag kvenfólksins", er innifalið í þessari bók með leyfi útgáfumerkisins ETT, Sydney, Ástralíu.

Ég vona að þér finnist líka gaman að lesa önnur verk Mary Gilmore!

Gerðu leit og þú munt undrast og verða INNBLÁSIN af öllu sem hún hefur áorkað!

Lestrartillögur

Ég vona að þú viljir fræðast meira um:
GADIGAL-FÓLKIÐ Í EORA-ÞJÓÐINNI & FRUMBYGGJA ÁSTRALÍU
KONUR Í VÍSINDAGEIRANUM
KONUR Í STÆRÐFRÆÐI
LEONARDO FIBONACCI
ALBERT EINSTEIN.
Gerðu leit og LÁTÞIG INSPÍRAST!

Athugasemd frá höfundi:

Kæru lesendur,

Takk fyrir að velja að lesa söguna um Grace og Vincente. Ég vona að ykkur hafi líkað að lesa hana eins og mér líkaði að skrifa hana!

Ég fæddist í Ontario í Kanada en bjó í Sydney í Ástralíu með fjölskyldu minni í yfir fimmtán ár. Á þeim tíma uppgötvaði ég verk Mary Gilmore. Vísan sem er í þessari skáldsögu hvetur mig mjög til dáða og ég vildi að aðrir uppgötvuðu hana líka.

Þegar persónurnar Grace og Vincente komu fyrst til mín var ég ekki viss um að ég væri tilbúin fyrir verkefnið sem beið mín. Hún var stærðfræðihæfileiki og hann var krikketleikmaður – hvorugt hafði ég mikla þekkingu á. Það tók langa íhugun rannsóknir og undirbúning áður en ég settist að skrifa fyrstu drögin.

Ég var loksins að vinna af kapp við fyrstu drögin þegar ég sótti ritlistarnámskeið hjá Society of Women's Writers NSW Inc.

Ég var loksins að vinna af ákafa að fyrstu drögunum þegar ég sótti skapandi ritnámskeið hjá Society of

Women's Writers NSW Inc. Í einni æfingu þar opnaði ég mig og gaf sjálfri mér leyfi til að skrifa söguna. Sagan rann eðlilega eftir þá opinberun. Ég vona að þér líki að lesa hana jafnmikið og mér líkaði að skrifa hana.

Um þessar mundir er ég komin aftur heim til Ontario í Kanada, með eiginmanni mínum, syni, ketti og hundi.

Takk fyrir! Eins og alltaf, gleðilega lestrar!

Cathy

Einnig Efitr:

Ungmennabókmenntir:
E-Z DICKENS OFURHETJA BÓK 1 OG 2 TATTOO ENGILL; Þ
rír
E-Z DICKENS OFURHETJA BÓK 3 RAUTA HERBERGIÐ
E-Z DICKENS OFURHETJA BÓK 4 Á IS
Ljóðlist:
MÁLUN MEÐ ORÐUM - Ljóðasafn
Fræðibókmenntir
103 Fundraising Ideas For Parent Volunteers With Schools and Teams (3RD PLACE BEST REFERENCE 2016
METAMORPH PUBLISHING
+ Children's Books.

www.ingramcontent.com/pod-product-compliance
Lightning Source LLC
LaVergne TN
LVHW040559061026
849523LV00001B/6
* 9 7 8 1 9 9 7 8 7 9 5 3 4 *